आंधळी

अनुवाद

शान्ता ज. शेळके

D9900253

मेहता
पब्लिशिंग हाऊस

✆ +91 020-24476924 / 24460313
Email : info@mehtapublishinghouse.com
production@mehtapublishinghouse.com
sales@mehtapublishinghouse.com
Website : www.mehtapublishinghouse.com

- *या पुस्तकातील लेखकाची मते, घटना, वर्णने ही त्या लेखकाची असून त्याच्याशी प्रकाशक सहमत असतीलच असे नाही.*

ANDHALI by CATHERINE OWENS PEARSE

Copyright © 1959 by Catherine Owens Pearse

Publisher - Thomas Y. Crowell Company

आंधळी / कादंबरी

अनुवाद : शान्ता ज. शेळके
प्रकाशक : सुनील अनिल मेहता, मेहता पब्लिशिंग हाऊस,
१९४१ सदाशिव पेठ, माडीवाले कॉलनी, पुणे – ४११०३०.
मुखपृष्ठ : चंद्रमोहन कुलकर्णी
प्रकाशनकाल : ऑक्टोबर, १९६३ / सप्टेंबर, १९९६ / फेब्रुवारी, १९९९ / फेब्रुवारी, २००६ / जून, २००९ / पुनर्मुद्रण : मे, २०१३
ISBN 81-7766-666-5

प्रस्तावना

हेलन केलर ही खरोखरीच एक मोठी वैशिष्ट्यपूर्ण व्यक्ती आहे. मायाळूपणा, तीक्ष्ण बुद्धिमत्ता आणि मानवजातीवरचे अथांग प्रेम यांचा एक विलक्षण संगम तिच्या ठायी झालेला आहे. गेली पंचवीस वर्षे मी हेलन केलरला ओळखतो. तिचा परिचय होणे म्हणजेच तिच्यावर प्रेम करणे आणि तिजपासून स्फूर्ती मिळवणे होय. समर्पित जीवनाचे ती मूर्तिमंत प्रतीक आहे. तिने मोठ्या परिश्रमाने जमीन पेरली, बीजारोपण केले आणि आता त्या वृक्षाला मधुर फळे आली आहेत. या देशात आणि देशाबाहेरही अंध आणि बधिर लोकांना जे अधिक सहानुभूतीने आणि समंजसपणे वागवले जात आहे त्याला हेलनचेच कर्तृत्व कारणीभूत आहे.

'अपंग' या शब्दाचा अर्थ ज्यांना ठाऊक आहे, त्या सर्वांना हेलन केलरने एक प्रकारे आव्हान दिले आहे. एके काळी अपंग माणसांना जगावेगळे मानले जात असे. त्यांना कटाक्षाने दूर ठेवले जाई. अपंगांबद्दलची सर्वसामान्य माणसाची ही वृत्ती बदलण्याचे श्रेय हेलनइतके दुसऱ्या कुणालाही देता यावयाचे नाही. माझ्या मते हेलन केलर ही एक थोर आणि आदर्श स्त्री आहे. आपल्या स्वतःच्या शारीरिक व्यंगावर विजय मिळवूनच ती केवळ थांबली नाही, तर सर्वच अपंगांविषयी जगाची सहानुभूती संपादन करण्यात तिने आपले उभे आयुष्य खर्ची घातले आहे.

या पुस्तकात मिस् पियर्सने हेलनचे व्यक्तिमत्त्व मोठ्या कौशल्याने साकार केले आहे. तिचे औदार्य, तिची तीव्र विनोदबुद्धी, तिची उत्कट सौंदर्यसंवेदना यांचे जिवंत चित्रण केले आहे. या पुस्तकाची शैली जेवढी सुबोध आहे, तेवढेच त्यातील नाट्य चित्तवेधक आहे. प्रीती, कारुण्य, स्नेह, काळीज फोडून टाकणारे दुःख आणि आत्यंतिक प्रतिकूल परिस्थितीवर मिळवलेला विजय-- हेलन केलरच्या जीवनाचे सर्व महत्त्वाचे विशेष येथे वाचकांना आढळून येतील. हे पुस्तक वाचून संपले,

म्हणजे एकच विचार मनात येतो-- दैवाने ज्यांच्यावर अवकृपा केली आहे, त्यांना आपले जीवन सुखाने जगता यावे, म्हणून हेलन केलरने जे परिश्रम केले आहेत, त्यांत आपणही मनःपूर्वक सहभागी झाले पाहिजे!

पीटर जे. सालमोन,
एक्झिक्यूटिव्ह डिरेक्टर,
दि इंडस्ट्रियल होम फॉर दि ब्लाइंड

ब्रुक्लीन, न्यूयॉर्क

१. नव्या बाई

मोठी सुरेख, तल्लख अन् चपळ होती ती पोर. जेमतेम सहा महिन्यांचे वय झाले न झाले तो ती जवळजवळ बोलायलाही लागली होती. चहाला ती म्हणे 'चा, चा, चा!' पाणी हवे असेल तेव्हा ती म्हणे 'पा-पा! पा-पा!' वर्षाची झाली तेव्हा ती चालायचा प्रयत्न करू लागली. चार पावले टाकावीत, धुबुक्कन खाली पडावे, पुन्हा उठून पावले टाकावीत, पुन्हा कोलमडावे, अशी धडपड चाललेली असे तिची.

दक्षिणेकडील त्या दीर्घ, सौम्य वसंतऋतूत वनस्पतींची झपाट्याने वाढ होई. वैपुल्याने फुले फुलत. त्यामुळे घरापेक्षाही घराबाहेरच्या वातावरणात त्या मुलीचे मन अधिक रमून जाई. झाडांवर पाने नाचू लागली की ती आपले हात पुढे करी. गुलाबांच्या सुगंधी फुलांच्या झुपक्यात ती आवेगाने नाकतोंड खुपशी. पाखरू गाऊ लागले की मान वाकडी करून ती तन्मयतेने ऐकत राही.

"तरुण वयात मोठी देखणी होणार आहे माझी पोर" त्या मुलीला दोन्ही हातांत अलगद उंच धरून तिची आई एकदा आपल्या पतीला म्हणाली, "माझ्या बाजूनं बोस्टनच्या ॲडॅम्स घराण्याशी नातं लागतंय तिचं आणि तिचे वडील दक्षिण अमेरिकेतल्या नामांकित माणसांपैकी एक आहेत. मग माझी लेक मोठेपणी सामान्य कशी होईल ?"

कॅप्टन आर्थर केलर किंचित हसला. दक्षिण अमेरिकेकडच्या नामवंत पुरुषांपैकी तो एक दिसे खराच. त्याच्या त्या भरगच्च मिशा, आखूड कोचदार दाढी आणि ताठ सरळ शरीरयष्टी पाहिली की कोणालाही त्याचे वैशिष्ट्य जाणवल्याखेरीज राहत नसे. अमेरिकेतील यादवी युद्धात तो सैन्यातला एक बडा अधिकारी होता आणि रॉबर्ट ई. ली यांच्याशी त्याचे दूरचे काही नातेही लागत होते.

केट ॲडॅम्स केलरने आपली गुटगुटीत अवखळ मुलगी पतीजवळ दिली. त्याच्याकडे नजर टाकताना तिच्या मनात आले, "हे माझ्यापेक्षा वीस वर्षांनी मोठे आहेत हे खरंसुद्धा वाटत नाही मला!"

मुलीने आपल्या वडिलांच्या मिशा ओढायला सुरुवात केली. तिच्याकडे

अभिमानपूर्वक बघत कॅप्टन केलर म्हणाला, ''माझी ही पहिलीच लेक मोठी वस्ताद आहे. आपल्या तंत्रानं वागणारी आहे ती.''

कॅप्टन केलरला पहिल्या लग्नापासून झालेले दोन मुलगे होते. थोरला जेम्स एकोणीस वर्षांचा होता. आपल्या सावत्र आईइतकेच वय होते त्याचे आणि धाकटा सिंप्सन बारा-तेरा वर्षांचा असेल.

कॅप्टन केलरची 'आपल्या तंत्राने वागणारी' ही छोटी मुलगी अठराशे ऐंशी साली जून महिन्याच्या सत्तावीस तारखेला जन्मली. तिचा जन्म अलाबामा परगण्यातील टस्कंबिया शहरी झाला. त्या वेळी तिचे आईवडील केलर कुटुंबाच्या शेतावर असलेल्या दोन खोल्यांच्या छोट्या बिऱ्हाडात आपल्या वैवाहिक जीवनाची प्रारंभीची वर्षे घालवीत होते. बाकीचे केलर कुटुंब जवळच असलेल्या 'आयव्ही ग्रीन' नावाच्या भल्या थोरल्या घरात राहात असे. हे त्या कुटुंबाचे प्रमुख घर होते.

नवजात अर्भकाला बघण्यासाठी नातेवाईक आणि शेजारपाजारची मंडळी जेव्हा त्या छोट्या बिऱ्हाडांत गोळा झाली तेव्हा त्यांनी नवप्रसूत मातेला विचारले, ''हिचं नाव काय ठेवणार आहात तुम्ही?''

''माझ्या आईचं नाव हेलन एव्हरेट असं होतं. तेच नाव मी हिचंही ठेवणार आहे.'' मिसेस केलरने उत्तर दिले.

कॅप्टन केलर जवळच उभा होता. तो म्हणाला,

''मला मिल्ड्रेड नाव फार आवडतं.'' पण भोवतालच्या हर्षयुक्त कल्लोळात त्याचे ते शब्द कोणी नीट ऐकलेही नाहीत.

मुलीचे नाव ठेवण्याचा दिवस उजाडला. लांब पांढऱ्या शुभ्र झग्यात गुंडाळलेले ते चिमुकले बालक आपल्या हातांत घेऊन कॅप्टन केलर धर्मगुरूंसमोर उभा होता. त्याची पत्नी त्याच्याकडे सकौतुक अभिमानाने बघत होती. पण धर्मगुरुंनी ''मुलीचं नाव काय ठेवायचं?'' असा जेव्हा प्रश्न केला, तेव्हा पूर्वी ठरलेल्या नावाचा कॅप्टन केलरला विसर पडला. मुलीच्या आजीचे नाव ठेवायचे ठरले होते, एवढेच त्याला जेमतेम आठवले आणि तो धर्मगुरूला म्हणाला, ''मुलीचं नाव हेलन अ‍ॅडम्स केलर' असं ठेवायचं आहे.''

झाले. त्या दिवसापासून ती मुलगी हेलन अ‍ॅडम्स केलर या नावाने ओळखली जाऊ लागली.

केट केलरने उसासा टाकला. 'नॉर्थ अ‍ॅलाबामियन' या वृत्तपत्राचे संपादन करणाऱ्या आपल्या हुशार आणि अष्टावधानी पतीला स्वत:च्या मुलीचे नाव काय ठेवायचे ठरले होते हे मात्र आयत्या वेळी आठवू नये याचा तिला सखेद विस्मय वाटला. पण झालेली चूक दुरुस्त करण्याच्या भानगडीत ती पडली नाही.

छोट्या हेलनने बाळसे धरले. ती झपाट्याने वाढू लागली. पहिला उन्हाळा

उलटून गेला. दुसराही उन्हाळा उलटला. पहिली दोन वर्षे उलटल्यानंतर लहान मुलाला कसलेही भय नसते अशी जुनी समजूत आहे. केट केलरने त्याच समजुतीचा पुनरुच्चार केला. तिला बरे वाटले.

हेलनला आता थोडे थोडे समजू लागले होते. भोवतालच्या जगाची तिची जाणीव जसजशी वाढू लागली तसतशी ती हळूहळू बोलू लागली, ''चा, चा, चा ! पा-पा! पा-पा!''

हेलनचे दुसरे वर्ष चालू होते. हिवाळा सुरू झाला आणि फेब्रुवारी महिन्यात हेलनला भयंकर ताप आला. तापाने होरपळत ती आपल्या बिछान्यावर तळमळत पडली.

नेहमीच्या डॉक्टरांना ताबडतोब बोलावण्यात आले. हेलनला काळजीपूर्वक तपासून ते म्हणाले, ''या मुलीच्या पोटात अन् मेंदूत एकाएकी खूप रक्त साकळलं आहे.'' त्यांनी केलेल्या या निदानाचा मुलीच्या आईवडिलांना फारसा अर्थबोध झाला नाही. डॉक्टर गंभीर स्वरात पुढे म्हणाले, ''मी तुमची फसवणूक करू इच्छित नाही. ही मुलगी बरी होईल असं काही मला वाटत नाही!''

केट केलरच्या छातीत धस्स झाले. पण तिने जिवापाड हेलनची शुश्रूषा करावयाचे ठरविले. रात्रंदिवस ती हेलनजवळ बसून राही. हेलनच्या कढत कपाळावर ती कपड्याच्या ओल्या थंडगार पट्ट्या ठेवी. हेलन तळमळून रडू लागली की, ती तिच्या कानांशी काहीबाही कुजबुजून, गाणे गुणगुणून तिला शांत करी. केट केलरच्या अविश्रांत शुश्रूषेने आणि दैवी चमत्काराने हेलन त्या जीवघेण्या दुखण्यातून शेवटी बरी झाली. निदान ती बरी झाली आहे असे तेवढ्यापुरते तरी सर्वांना वाटले. पण लौकरच केलर पतिपत्नींच्या ध्यानात आले की, त्या भयंकर तापाने हेलनची दृष्टी आणि तिची श्रवणशक्ती कायमची नष्ट करून टाकली होती!

तेव्हापासून हेलन ही सर्वस्वी वेगळ्याच प्रकारचे मूल बनली. तिला ऐकू येत नव्हते म्हणून तिला बोलायला शिकता येणे अशक्य झाले आणि मधूनच किंचाळणे किंवा ओरडणे एवढेच काय ते तिचे बोलणे होऊन बसले. ती पाहू शकत नव्हती, म्हणून भोवतालच्या परिसराने ती गोंधळून जाऊ लागली आणि आईच्या झग्याचे टोक हातात गच्च धरून ठेवल्याशिवाय एक पाऊलही टाकायचा तिला धीर होईना. तिचा पूर्वीचा मोकळा, खेळकर, आनंदी स्वभाव पार नाहीसा झाला. आंधळेपणामुळे व बहिरेपणामुळे तिचे चिमुकले मन भांबावून गेले आणि या भांबावलेल्या मनःस्थितीमुळे ती चिडखोर, हट्टी, आक्रस्ताळी आणि अनावर बनली.

हेलनचे दुसरे, तिसरे आणि चौथेही वर्ष उलटले. ती जो जो मोठी होऊ लागली तो तो तिची अवस्था अधिकच वाईट झाली. भोवतालच्या जगाशी संबंध जोडावा असे तिला वाटे आणि ते तर तिला काही केल्या करता येत नसे. मग तिने आपले

मनोगत व्यक्त करण्यासाठी स्वतःच्याच काही खुणा, काही संकेत निर्माण केले. तिला काही हवे असले म्हणजे ती होकारार्थी मान हलवी आणि नको असल्यास नकारार्थी मान हलवी. पाव अन् लोणी हवे असले तर सुरीने पाव कापण्याचा अभिनय ती करून दाखवी. तिला आपली आई हवी असेल तेव्हा ती आपलाच हात गालांवरून गोंजारल्यासारखा फिरवी.

मुलीची ही केविलवाणी अवस्था पाहून केट केलरचे काळीज दुःखाने दुभंगून जाई. पण ती आग्रहाने म्हणे, "माझी मुलगी बुद्धिमान आहे. मला स्पष्ट दिसतंय की ती अतिशय बुद्धिमान आहे.''

तथापि, इतर लोकांचे मत या बाबतीत वेगळे होते. केट केलरच्या नात्यातली एक स्त्री एके दिवशी तिला म्हणाली, "केट, तू या मुलीला आपल्यापासून दूर ठेव कुठं तरी! अशी विचित्र मुलगी जवळ बाळगण्यात काय अर्थ आहे बरं? तिला पाहून प्रत्येकाचं मन अधिकच खिन्न मात्र होतं!''

हेलनला पाहून मन प्रसन्न होत नसे ही गोष्ट खरीच होती. तशी ती अंगापिंडाने धष्टपुष्ट अन् निरोगी होती. वयाच्या मानाने ती अधिक उंचही दिसे. पण तिच्या चेहऱ्यावरचा भाव कुढा, तिरसट असावयाचा. तिचे केस नेहमी विस्कटलेले असत. कारण पुष्कळदा ती कुणाला आपले केस विंचरू देत नसे किंवा अंगावरचे कपडेही बदलू देत नसे. त्यामुळे ती कशीशीच दिसावयाची.

एकीकडे हेलनचे आईवडील तिच्यासाठी वेगवेगळ्या डॉक्टरांची, तज्ज्ञांची चौकशी करीत होते आणि दुसरीकडे हेलन अधिकाधिक तिरसट बनत चालली होती. पुढे पुढे तर तिच्या लहरीपणात बेफामपणाची झाक उमटू लागली आणि तिच्या खोड्या अधिक धोकेबाज, गंभीर स्वरूपाच्या होत चालल्या.

केटला मनातून कळून चुकले की आपल्या मुलीला फार दिवस आपल्याजवळ राहू देणार नाहीत. तिला कुठे तरी दूर ठेवतील. त्या कल्पनेने ती भयभीत होऊन गेली. ती स्वतःलाच विचारी, ज्या मुलाला 'दूर नेऊन ठेवतात' त्याचे पुढे काय होते? त्याला नेमके कुठे नेऊन ठेवतात? हेलनला जर असे दूर नेऊन ठेवले तर तिची काय गत होईल? तिचा हट्ट, तिचा लहरीपणा आपण आई म्हणून सहन करतो. दुसरे कोण हे सारे सोशील?

हेलनला पाचवे वर्ष लागले त्या वेळी तिचे आईवडील पूर्वीच्या आपल्या दोन खोल्यांच्या छोट्या बिऱ्हाडातून मोठ्या घरात राहावयास गेले होते. केट केलरला वाटे, या एवढ्या मोठ्या जागेत एका अपंग मुलीला सामावून घेणे काय अवघड आहे? हेलनचा पिता कॅप्टन केलर याची उत्तर अलाबामाचा मार्शल म्हणून नुकतीच नेमणूक झाली होती. त्यामुळे त्याचे वार्षिक उत्पन्न वाढले होते. केट केलरच्या मनात येई, या वाढलेल्या उत्पन्नात हेलनला सांभाळण्याची काही खास तरतूद करणे

काय आपल्याला परवडणार नाही?

हेलन सहा वर्षांची झाली आणि केट केलरने दुसऱ्या मुलीला जन्म दिला. या मुलीचे नाव ठेवण्यात आले 'मिल्ड्रेड.'

हेलनचे जग काळोखाने आणि नि:शब्दतेने व्यापलेले होते. या जगात जेव्हा तिला भीती वाटे, अनिश्चितता वाटे, जेव्हा ती हताश आणि दु:खी होई तेव्हा ती तत्काळ आपल्या आईकडे धाव घेई. तिच्या मांडीवर जाऊन बसे. आता एकाएकी आईच्या मांडीवर नवे बाळ आले होते. आतापर्यंत आईच्या वेळेवर एकट्या हेलनचाच हक्क होता. पण आता त्या हक्कात नवा वाटेकरी निर्माण झाला होता. कधीकधी तर या नव्या बाळाला सांभाळताना आई हेलनला दूरही लोटू लागली होती.

हेलनला हे सारे असह्य झाले. एक नवी चीड, नवा तिटकारा तिच्या मनात सावकाश भरू लागला. या चिडीच्या आवेगात एकदा ती मिल्ड्रेडच्या पाळण्याकडे धावली अन् पाळणा तिने उपडा करून दिला. बिचारी मिल्ड्रेड खाली पडली. हेलनला आपल्या बाहुलीचा राग आला की ती बाहुली ती जोराने जमिनीवर आपटीत असे अन् मग बाहुलीच्या ठिकऱ्या होऊन जात. नवे बाळ जमिनीवर पडले तर तेही तसेच मोडून जाईल हा हेलनच्या चिमुकल्या मनाचा तर्क होता की काय नकळे!

हेलनने पाळणा उलटा केल्याबरोबर तिची आई धावत धावत तेथे आली. हेलन रागाने भुईवर हातपाय आपटून किंचाळत असतानाच तिने तिला तेथून खोलीबाहेर नेले. या प्रसंगाने केट केलर घाबरून गेली. तिला काही सुचेनासे झाले. पुन्हा एकदा तो कठोर सल्ला सर्वांनी तिला ऐकवला.

"केट, तू या मुलीला आपल्याजवळ ठेवून घेऊ नकोस. समजशक्ती कमी आहे तिची. वेडसर आहे ती!"

"नाही, नाही, नाही!" केट दु:खावेगाने ओरडली, "माझी मुलगी वेडसर नाही. फार बुद्धिमान आहे ती. जे शिकवावं ते ती चटकन शिकते. मला माहीत आहे. हुशार आहे ती."

पण परिस्थिती दिवसेंदिवस बिकट होत चालली होती. आता तिकडे दुर्लक्ष करणे कठीण होते. काही ना काही उपाय योजावयालाच हवा होता.

एकदा सायंकाळच्या थंड, निवांत वेळी केलर पतिपत्नी आपल्या दिवाणखान्यात बोलत बसली होती. दोन्ही मुली झोपल्या होत्या. एकाएकी केट केलरच्या मनात एक कल्पना विजेप्रमाणे चमकली. ती चार्लस् डिकन्सचे "काही अमेरिकन टिपणे" हे पुस्तक वाचीत होती. ती आपल्या पतीला म्हणाली,

"हे पाहिलं का? या पुस्तकात काय लिहिलं आहे? चार्लस डिकन्स ज्या वेळी बॉस्टनमध्ये होता त्या वेळी 'पर्किन्स अंधशाळा' नावाच्या एका संस्थेला भेट देण्याचा त्याला योग आला होता. तो म्हणतो, "बहुतेक मुले वेगवेगळ्या खोल्यांतून

आपापली दैनंदिन कामे करीत होती. काही थोड्या मुलांना आधी सोडण्यात आले होते आणि ती खेळत होती. इमारतीच्या अगदी कोनाकोपऱ्यापर्यंत जिकडे नजर टाकावी तिकडे सुव्यवस्था, स्वच्छता आणि सुखसोयी नांदताना दिसत होत्या. वेगवेगळ्या वर्गातून आपापल्या शिक्षकांभोवती मुले गोळा झाली होती. शिक्षकाने विचारलेल्या प्रश्नांची उत्तरे ती ताबडतोब देत होती. त्या उत्तरातून प्रकट होणारी त्यांची बुद्धिमत्ता आणि उत्तरे देताना त्यांच्या ठिकाणी दिसून येणारी प्रसन्न निकोप अहमहमिका पाहून मला मोठे समाधान वाटले. . . ज्या अंधांचे शिक्षण संपले आहे आणि ज्यांना एखादी कला वा कारागिरी हस्तगत झाली आहे, त्यांच्यासाठी इमारतीच्या खास राखून ठेवलेल्या एका भागात छोटी 'वर्कशॉप्स' आहेत. कित्येक आंधळी माणसे तेथे वेगवेगळ्या वस्तू बनविण्यात गढून गेली होती. कुणी कुंचले बनवीत होती; कुणी गाद्या भरीत होती; कुणी आणखी अशाच काही व्यवसायात मग्न झाली होती. इमारतीच्या इतर भागांत सर्वत्र दिसून येणारी प्रसन्नता, कार्यव्यापृतता आणि नीटनेटकेपणा यांचा तेथेही आढळ झाल्यावाचून राहत नव्हता. जेव्हा घंटा झाली तेव्हा कोणाच्या शिस्तीची किंवा मार्गदर्शनाची मदत न घेता सारी मुले तेथील भल्या थोरल्या संगीतशाळेत आपोआप गोळा झाली आणि शांतपणे आपापल्या खुर्च्यांवर येऊन बसली. . . एक मुलगा ऑर्गन वाजवू लागला, तेव्हा ते गंभीर स्वर ती तन्मयतेने ऐकत राहिली. गायन ऐकताना त्या मुलांना होणारा आनंद त्यांच्या मुद्रांवर स्पष्टपणे उमटला होता.''

''पण केट'' कॅप्टन केलर मध्येच आपल्या पत्नीला म्हणाला, ''तू एक गोष्ट विसरतेस. आपली हेलन नुसतीच आंधळी नाही. ती बहिरीही आहे. घंटा, संगीताचे सूर, ऑर्गन-यांतल्या कशाचाही हेलनच्या जगात शिरकाव व्हायचा नाही. तिच्यापर्यंत जाऊन पोहोचायला यांतलं काहीही उपयोगी पडायचं नाही आपल्याला!''

''ते माहीत आहे मला'' केट केलर म्हणाली, ''पण हे पुढं काय लिहिलंय पाहा ना! डिकन्सला तिथं आणखीही एका गोष्टीचा शोध लागला. हा पुढचा मजकूर ऐका ना!'' ती पुढे वाचू लागली-

''त्यानंतर त्याच इमारतीच्या दुसऱ्या एका खोलीत मी गेलो. तेथे एका मुलीसमोर मी जाऊन बसलो. ही मुलगी आंधळी होती, बहिरी होती, मुकी होती. तिच्या ठायी वासाची संवेदना नव्हती आणि चवही तिला फारशी समजत नव्हती. त्या लहानशा नाजूक देहात साऱ्या मानवी क्रियाप्रवृत्ती वास करीत होत्या. तेथे आशा असेल, चांगुलपणा असेल, प्रेमळपणा असेल. पण या सर्व गोष्टींना बाहेरच्या जगाशी जोडणारा दुवा एकच होता. तो म्हणजे स्पर्शाचा. माझ्या पुढ्यातल्या त्या मुलीकडे बघता बघता माझ्या मनात आले, जिथे प्रकाशाचा एकही किरण किंवा ध्वनीची एकही लहर प्रवेश करू शकत नाही अशा एका संगमरवरी मंदिरात ही

मुलगी कोंडली गेली आहे. पण या मंदिराच्या एका भिंतीला एक लहानशी फट आहे. त्या फटीतून या मुलीनं आपला लहानगा, फिकट, दिनवाणा हात बाहेर काढला आहे. बाहेरच्या एखाद्या भल्या माणसाला आपली कणव यावी आणि आत बंदिस्त होऊन पडलेल्या अमर आत्म्याला त्याने मुक्त करावे म्हणून तो हात जाणाऱ्यायेणाऱ्याला खुणवून मूकपणे त्याला विनवित आहे. . . त्या मुलीच्या चर्येवर बुद्धिमत्ता आणि प्रसन्नता रेखलेली होती. आपल्या केसांची आपल्या हाताने वेणी घालून ती वेणी तिने मस्तकाभोवती वेढली होती. त्या मस्तकाच्या डौलदार ठेवणीत आणि त्या रुंद, उभट कपाळावर आतली विकासक्षम बुद्धिमत्ता किती सुंदर रीतीने व्यक्त झाली होती! त्या मुलीने आपला पोशाख आपणच अंगावर चढवला होता. तो पोशाखही जितका साधा तितकाच नीटनेटका होता. त्या मुलीचे अर्धवट पुरे झालेले विणकाम जवळच व्यवस्थितपणे घडी घालून ठेवले होते. ज्या मेजाशी ती बसली होती त्यावर तिची लेखनाची वही होती. भोवताली मेजे आणि बाक एकाला एक लावून केलेल्या लहानशा चौकोनाच्या आतल्या मोकळ्या जागेत ती बसली होती. तेथे बसून ती आपली रोजनिशी लिहीत होती. . . त्या मुलीचे नाव लॉरा ब्रिजमन.''

केट केलरचे वाचन चालू असता कॅप्टन केलरने आपल्या हातातले पुस्तक कधीच बाजूला ठेवून दिले होते. त्याची दृष्टी दूर कुठे तरी खिळली होती आणि तो स्वत:शीच खोल विचारात गढून गेला होता. जरा वेळाने त्याने पत्नीला विचारले,

''त्या मुलीशी लोक बोलायचे कसे मग? आपल्या मनातले भाव ते तिला कसे कळवायचे?''

''एक कसलीशी बोटांची लिपी आहे म्हणे, तिच्या सहाय्यानं, स्पर्शसंवेदनेच्या द्वारा. कारण, लॉरा ब्रिजमनचं स्पर्शेंद्रियच काय ते कार्यक्षम आहे.'' केट केलर म्हणाली, ''आपली हेलन काही लॉराइतकी पंगू, असहाय नाही. तिला चव चांगली कळते, अन् वासाचीही संवेदना आहे तिला!''

''हे सारं कितपत विश्वसनीय मानावं कळत नाही मला.'' कॅप्टन केलर म्हणाला, ''कारण चार्लस डिकन्सला कोणतीही गोष्ट भडक, नाट्यपूर्ण केल्यावाचून सांगताच येत नाही. मला वाटतं, पर्किन्स अंधशाळेची त्यानं दिलेली ही माहिती कितपत खरी आहे, याचा दुसऱ्या एखाद्या मार्गानं शोध घेऊ या आपण!''

त्यानंतर काही दिवसांनी खोगिरे विकणारा एक फेरीवाला गावात आला अन् त्याने 'आयव्ही ग्रीन' घराचे दार ठोठावले. त्याच्या बोलण्याचे विशिष्ट आघात आणि हेलकावे ऐकताच केट केलरने त्याला विचारले, ''तुम्ही 'न्यू इंग्लंड' कडचे का ?''

''बोस्टनचा आहे मी, बाईसाहेब.''

''तर मग पर्किन्स अंधशाळेचं नाव आलं असेलच तुमच्या कानावर.''

“नाही. मी त्या संस्थेबद्दल कधी ऐकलेलं नाही. पण आता घरी जाताच तिच्यासंबंधी सारी चौकशी करून माहिती कळवितो मी तुम्हाला!” फेरीवाल्याने अभिवचन दिले.

त्याने ती चौकशी केली की आपले अभिवचन तो विसरून गेला, काय झाले कुणास ठाऊक : पण केलर पतिपत्नींना त्याच्याकडून नंतर काहीच कधी कळले नाही, एवढे मात्र खरे.

टस्कंबिया गाव इतके लहान होते की, तिथे सारेचजण एकमेकांना ओळखीत असत. त्यामुळे कॅप्टन केलरच्या आंधळ्या अन् बहिऱ्या मुलीची साऱ्या शेजाऱ्यापाजाऱ्यांना माहिती होती आणि दिवसेंदिवस वाढत चाललेल्या तिच्या वांडपणाबद्दल त्यांना काळजीही वाटत होती.

एके दिवशी केलरकडे आलेल्या शेजाऱ्याने त्या पतिपत्नींना म्हटले, “बाल्टिमोर येथे डॉ. शिशॉम नावाचे एक उत्कृष्ट नेत्रतज्ज्ञ असल्याचं ऐकलंय मी. ज्यांच्याविषयी इतर डॉक्टरांनी पार आशा सोडून दिली होती अशा कितीतरी आंधळ्यांच्या ‘केसेस’ बऱ्या करून त्यांनी त्यांना दृष्टिदान दिलंय म्हणे. तुम्ही तुमच्या हेलनला एकदा त्यांच्याकडे का घेऊन जात नाही?”

झाले. कॅप्टन केलर आणि केट यांनी लगेच हेलनला बाल्टिमोरला न्यायचे ठरवले. आगगाडीचा लांबलचक कंटाळवाणा प्रवास करून ती तिघे बाल्टिमोरला आली. पण त्यांच्या पदरी निराशाच पडायची होती. डॉ. शिशॉम हेलनला तपासून म्हणाले,

“मी हिच्यासाठी काहीही करू शकत नाही. कायमचीच आंधळी झाली आहे ही मुलगी.”

“पण हिनं आता पुढं काय करायचं? हेलनसारख्या माणसाचं पुढं होतं तरी काय?” रडकुंडीस येऊन केट केलर म्हणाली, “आम्ही दोघं काही तिच्या जन्माला पुरणार आहोत थोडेच!”

“तुम्ही एवीतेवी उत्तरेकडे एवढ्या लांबपर्यंत आलाच आहात तर घरी परतीचा प्रवास करताना वाटेत वॉशिंग्टनला उतरून डॉ. अलेक्झांडर ग्रॅहॅम बेल यांचीही का भेट घेत नाही?” डॉ. शिशॉम म्हणाले, “बहिऱ्या मुलांच्या शिक्षणाच्या विषयातला त्यांचा अधिकार फार मोठा आहे. शिवाय इतरांशी इतक्या सहानुभूतीने वागणारा आणि त्यांची मनं एवढ्या हळुवारपणानं समजावून घेणारा त्यांच्यासारखा दुसरा माणूस क्वचितच सापडेल तुम्हाला.”

हेलन पतिपत्नींचा धीर आता पार मावळत चालला होता. वॉशिंग्टनला जाताना त्यांची मने निराशेत इतकी खोल बुडून गेली होती की वाटेत ती दोघे एकमेकांशी पुरते चार शब्दही बोलली नसतील. हेलनकडे पाहून त्या मातापित्यांना दुःखाचे वरचेवर उमाळे येत होते. त्यांची ती पहिलीच मुलगी होती. रेशमी कुरळ्या केसांची इतकी

गोड सुरेख मुलगी होती ती आणि तरी तिला सर्वसामान्य मुलीसारखे जगता येत नव्हते. तिला मनुष्यप्राणी म्हणून तरी जगता येणार होते की नाही कुणास ठाऊक?

डॉ. बेलना पाहिल्याबरोबर केट केलरचे निराश मन सावरले. इतका मायाळू माणूस तिने आजवर कधी दुसरा पाहिलाच नव्हता. डॉ. बेल उंच, देखणे होते. काळेभोर केस, काळीभोर दाढी, विशाल डोळे हे त्यांचे विशेष त्यांच्या रुबाबदारपणात भरच टाकीत होते. अजून ते चाळीशीच्याही घरात आले नव्हते. पण दहा वर्षांपूर्वीच शिकागोच्या जागतिक प्रदर्शनात आपल्या टेलिफोनच्या शोधाचे प्रात्यक्षिक दाखवून त्यांनी मोठी वाहवा मिळविली होती.

डॉ. बेलची वागण्याबोलण्याची पद्धती अशी मोकळी आणि आश्वासक होती की केलर दांपत्याच्या मनातला संकोच तत्काळ दूर झाला. त्या उभयतांशी बोलत असता बेलनीं हेलनला उचलून मांडीवर घेतले होते. हेलन त्यांच्या जाकिटाच्या गुंड्या बोटांनी चाचपू लागली तेव्हा ते म्हणाले,

''मोठी चलाख दिसते आहे ही छोकरी. मला वाटतं, हिला जे शिकवावं ते ही झपाट्यानं शिकेल.''

''होय. पण डॉ. बेल, हिला कसं शिकवायचं? कोण शिकवील हिला?'' केट केलर काकुळतीने बोलली. तिचा गळा दाटून आला होता.

''बॉस्टनच्या पर्किन्स अंधशाळेचं नाव कधी कानावर आलं आहे तुमच्या?'' डॉ. बेलनीं विचारले.

केट आणि ऑर्थर केलर उभयतांनी एकमेकांकडे पाहिले. होय. त्या संस्थेचे नाव त्यांनी ऐकले होते.

''डिकन्सच्या 'अमेरिकेवरील टिपणे' या पुस्तकात माझ्या पत्नीनं या संस्थेविषयी वाचलं आहे.'' कॅप्टन केलरने डॉ. बेलना म्हटले.

''अस्सं! तर मग लॉरा ब्रिजमनची माहिती असेलच की तुम्हाला?''

केलर दांपत्याने होकारार्थी माना डोलावल्या.

''लॉरा ब्रिजमनला ज्यांनी शिकवलं ते डॉ. सॅम्युअल ग्रिंडले आता हयात नाहीत. पण त्यांच्या जागी आलेले मायकेल ॲनॅग्नॉस हेदेखील अपंग मुलांच्या बाबतीत अगदी उत्कृष्ट कामगिरी बजावीत आहेत. मला वाटतं, तुम्ही हेलनबद्दल त्यांनाच एक पत्र टाका.''

केलर पतिपत्नींनी डॉ. बेलचे तोंडभरून आभार मानले. बेलशी बोलायला प्रारंभ केल्या क्षणापासूनच त्यांची निराशा मावळून गेली होती आणि आशेची कमान वरवर चढू लागली होती.

''या बाबतीत तुम्हांला येवढी आवड कशी निर्माण झाली डॉ. बेल?'' केटने विचारले.

"माझे आजोबा, माझे वडील अन् मी स्वत: आम्हा सर्वांनाच बोलणं, वक्तृत्व, बहिऱ्यांना बोलायला शिकवणं या गोष्टींबद्दल पहिल्यापासूनच मोठं कुतूहल वाटत आलं आहे."

"बहिरं किंवा आंधळं असणं ही किती भयंकर गोष्ट असली पाहिजे." केट केलर म्हणाली.

"असंच काही नाही बरं का!" डॉ. बेल झटकन् म्हणाले. "माझी पत्नी वयाच्या चौथ्या वर्षापासूनच बहिरी आहे. त्या वेळी तिला 'जांभळा ताप' आला अन् त्यामुळे ती आपली श्रवणशक्ती गमावून बसली. पण आम्ही अत्यंत सुखी आहोत."

अशी गोष्ट आपण बेजबाबदारपणे बोलून गेलो याचा संकोच वाटून केट केलरने आपली जीभ तत्क्षणी चावली. पण डॉ. बेलच्या मनावर त्याचा काहीच परिणाम झालेला दिसला नाही. ते शांतपणे पुढे बोलू लागले,

"आपण फक्त एकाच गोष्टीपासून सावध राहायला हवं मिसेस केलर, आणि ती गोष्ट म्हणजे अज्ञान. पूर्वीच्या काळी बहिऱ्या व आंधळ्या लोकांची कायद्यानंच वेड्या लोकांत जमा केली होती. कारण कोणालाही त्यांचं मनोगत नीट समजावूनच घेता येत नसे. तथापि, या बाबतीतलं आपलं अज्ञान आता दिवसेंदिवस कमी होत चाललं आहे. अशा तऱ्हेच्या अपंग लोकांना सर्वात अधिक आवश्यकता जर कशाची असेल तर ती तज्ज्ञ आणि सहृदय अशा शिक्षकांकडून दिल्या जाणाऱ्या शिक्षणाची, हे आता हळूहळू आम्हाला समजायला लागलं आहे. तुम्हाला हे माहीतच असेल की बीथोव्हनची श्रवणशक्ती नष्ट झाली होती, पण त्यानं स्वररचना करण्याचं आपलं काम सोडलं नाही. प्रसिद्ध ग्रीक कवी होमर हा आंधळा होता. जॉन मिल्टननं आपलं सर्वश्रेष्ठ काव्यदृष्टी गेल्यानंतरच लिहिलं, आणि थॉमस एडिसन, ज्यानं विजेच्या दिव्याला कार्यक्षम स्वरूप दिलं आणि जो आता विद्युच्छक्तिनिर्माणकेन्द्र तयार करीत आहे, तो अगदी ठार बहिरा आहे. एडिसन आणि त्याची पत्नी जेव्हा नाटकाला जातात तेव्हा त्याची पत्नी नाटकातले सारे संवाद 'मॉर्स कोड' च्या साह्याने त्याच्या गुडघ्यावर बोटांनी टकटक करून त्याला समजावून सांगते. खरोखरी यशस्वी रीतीने जीवन जगण्यासाठी आपली सारीच ज्ञानेंद्रिये कार्यक्षम असावी लागतात असं मुळीच नाही."

आपल्या मांडीवर बसलेल्या त्या छोट्या मुलीकडे पाहून डॉ. बेलनीं स्मित केले आणि घड्याळाचा लगेच गजर होईल अशा रीतीने त्याची किल्ली फिरवून ते त्यांनी तिच्या हातात दिले. घड्याळाचा गजर जेव्हा सुरू झाला तेव्हा तिला आपल्या बोटांच्या टोकांत कंप जाणवू लागले. त्याबरोबर ती हर्षभराने आपले पाय मागेपुढे हलवीत जागच्याजागी खिदळू लागली.

"तपकिरी केसांनी आच्छादलेल्या या चिमुकल्या डोक्यात खूपच बुद्धिमत्ता आहे

हे सहज दिसू शकतंय मला,'' डॉ. बेल म्हणाले. ''माझी खात्री आहे की ही मुलगी शिकवावं ते शिकेल. निदान 'बोटांची भाषा' शिकून घेण्याइतकी ती खासच तरतरीत आहे.''

केलर पतिपत्नी डॉ. बेलच्या ऑफिसातून बाहेर पडली त्या वेळी त्यांची हृदये आशेने फुलून आली होती.

घरी गेल्याबरोबर केट केलर आपल्या पतीला म्हणाली, ''तुम्ही त्या ॲनॅग्नॉसना ताबडतोब पत्र लिहून टाका.''

कॅप्टन केलरने ॲनॅग्नॉसना जे पत्र लिहिले त्यात त्याने हेलनची सर्व माहिती अगदी तपशीलवार दिली होती. पर्किन्स अंधशाळेकडून लगोलग उत्तर आले. वसंतऋतू संपावयाच्या आधीच, ॲनॅग्नॉस यांनी हेलन केलरसाठी एका शिक्षिकेची निवड करून ठेवली. ही शिक्षिका चोवीस वर्षांची एक तरुण मुलगी होती. ॲनॅग्नॉस यांच्या विद्यार्थिनींपैकीच ती होती. तिचे नाव ॲन सलिव्हन.

ॲन सलिव्हन एक अंध अर्भक म्हणून पर्किन्स अंधशाळेत आली होती आणि नंतर शस्त्रक्रियेच्या योगाने तिची दृष्टी अगदी पूर्ववत् नसलीतरी थोडीशी तिला पुन्हा प्राप्त झाली होती. अलाबामा परगण्यात जाण्यापूर्वी हिवाळ्याचे दिवस ती लॉरा ब्रिजमनवरची डॉ. हो यांची टिपणे अभ्यासण्यात घालवणार होती. या सर्व गोष्टी आपल्या पत्रात खुलासेवार रीतीने लिहून ॲनॅग्नॉस यांनी पत्राच्या शेवटी केलर पतिपत्नींना उद्देशून म्हटले होते :

''. . . तेव्हा मार्च महिन्याच्या पहिल्या तारखेला ॲन सलिव्हन तुमच्याकडे येईल असे तुम्ही निश्चित समजावयास हरकत नाही.''

''थोडेच महिने उरले आहेत आता,'' केट केलर स्वत:शी पुटपुटली, ''थोडेच महिने! आणि मग माझ्या पोरीची काळजी घ्यायला कोणीतरी सतत असणार आहे या घरात.''

इकडे ती धष्टपुष्ट अन् बंडखोर हेलन आपल्या खोड्यांनी सारे घरदार जेरीला आणीत होती. दारांना कुलपे लावावीत अन् किल्ल्या लपवून ठेवाव्यात, टेबलावर जेवणाने भरलेल्या बश्या ठेवलेल्या असतानाच टेबलावरचा रुमाल ओढून सारे अन्न खाली सांडावे, अशा तिच्या खोड्यांचे प्रमाण दिवसेंदिवस वाढतच होते. बिचारी केट केलर मार्चच्या पहिल्या तारखेकडे डोळे लावून वाट बघत बसली होती. तिच्या साऱ्या आशा ॲन सलिव्हनवर केंद्रित झाल्या होत्या.

शेवटी मार्च महिन्याची पहिली तारीख उजाडली. कॅप्टन केलर आपल्या पत्नीला म्हणाला, ''जेम्स तुला गाडीतून स्टेशनवर घेऊन जाईल.''

स्टेशनवर जाताना आपल्या सावत्र मुलाशेजारी गाडीत बसलेली केट केलर जशी आतुर तशी चिंताग्रस्तही दिसत होती. गाडी स्टेशनच्या आवारात येऊन उभी

राहिली, तेव्हा जेम्सने हातातले लगाम घोड्याच्या पाठीवर टाकून दिले आणि ती दोघेही मायलेकरे गाडीत बसल्याबसल्या रेल्वेच्या रूळांकडे टक लावून बघत राहिली. दूर अंतरावर कोळशावर चालणाऱ्या इंजिनातल्या धुराचा पहिला भपकारा केव्हा दिसतो याची ती प्रतीक्षा करीत होती.

"या ॲन सलिव्हनला आपण ओळखायचे कसे?" केट केलरने काहीशा चिंतातुर स्वरांत स्वत:शीच म्हटले.

"या स्टेशनवर उतरणारी कदाचित एकटीच उतारू असेल ती. सारं काही व्यवस्थित होईल. तू उगीच काळजी करू नकोस आई." जेम्सने तिला धीर दिला.

"बिचारी आपल्यासाठी केवढ्या तरी लांबून येते आहे," केट पुन्हा म्हणाली.

दुरून येणारी गाडी जेम्सने प्रथम पाहिली. "गाडी आली" असे म्हणत तो प्लॅटफॉर्मवर उतरला. स्टेशन म्हणजे लाकडी बांधकामाची एक छोटीशी इमारत होती. गाडी प्लॅटफॉर्मला लागली. टपालाचे पोते एका डब्यातून खाली टाकले गेले आणि गाडी पुन्हा सुरू झाली. कोणीही उतारू गाडीतून उतरला नाही.

एक शब्दही न बोलता जेम्स केलर पुन्हा गाडीत आपल्या जागी येऊन बसला आणि त्याने घोड्याचे लगाम हाती घेतले. गाडी गावाच्या दिशेने चालू लागली. केट केलरने आपला हातरुमाल बाहेर काढला आणि ती डोळ्यांतली आसवे पुसू लागली.

"या लोकांचा काय भरवसा आहे?" जेम्स चिडून ओरडला. "मी तर म्हणतो तिने या 'अलाबामा' परगण्यात पाऊलसुद्धा ठेवू नये."

"आज दुपारी दुसरी एक गाडी आहे अन् त्या गाडीच्या वेळीसुद्धा आपण स्टेशनवर पुन्हा येणार आहोत," केट केलरने निश्चयी स्वरांत म्हटले.

पण ॲन सलिव्हन मार्चच्या पहिल्या तारखेला आलीच नाही. दुसऱ्या तारखेलाही ती आली नाही.

"ती येईपर्यंत एकूण एक गाड्या बघणार आहे मी." हेलनच्या आईने हट्ट धरला.

अठराशे सत्याऐंशी साली, मार्च महिन्याच्या तिसऱ्या तारखेला केट केलर आणि जेम्स ही मायलेकरे आपल्या गाडीने पुन्हा स्टेशनवर आली होती आणि दुपारी जरा उशिरा येणाऱ्या एका गाडीची ती प्रतीक्षा करीत होती. या गाडीतला मात्र एक उतारू प्लॅटफॉर्मवर उतरला. हा उतारू एक तरुण पोरसवदा मुलगी होती. लोकरीचा जाडजूड गबाळ झगा तिच्या अंगात होता. ती अगदी थकलेली दिसत होती आणि घाबरलेली पण. इंजिनातील कोळशाचे बारीक कण डोळ्यात उडाल्यामुळे ते अगदी लाल भडक होऊन गेले होते आणि नुकत्याच गाळलेल्या आसवांच्या खुणा तिच्या गालावर स्पष्ट दिसत होत्या.

"मिस् सलिव्हन?"

"होय. मीच ती."

जेम्सने तिला हात देऊन आपल्या गाडीत बसवले आणि तिची ट्रंक व प्रवासी पिशवी त्याने मागच्या बाजूला व्यवस्थित ठेवून दिली.

"आम्हाला भीती पडली होती की तू काही आता येत नाहीस." केट केलरने तिला म्हटले.

"माझा साराच घोटाळा झाला," ॲन सलिव्हन म्हणाली, "कसं कोण जाणे, पण मी घेतलेलं तिकीट चुकीचं निघालं आणि मला फिलाडेल्फिया नि बाल्टिमोर या दोन्ही ठिकाणी गाड्या बदलाव्या लागल्या. अन् मग टस्कंबियाला येणारी गाडी उशिरा असल्यामुळे वॉशिंग्टन इथं सबंध एक दिवस थांबावं लागलं मला!"

"अरेरे! तुला भारीच त्रास झाला."

"पण आता मला त्या त्रासाचे विशेष काही वाटत नाही." ॲन सलिव्हन म्हणाली, "आता मी फक्त तुमच्या छोट्या मुलीचाच विचार करते आहे. माझी विद्यार्थिनी कधी पाहीन असं झालंय मला."

अशा गप्पांत रस्ता केव्हाच संपला आणि गाडी केलरच्या घराच्या आवारात येऊन उभी राहिली. कॅप्टन केलर पाहुणीच्या स्वागतासाठी पुढे आला. परस्परांचा परिचय करून देण्याचा कार्यक्रम पार पडला, पण त्या औपचारिक संभाषणाकडे ॲनचे फारसे लक्ष नव्हते. ती घराच्या दाराकडे बघत होती. तेथे एक लहान मुलगी उभी होती. तिची मुद्रा शून्य होती, पण त्यातच एक उग्र तुसडा भावही प्रकट झाला होता. जेमतेम सात वर्षांचे वय असेल नसेल तिचे.

ॲन सलिव्हनने केलर पतिपत्नींना तेथेच सोडले आणि दारात उभ्या असलेल्या त्या छोट्या 'भुता'ला जवळ घेण्यासाठी आपले दोन्ही हात पुढे पसरून ती दाराकडे धावली!

❖

२. पाण्याच्या पंपाने शिकविलेला धडा

❋❋

आपण बाळपणी कशा होतो हे सांगताना हेलन केलरने स्वत:च स्वत:ला 'भूत' म्हटले आहे– 'भूत' दारात उभे होते. कोणा तरी नव्या पाहुण्याच्या आगमनाची गडबड तिला वातावरणात जाणवत होती. वेगळ्या पावलांच्या चाहुलीचा वेगळा कंप पोर्चमध्ये आधी उमटला आणि मग तीच पावले जवळजवळ येऊ लागली. ही परकी पावले होती आणि परकी माणसे बहुधा शत्रू असतात हा हेलनचा आतापर्यंतचा अनुभव होता. तिने आपली मान खाली घातली आणि समोरून येणाऱ्या व्यक्तीवर चाल करून एकदम तिच्या पोटावर आपल्या डोक्याची धडक मारली. ती व्यक्ती मागच्या मागे पडली, पण पुन्हा ती पावले जवळ आली आणि त्या परक्या व्यक्तीने हेलनला आपल्या दोन्ही हातांनी वेढण्याचा प्रयत्न केला, पण हेलनने लाथा-बुक्क्या मारून त्या मिठीतून आपली सुटका करून घेतली.

या झटापटीत त्या पाहुणीजवळ एक पिशवी असल्याचे हेलनच्या ध्यानी आले. तिने ताबडतोब ती पिशवी हिसकावून घेतली आणि घरात धूम ठोकली. हेलनच्या आईने तिला पकडून तिच्या हातातली पिशवी काढून घ्यावयाचा प्रयत्न केला, तेव्हा हेलन हातपाय झाडू लागली. आपण असे केले की आई नेहमीच माघार घेते हे तिला चांगले ठाऊक होते, पण ॲन सलिव्हनने हेलनला पिशवी हातात घेऊ दिली इतकेच नव्हे तर ती पिशवी माडीवर घेऊन जाण्याच्या कामीही तिने तिला प्रोत्साहन दिले. लवकरच ॲनची ट्रंक नोकराने आत आणून ठेवली. हेलन त्या ट्रंकेवर पालथी पडली आणि ट्रंकेचे झाकण ती बोटांनी चाचपू लागली. तेव्हा तिला कुलूप सापडले. ॲन सलिव्हनने तिच्या हातात किल्ली दिली आणि तिला ते कुलूप उघडू दिले. हेलनने कुलूप उघडले आणि ट्रंकचे झाकणही वर केले. लगेच तिने आपले दोन्ही हात ट्रंकेत खुपसले आणि आतले सामान ती चाचपू लागली.

नव्याने घरात आलेल्या त्या पाहुणीने ट्रंकेतून एक बाहुली काढून ती हेलनच्या हाती दिली आणि तिने एक फार विलक्षण गोष्ट केली. तिने हेलनचा एक हात आपल्या हातात घेतला आणि हाताच्या तळव्यावर आपल्या बोटांनी तिने काही

विचित्र आकृती काढल्या. प्रथम तिने आपला अंगठा अन् मधले बोट एकत्र जुळवले आणि अंगठ्याजवळचे बोट सरळ ताठ केले. मग अंगठा व ते बोट जुळवून तिने त्याचे वर्तुळ केले आणि मग अंगठा नि त्याच्याजवळचे ते बोट ताणून एकमेकांपासून जेवढे लांब धरता येईल तेवढे धरले.

हेलनने ताडकन् उडी मारली आणि ती दाराकडे धावू लागली, पण त्या पाहुणीने तिचा हात धरून तिला पुन्हा परत आणले आणि बळेच एका खुर्चीवर बसवले. हेलन हातपाय आपटू लागली, दंगा करू लागली, पण पाहुणीने तिचे काही चालू दिले नाही. हेलनची आई किंवा घरातले नोकरचाकर हेलनच्या दंग्यापुढे नमत. ही पाहुणी तशी नव्हती आणि मग हेलनला चकित करणारी एक गोष्ट घडली. पाहुणीने तिच्या हातावर केकचा तुकडा ठेवला. तो तुकडा कोणी हिसकावून घेईल या भीतीने हेलनने तो लगबगीने तोंडात कोंबला. इतक्यात पाहुणीने आपल्या बोटांनी आणखी एक मौज केली. आपला अंगठा अन् पहिले बोट हेलनच्या तळहातावर टेकवून तिने एक वर्तुळ काढले. मग तिने हेलनची मूठ मिटली. त्यानंतर हेलनच्या दुसऱ्या आणि तिसऱ्या बोटांमध्ये आपला अंगठा तिने टेकवला आणि तिची शेवटची दोन्ही बोटे मिटली. सरतेशेवटी आपल्या हाताची सर्व बोटे एकत्र जुळवून तिने ती हेलनच्या अंगठ्यावर टेकली.

छे! छे! हे मात्र फार झाले होते! हेलन पाहुणीच्या हातातून सुटली आणि विजेच्या चपळाईने दारातून बाहेर पडून जिन्यावरून खाली धावत गेली. आई, वडील, सावत्र भाऊ, स्वयंपाकी कोणीतरी परिचित माणसाचा आसरा तिला हवा होता. तिचे ऐकणारे कोणीतरी तिला हवे होते. आपले काहीच चालू न देणारी ही पाहुणी नको होती तिला!

पण जेवणाच्या वेळी ती पाहुणी हेलनच्या शेजारीच बसली. हेलनची जेवण्याची एक स्वतंत्र पद्धत होती आणि त्या पद्धतीत आजवर कोणीही कधी काही सुधारणा करण्याचा प्रयत्न केला नव्हता. हेलन एका जागी बसून जेवत नसे. ती वेगवेगळ्या ठिकाणी चाचपडत, धडपडत जाई आणि वाटेल त्या बशीत हात खुपसून मनाला येईल ते खाई. दुसऱ्या लोकांच्या जेवणाच्या बश्यांतूनही ती वाटेल ते उचली. आजही तिने त्याच पद्धतीचा अवलंब केला, पण आज त्या नव्या पाहुणीच्या बशीत जेव्हा तिने हात घातला, तेव्हा त्या हातावर चटकन एक चापट बसली. हेलनने हट्टाने पुन्हा त्याच बशीत हात खुपसला. पुन्हा तशीच चापट हातावर बसली! हेलनने रागाने टेबलावर अंग टाकून दिले. तेव्हा त्या पाहुणीने तिला बळजबरीने टेबलावरून उचलले आणि तिच्या खुर्चीवर तिला दाबून बसविले. हेलन आता अगदी चिडून गेली. ती रागाने हातपाय झाडू लागली. लाथा मारू लागली. पाहुणीच्या हातातून ती सुटली, पण जवळच्या साऱ्या खुर्च्या रिकाम्या असल्याचे

तिला आढळून आले. तिच्या घराच्या लोकांनी तिला एकटीलाच शत्रूच्या तावडीत दिले होते तर! त्या पाहुणीने तिला पुन्हा पकडले. बळेच तिला खुर्चीवर बसवले, तिच्या हातात चमचा दिला आणि तिला आपल्या स्वत:च्याच बशीतून जेवण्यास भाग पाडले.

जेवणाचे दिव्य अखेर संपले तेव्हा हेलन जेवणघरातून धावतच आपल्या आईकडे गेली. आईने तिला जवळ घेतले. हेलनने चाचपून पाहिले तो आईचे डोळे ओले झाले होते. आई रडत होती. आईला वाईट वाटले होते.

त्या नव्या पाहुणीशी हेलनचे रोज झगडे होऊ लागले. आंघोळ करताना, केस विंचरताना, बुटाची बटणे लावताना हेलन खूप दंगा करी, पण पाहुणी काही केल्या तिचे ऐकत नसे आणि ते बोटांच्या खुणांचे खेळ; ते तर चालूच होते. आई आणि बाबासुद्धा ते खेळ आता करू लागली होती. बोटांच्या विशिष्ट खुणा केल्या की केक खावयाला मिळते हे हेलनला ठाऊक झाले होते. ते ध्यानी आले तेव्हा इतर खुणाही हेलन धूर्तपणे आत्मसात करू लागली.

नव्या बाईंबरोबरचे झगडे जेव्हा असह्य होत तेव्हा आपली सारी चीड, सारा राग हेलन मार्था वॉशिंग्टनवर उगवून घेई. ही केलर कुटुंबाच्या नीग्रो स्वयंपाकिणीची मुलगी हेलनच्याच वयाची होती. हेलनला तिच्यावर हवी तशी सत्ता गाजवता येत असे. मार्थाच्या वेण्या इवल्याश्या, आखूड होत्या. हेलननेच एकदा तिचे केस कात्रीने कापून टाकले होते.

हेलनच्या जिवाचा दुसरा विरंगुळा म्हणजे तिच्या वडिलांचे शिकारी कुत्रे. त्यांच्याशी खेळताना घरातल्या त्या नव्या शिक्षिकेच्या अस्तित्वाचाही हेलनला विसर पडे. त्यांच्याबरोबर ती उडे-बागडे. कोंबड्यांना दाणे घालण्याच्या कामी ती मदत करी आणि घराजवळ वाढलेल्या उंच गवतातून रानपाखरांची कोटी धुंडण्याचा खेळही तिला फार आवडे. फुलांनी बहरलेल्या दाट झुडपांतून वाट काढताना तिला अनिर्वचनीय आनंद होई आणि 'मिमोसा'च्या काटेरी खरबरीत पानांनी सर्व बाजूंनी वेढलेले असले म्हणजे तिला कसे निर्धास्त, सुरक्षित वाटत असे.

आणि मग सूड उगवण्यात, उट्टे काढण्यात तर फारच गंमत येई. किल्ल्याकुलपांशी आता हेलनचा चांगलाच परिचय झाला होता. नव्या बाई एका खोलीत असताना एके दिवशी हेलनने दाराला बाहेरून कुलूप लावून घेतले आणि किल्ल्या घेऊन तिने धूम ठोकली; पण त्याहीपेक्षा आणखी एकदा फारच विचित्र रीतीने नव्या बाईंचा तिने सूड उगवला. शत्रू बेसावध आहे असे पाहून हेलनने आपल्या मुठी वळून वर उचलल्या आणि धाडकन् त्या ॲन सलिव्हनच्या तोंडावर आदळल्या! या झटापटीत ॲनचे पुढचे दोन दात कामी आले!

त्यानंतर हेलनच्या जीवनात एक अनपेक्षित पालट घडून आला. एके दिवशी

ॲन सलिव्हनने हात देऊन तिला गाडीत बसवले आणि त्या दोघीजणी गाडीतून फिरावयास गेल्या, पण गाडी जेव्हा थांबली तेव्हा खाली उतरून त्या एका वेगळ्याच घरात शिरल्या. हे घर हेलनच्या ओळखीचे नव्हते. आत जाताच ती जेव्हा हातांनी चाचपू लागली, तेव्हा एकाही वस्तूची तिला ओळख पटेना. हेलन गोंधळली. बावरली. तेव्हा ॲनने तिच्या बाहुल्यांपैकी एक बाहुली तिच्या हातात दिली. ती ओळखीची वस्तू हेलनने मोठ्या आतुरतेने हृदयाशी कवटाळली. पण आपण पाहुणीबरोबर एकट्याच एका अनोळखी जागेत आहोत. काय वाटेल ते झाले तरी आपले कोडकौतुक करायला आपली आई इथे येणार नाही हे जेव्हा हेलनच्या ध्यानी आले, तेव्हा तिने संतापाने ती बाहुली दूर भिरकावून दिली. ती खाईना, पिईना, हाततोंड धुवीना आणि रात्री जेव्हा झोपण्याची वेळ झाली तेव्हा तर तिने आपल्या बाईचा 'न भूतो न भविष्यति' असा छळ मांडला.

हेलनच्या बाई तशा फार उंचनिच किंवा धिप्पाड नव्हत्या; पण त्या चांगल्या सशक्त आणि दृढनिश्चयी मात्र होत्या. हेलनच्या साऱ्या हटवादाला, आडमुठेपणाला त्या पुरून उरल्या आणि आयुष्यात प्रथमच हेलनला पराभव पत्करावा लागला. सरतेशेवटी हेलन थकून गेली. बिछान्यावर अंग टाकावे आणि शांत झोपी जावे असे तिला वाटू लागले, पण अजूनही बाईंशी ती झगडतच होती. बिछान्यावर झोपायचे तिने साफ नाकारले. ती जमिनीवर जाऊन लोळे किंवा खुर्चीत अंग टाकून देई, पण प्रत्येक वेळी बाई तिला तेथून उचलीत आणि बिछान्यावर आणून झोपवीत. शेवटी हेलनचा अगदी निरुपाय झाला. स्वतःच्या धडपडण्यानेच तिची इतकी दमछाक झाली की तिने त्या भल्याथोरल्या पलंगाच्या अगदी कडेला अंग टाकले आणि आपले हातपाय दुमडून घेतले. दुसऱ्याच क्षणी ती गाढ झोपी गेली.

सकाळी जेव्हा हेलन जागी झाली तेव्हा बाईंबरोबरच आपले युद्ध तिने 'मागील पानावरून पुढे चालू' केले आणि बिछान्यावरून ताडकन उडी मारून ती खाली उतरली. पण कालच्या रात्रीपेक्षा आज आपले तोंड धुवायला तिने कमी आढेवेढे घेतले आणि कपडे केल्यावर अन् न्याहारी घेतल्यावर तर ती पुष्कळच शांत झाली. आता बाईंनी तिच्या हातात थोडासा दोरा दिला आणि टोकाशी वळविलेला आकडा असलेली एक सुई तिला देऊन त्या सुईने तो दोरा कसा विणावयाचा हेही त्यांनी तिची बोटे हाती धरून तिला शिकवले. ती 'क्रोशे' ची सुई होती. त्या सुईने कसे विणावे हे शिकावयाला हेलनला फार वेळ लागला नाही. लवकरच ती सुईने भराभर साखळी विणू लागली. ही नवी कला अवगत झाल्याचा हेलनला एवढा आनंद झाला की, त्या आनंदाच्या भरात ॲन सलिव्हनबद्दल वाटणाऱ्या तिटकाऱ्याचा तिला केव्हाच विसर पडला.

त्यानंतर त्या नव्या जागी हेलनने कितीतरी गोष्टी शिकून घेतल्या. ती दोऱ्यात

मणी ओवू लागली आणि कागदाचे कपटे तिला एकत्र टाचता येऊ लागले.

असे दोन आठवडे गेले. आता हेलनने आपला दैनंदिन जीवनक्रम विनाविरोध पत्करला होता. टेबलाशी बसून जेवताना पाळावयाच्या रीतीभाती, रोजची वेगवेगळी कामे हे सारे तिच्या चांगले अंगवळणी पडले होते. इतकेच नव्हे तर आपल्या नव्या बाईसुद्धा तिला आता बऱ्या वाटू लागल्या होत्या. हेलनच्या स्वभावातला बंडखोरपणा जसजसा कमी होत चालला, तसतसे आपल्या भोवतालचे जगही अधिकाधिक सौम्य अन् प्रेमळ होत चालले आहे असे तिच्या प्रत्ययास येऊ लागले.

एके दिवशी दुपारी हवेत एक नवा वास, नवा दर्प भरून राहिला आहे असे हेलनला जाणवले. तिने आपली मान किंचित् कलती करून जोराने श्वास घेतला. अरे! हा वास तर तिच्या ओळखीचा होता. हेलनच्या वडिलांनी पाळलेल्या कुत्र्याचा वास होता तो! हेलन अधीरतेने आपल्या अवतीभोवती चाचपडू लागली. तेव्हा लांबलचक रेशमी मऊ केसांची 'बेल' तिच्या हाती लागली. शेतावरच्या सर्व कुत्र्यांत 'बेल' ही हेलनची विशेष लाडकी होती. तिला या अनोळखी ठिकाणी भेटताच हेलनच्या आनंदाचा पारावार राहिला नाही. तिने बेलला कवटाळले आणि मग बेलचा एक रेशमी पंजा उचलून तो ती आपल्या तळहातावर फिरवू लागली. बाईंनी शिकवलेला बोटाचा खेळ ती करून पाहत होती. हेलनची ती कृती पाहून ॲन सलिव्हनचे हृदय भरून आले. तिने प्रेमभराने हेलनच्या मस्तकावर थोपटले. बाईंच्या या शाबासकीने हेलनचा जीव सुखावला.

ॲन सलिव्हनने हेलनचा हात आपल्या हाती धरला आणि तिला दाराबाहेर नेले. त्यानंतर त्या दोघींनी मधले एक अंगण ओलांडले, नंतर त्या काही पायऱ्या चढून गेल्या व एका दारातून त्यांनी आत प्रवेश केला. आपण कोठे आहोत हे हेलनच्या ताबडतोब ध्यानात आले. ती आपल्या घरी आली होती. त्यांच्या राहत्या मोठ्या घराजवळ जे छोटेसे दुसरे घर होते (जेथे हेलनचा जन्म झाला होता) त्या घरातच इतके दिवस ती राहत होती तर! म्हणजे, तिला वाटले होते त्याप्रमाणे तिचे घर किंवा तिचे आईवडील यांना ती दुरावली नव्हती. हेलनला विलक्षण आनंद झाला. आत शिरताच घरातल्या साऱ्या वडील माणसांच्या अंगावर आळीपाळीने आपले अंग झोकून देत हेलन त्यांना कडकडून भेटली. ती आपल्या घरी आली होती! घरातल्या सर्वांना भेटून झाल्यावर जिन्याच्या पायऱ्या चढून हेलन वरच्या मजल्यावर आली तेव्हा आपली खोली जशीच्या तशीच असल्याचे तिच्या निदर्शनाला आले. हेलनच्या बाई तिच्या पाठीमागेच उभ्या होत्या. त्यांचे अस्तित्व ध्यानात आले तशी हेलन चटकन मागे वळली. तिने आपले बोट बाईंच्या अंगाला भिडवले आणि मग तेच बोट आपल्या तळव्यावर टेकले. बाई कोण होत्या? त्यांना काय म्हणायचे?

"बा-ई-" ॲन सलिव्हनने 'शिक्षिका' या अर्थाची अक्षरे तिच्या हातावर बोटाने

खुणा करून रेखाटली.

पण बोटांचा हा विशिष्ट खेळ हेलनला चटकन आकलन झाला नाही. कारण त्या अर्थाच्या शब्दाच्या खुणा एकदम शिकून घ्यावयाला अवघड होत्या.

मात्र त्यानंतर बाईंची आणि हेलनची चांगलीच गट्टी जमली. घरी आणि घराबाहेरही हेलन त्यांना क्षणभरही सोडावयास तयार नसे. त्यानंतर हळूहळू ती आपल्या बोटांनी 'पाहावया'स शिकली. वेगवेगळ्या गोष्टी– मग ती पानेफुले असोत, पशू असोत किंवा पक्षी असोत– त्यांना न दुखवता केवळ स्पर्शाने त्यांचे स्वरूप कसे समजावून घ्यावे हे हेलनच्या बाईंनी तिला शिकवले. कोंबडीची पिले, गवतावर उडणारे नाकतोडे, ससे, खारी, बेडूक, रानटी फुले, फुलपाखरे, झाडे-झुडपे– सारे काही हेलन आपल्या बोटांनी पाहू लागली आणि वेगवेगळ्या स्पर्शातले सूक्ष्म भेद तिला जाणवू लागले, नाकतोड्यांचे पंख मऊ आणि पातळ असतात, तर फुलपाखरांचे पंख कसल्याशा भुकटीने माखलेले असतात हा फरक हेलन स्पर्शाने ओळखू लागली. इतकेच नव्हे तर झाडाची साल खडबडीत असून तिला एक ओलसर विचित्र वास येतो आणि झाडाच्या बुंध्यावर हात ठेवला असता त्यातून एक चमत्कारिक स्पंदन आपल्याला जाणवते हेही तिच्या ध्यानी येऊ लागले.

हेलन आणि ॲन सलिव्हन एकमेकींच्या हातात हात अडकवून घराबाहेरच्या विस्तीर्ण आसमंतातून तासचे तास हिंडत असत. कधी कधी त्या टेनेसी नदीपर्यंतसुद्धा फिरत फिरत जात. नदीचे पाणी वाहताना आणि दगडधोंड्यातून खळखळत फिरताना जो आवाज होई तो ऐकायला हेलनला फार आवडे.

हळूहळू हेलनच्या ध्यानी येऊ लागले की, आपण ज्या ज्या गोष्टी करतो किंवा ज्या ज्या वस्तूंना स्पर्श करतो त्या त्या प्रत्येकींसंबंधी निदर्शक अशी बोटांची एक विशिष्ट खूण आहे. पंख, पाकळ्या, नदीवरच्या नौका या सर्वांसाठी बोटांच्या खुणा आहेत. इतकेच नव्हे तर चालणे, धावणे, उभे राहणे, पिणे यांसाठीदेखील खुणा आहेत.

एके दिवशी सकाळी हेलन आपले हातपाय, तोंड पाण्याने धूत होती. तोंड धुता धुता ती एकदम थबकली आणि तिने भांड्यातल्या पाण्याकडे कुतूहलाने बोट दाखवले. त्या पदार्थाचे नाव ती जाणून घेऊ इच्छित होती. ॲनने तिच्या तळव्यावर 'पाणी' या अर्थाच्या इंग्रजी अक्षरांच्या खुणा रेखाटून दाखवल्या. त्यानंतर न्याहारीच्या वेळी हेलनने आपल्या दुधाच्या प्याल्याकडे बोट दाखवले आणि ॲनने 'दूध' या शब्दांच्या खुणा तिच्या तळव्यावर रेखाटल्या. पण हेलन गोंधळली होती. तिला वाटले 'पिणे' म्हणजेच 'दूध' व तिने तो शब्द तळव्यावर रेखाटला. बाईंनी तिची चूक तिला समजावून दिली आणि 'पेला' हा शब्द त्यांनी तिच्या हातावर रेखला, पण त्यामुळे हेलनच्या मनातला गोंधळ अधिकच वाढला. तर मग 'पेला' म्हणजे

'दूध' का? तिला काहीच उमगेना. तिच्या चिमुकल्या डोक्यात हलणाऱ्या अन् वेगवेगळ्या खुणा करणाऱ्या असंख्य बोटांचा एकच गोंधळ उडून गेला. ती हताश झाली, बावरली, चिडली. पिंजऱ्यात सापडलेल्या पाखराने पिंजऱ्याच्या गजावर आपले पंख अगतिकपणे आपटावेत तसे तिचे मन एका अज्ञात भिंतीवर जोरजोराने धडका मारीत होते!

ॲन सलिव्हनने एक रिकामा पेला हेलनच्या हाती दिला आणि बागेत पाण्याचा पंप होता तेथे तिला नेले. ॲनने हेलनला त्या पंपाजवळ उभे केले. तिला हातातला पेला नळाखाली धरावयास लावला आणि पंप खालीवर करावयास सुरुवात केली. नळाचे थंडगार पाणी पेला भरून हेलनच्या हातावरून वाहू लागले. ॲनने तिचा दुसरा हात हाती घेतला आणि त्यावर 'पाणी' या अर्थाच्या खुणा केल्या. हेलनच्या एका हातावरून थंड पाणी वाहत होते. दुसऱ्या हातावर 'पाणी' या अर्थाच्या खुणा नोंदल्या जात होत्या.

– एकाएकी हेलन चकित, स्तब्ध झाली. तिच्या हातातला पेला खाली पडून फुटला तरी त्याची तिला दादही नव्हती. एकाएकी एक फार जुनी स्मृती तिच्या मनात हळूहळू जागी होत होती. अगदी लहान असता हेलन पाण्याला 'पा-पा-' म्हणे. ते 'पा-पा' म्हणजेच हे 'पाणी'! ती अधीर झाली. तिच्या अंगातले रक्त वेगाने धावू लागले आणि एक नवे ज्ञान तिच्या मेंदूत उदय पावले. 'पा-पा' म्हणजेच 'पाणी' तर मग हा एक 'शब्द' होता. इतकेच नव्हे तर आतापर्यंत बोटांच्या ज्या खुणा तिच्या तळहातावर केल्या जात होत्या ते सारे 'शब्द' होते. प्रत्येक गोष्टीचा, प्रत्येक क्रियेचा निदर्शक असा एकेक 'शब्द' होता आणि तेच तर तिला शिकविण्याची खटपट तिच्या बाई करीत होत्या!

तिच्या मनातली खळबळ तिच्या मुद्रेवर उमटली. त्याबरोबर ॲन सलिव्हन तिजकडे धावली आणि तिने तिला आवेगाने आपल्या बाहुपाशात कवटाळले. हेलन जितकी उत्तेजित झाली होती तेवढेच ॲनचे मनही त्या क्षणी उचंबळून आले होते. तिला एकदम हसू फुटले आणि तिला रडूही कोसळले! कारण सरतेशेवटी हेलनला शब्दांची कल्पना, व्याप्ती कळली होती. तिने प्रगतीचा एक महत्त्वाचा टप्पा गाठला होता.

त्या दोघी हर्षभराने घरात धावत आल्या. काय झाले ते ॲनने सर्वांना सांगितले. त्याबरोबर घरातली सारी माणसे हेलनभोवती गोळा झाली. त्यांच्या उत्साहाला आणि आनंदाला पारावार राहिला नव्हता, पण हेलनचा उत्साह साऱ्यांच्यापेक्षा अधिक होता. तो सारा दिवस ती शब्दांची मागणी करीत होती. याला काय म्हणायचे? त्याला काय म्हणायचे? छोट्या मिल्ड्रेडला काय म्हणायचे हेदेखील तिने विचारून घेतले. 'बाळ' हा एक नवा शब्द तिला कळला. मग तिने ॲनकडे बोट रोखले आणि

तिची ओळख पटवून देणाऱ्या शब्दासाठी ती हट्ट धरून बसली.

'बा-ई' ॲन सलिव्हनने तिच्या हातावर खुणा केल्या, 'बाई!' हेलनच्या मनातली तिरस्काराची व द्वेषाची उरली सुरली छटाही आता पार मावळून गेली व एका अननुभूत आनंदाने तिचे हृदय भरून आले. ॲनने तिचा हात उचलला व तिची बोटे आपल्या तोंडावरून, गालांवरून, ओठांवरून फिरवली. आपल्या मुखावरचे बारीकसारीक भावही हेलनला कळावेत, यासाठी ॲनची धडपड चालली होती. ती हसली. तिच्या ओठांचे कोपरे वर सरकले आणि गालांना खळ्या पडल्या. हेलननेही तसेच करून पाहिले. ॲनच्या मुखाविर्भावाचे तिने अनुकरण केले आणि काय चमत्कार? हेलनच्या मुखावरील भावशून्यता क्षणार्धात मावळून गेली. तिचा चेहरा आता कोरा, रिकामा राहिला नव्हता. कारण हेलन केलर आता हसत होती!

रात्री झोपेची वेळ झाली तेव्हा हेलनने आपला हात मोठ्या खुशीने ॲनच्या हातात अडकवला आणि जिना चढून ती माडीवर गेली, पण पलंगावर चढण्यापूर्वी ती एकदम मागे वळली, आपले दोन्ही हात स्वयंस्फूर्तीने तिने ॲनच्या गळ्याभोवती वेढले, आणि आज प्रथमच आपल्या बाईंचा तिने प्रेमभराने मुका घेतला!

❖

❊❊
३. बोस्टनकडे
❊❊

त्यानंतर हेलनच्या जीवनात शिकणे हा एक मोठाच आनंद, मोठेच वेड होऊन बसले. तिची ही शाळा सारा दिवस आणि सर्व ठिकाणी चालू असावयाची. या शाळेमध्ये हसणे, वेगवेगळे खेळ खेळणे आणि करंडीत खाद्यपदार्थ भरून घेऊन दूरदूरच्या ठिकाणी जाणे या गोष्टींचा अंतर्भाव असावयाचा. इतकेच नव्हे तर झाडांवर चढायला शिकणे किंवा दक्षिणेकडील दीर्घ ऊबदार वसंतऋतूत जे अनेक कीटक वाढत त्यांच्या जीवनचक्राचे रहस्य समजावून घेणे, हादेखील त्या शाळेतील अभ्यासक्रमाचाच एक भाग असे. या शाळेत हेलन कितीतरी गोष्टी शिकली. पाणथळीच्या जागी शांतपणे बसून दिवस कंठणाऱ्या चिमुकल्या गिळगिळीत प्राण्याचे रूपांतर लांबलचक पाय, भलेमोठे शरीर आणि एकसारखे स्पंदन करणारा पोटाचा खालचा भाग यांनी युक्त असलेल्या मोठ्या थोरल्या गारगार बेडकात होते; बोटाला टणक लागणारे गोलसर पदार्थ म्हणजे बिया असतात; त्या ओल्या दमट जमिनीत पुरल्या म्हणजे त्या प्रत्येकीतून एकेक छोटा अंकुर डोकावतो, त्या अंकुराचाच पुढे वृक्ष होतो, तो कळ्यांनी डंवरतो, फुलतो, फळतो व त्या फळातून पुन्हा बिया बाहेर पडतात– हे सारे या शाळेतच हेलनला कळू लागले.

"सर्कशीतले प्राणी!'' ॲन सलिव्हनने एके दिवशी हेलनच्या तळहातावर खुणांनी नोंदले, "आपल्या गावात एक सर्कस येणार आहे.''

सर्कस म्हणजे काय? ते जाणून घेण्याचे तीव्र कुतूहल हेलनच्या मनात निर्माण झाले. तेव्हा सर्कस म्हणजे वेगवेगळ्या चित्रविचित्र प्राण्यांचे एक आश्चर्यकारक संमेलन असते, हा तिला शोध लागला. तिच्या बाईंनी त्या सर्व प्राण्यांशी तिचा परिचय करून दिला. हेलनने हत्तीची सोंड चाचपली आणि त्याच्या पाठीवर ती चढून बसली. सिंहाच्या छोट्या छाव्याबरोबर ती खेळली आणि नाचणाऱ्या अस्वलाशी तिने हस्तांदोलन केले. इतकेच नव्हे तर जिराफाचे डोके सापडेपर्यंत त्याच्या लांबलचक मानेवरून तिने आपला हात शेवटपर्यंत फिरवून पाहिला.

हेलनला सारे काही– अगदी सारे सारे काही शिकून घ्यावेसे वाटे आणि तेही

एकदम. त्यामुळे कधी कधी तिच्या बाईंना तिला म्हणावे लागे, "हेलन, मी आता अगदी थकून गेले आहे बघ!"

कधी कधी तिचे आईवडीलही तिला म्हणत, "हेलन, तुला शिकून घ्यायला अजून पुष्कळ वेळ आहे पुढे. सारेच काही एकदम शिकता यायचे नाही तुला बेटा!"

सकाळी झोपेतून जाग आल्या क्षणापासून हेलनचा शब्दांचा शोध सुरू होई. शब्द, शब्द, शब्द अशी तिची अव्याहत मागणी असे. त्यामुळे ती एकसारख्या उत्तेजित मन:स्थितीत असावयाची. मन सतत असे ताणलेले असल्यामुळे आपल्या अभ्यासावर चित्त एकाग्र करणे तिला अवघड जाई. एके दिवशी ॲन सलिव्हनने हेलनला मण्यांची एक विशिष्ट रचना करावयाला दिली होती, पण ती रचना हेलनला काही केल्या जुळेना. ती एकसारखी चुकू लागली. तेव्हा ॲनने तिच्या हातावर खुणांनी शब्द नोंदले "विचार कर."

विचार करणे म्हणजे काय? ते जाणून घ्यावयाची हेलनला उत्सुकता निर्माण झाली. तेव्हा तिच्या बाईंनी तिच्या कपाळावर आपली बोटे हळूहळू आपटली. हेलनला ती कल्पना चटकन आकलन झाली. अमूर्त अशा कल्पनेशी तिचा तो पहिला परिचय होता. त्यानंतर आणखी एक अमूर्त कल्पना बाईंनी तिला शिकवली. त्यांनी तिच्या तळहातावर खुणांनी अक्षरे जुळवली, "मी हेलनवर प्रेम करते."

"प्रेम म्हणजे काय?" हेलनने चटकन प्रश्न केला. विचार करणे या कल्पनेइतकी 'प्रेम करणे' ही कल्पना आकलन व्हावयाला सोपी नव्हती. "प्रेम म्हणजे फुलांचा सुगंध का? उन्हाची ऊब का? माझी छाती धडधडते, ते धडधडणे म्हणजे प्रेम का? मी त्याला स्पर्श का करू शकत नाही?" तिने प्रश्नांची एकच सरबत्ती सुरू केली.

"हेलन, तू आभाळातल्या ढगांनाही स्पर्श करू शकत नाहीस." तिच्या बाईंनी तिला म्हटले. "पण ढगातून पडणारा पाऊस तुला जाणवतो. एखाद्या उकाड्याच्या दिवशी पाऊस पडला तर तापलेली जमीन कशी निवते, फुलं कशी उल्लसित होतात हेही तुला कळतं. प्रेमही तसंच आहे हेलन. ते तुला स्पर्शाने चाचपून पाहता येत नाही, पण ते वस्तुमात्रात जो आनंद, जे समाधान ओतीत असतं ते तुला सहज जाणवतं. प्रेम नसेल तर तुझं सारे सुख हरपून जाईन. तुझा खेळकरपणा नाहीसा होईल."

हेलनला हळूहळू सारे समजू लागले.

एके दिवशी ॲन सलिव्हनने हेलनच्या हातात एक पातळ पुठ्ठ्याचा तुकडा दिला. हेलनने बोटांनी चाचपून पाहिले, तेव्हा त्या पुठ्ठ्याचा पृष्ठभाग तिला खडबडीत लागला. त्यावरचा काही भाग वर उचलला होता. बाईंनी हेलनचे बोट त्या उचललेल्या रेघांवरून फिरवले आणि मग 'बा-हु-ली' या शब्दांची अक्षरे त्यांनी तिच्या तळहातावर खुणांनी लिहिली. बाईंनी असे अनेक वेळा केले. त्यानंतर त्यांनी हेलनच्या हाती तसाच एक दुसरा तुकडा दिला. त्यावरचाही भाग असाच वर

उचललेला होता, पण ती आकृती वेगळी होती. हेलनने त्या पुठ्ठ्याच्या पृष्ठभागावरूनही अनेकदा आपली बोटे फिरवली. त्याच वेळी ॲन सलिव्हनने 'पलंग' शब्दाची अक्षरे तिच्या तळहातावर खुणेने रेखाटली. मग बाईंनी अन् हेलनने 'बाहुली' 'पलंगा' वर ठेवली.

पुठ्ठ्यावरचा तो उचललेला भाग म्हणजे इंग्रजी लिपीतली वेगवेगळी अक्षरे होती. आपण आतापर्यंत बोटांच्या जुळणीच्या ज्या विविध खुणा शिकलो त्या प्रत्येकीबद्दल एकेक अक्षर असते, पुठ्ठ्यावरचे 'उचललेले' आकार ही अक्षरे आहेत व त्यांनी शब्द बनवले जातात हा एक नवाच विस्मयकारक शोध हेलनला लागला. या शोधाने तिला फार आनंद झाला. लवकरच तिच्याजवळ अशा शब्दांचे अनेक पुठ्ठे जमले. त्या प्रत्येक पुठ्ठ्यावर इंग्रजी लिपीत लिहिलेला एकेक शब्द होता. आणि मग बाईंनी हेलनला आणखी एक नवा खेळ शिकवला. तो म्हणजे वेगवेगळे शब्द एकत्र जुळवावयाचे आणि त्यांचे एक सलग, सुसंगत वाक्य बनवावयाचे. हेलनने पहिले वाक्य जुळवले, ''बाहुली पलंगावर निजली आहे.''

पण हेलन ही अजूनही हेलनच होती. आपल्या मनातला भाव व्यक्त करता आला नाही की ती चिडे, संतापे. एक गोष्ट एव्हांना तिच्या ध्यानी आली होती, ती ही की तिच्या घरातली माणसे आपले ओठ हलवून एकमेकाशी बोलत असत. आपल्या वडिलांच्या मांडीवर बसल्याबसल्या कितीदा तरी हेलनने त्यांचे ओठ चाचपले होते आणि बोलताना त्यांची कशी हालचाल होते ती पाहिली होती. आपलेही ओठ तसेच हलवण्याचा ती प्रयत्न करी, पण त्यातून काही निष्पन्न होत नसे. अशा वेळी हेलन इतकी चिडून जाई की, ती आपले अंग धाडकन् जमिनीवर टाकून देई. हातपाय आपटी. मुक्यामुक्यानेच आक्रोश करी.

तिच्या वागण्यात आता पुष्कळच संयम, समजूतदारपणा आला होता, पण कधीकधी जुने 'भूत' अकस्मात तिच्या अंगात येई. एकदा 'व्हिनी' नावाच्या मोलकरणीने हेलनच्या हातातून काचेचा एक पेला काढून घ्यावयाचा प्रयत्न केला. हेलन पेला फोडील आणि स्वत:ला दुखापत करून घेईल असे तिला भय वाटत होते. पण 'व्हिनी'ने पेल्याला हात लावताच हेलनने असे काही अकांडतांडव सुरू केले की काही विचारू नये. तिच्या बाई धावतच तेथे आल्या व त्यांनी हेलनची समजूत घालून तिला शांत केले. हेलन बाईंना बिलगली, पण नंतर कितीतरी वेळ तिचे अंग मोठमोठ्या हुंदक्यांनी कापत-हादरत होते.

रडण्याचा पहिला आवेग ओसरल्यावर हेलनने बाईंच्या तळहातावर लिहिले, ''व्हिनी– फार– वाईट– आहे.''

''तू फार– खोडकर– आहेस.'' बाईंनी लगोलग हेलनच्या तळहातावर लिहून तिला प्रत्युत्तर दिले.

पण हेलन विलक्षण हट्टी होती. इतक्या सहजासहजी आपली चूक कबूल करावयाला ती तयार होईना. तथापि, जसजसा दिवस वर चढत चालला, तसतसे आपल्या बाईंना आपण दु:ख दिले आहे हे हेलनला मनातल्या मनात अधिकाधिक तीव्रतेने पटू लागले. संध्याकाळी बाई जेवल्यासुद्धा नाहीत, तेव्हा तर हेलनला पुरताच पस्तावा झाला आणि तिने बाईंच्या हातावर लिहिले, "मी चुकले."

हेलनच्या बोटांच्या अग्रांना जसजसे अधिक ज्ञान होत चालले तसतसे आपल्या भोवतालचे जग तिला अधिकाधिक सुरक्षित, निर्धोक वाटू लागले. तेथे वावरताना तिचा पूर्वीइतका गोंधळ उडेना आणि म्हणूनच की काय, वर सांगितलेल्या प्रसंगासारखे तिच्या आडमुठेपणाचे व हट्टांचे प्रसंगही आता पूर्वीइतके वारंवार उद्भवेनातसे झाले.

हेलन जसजसे नवीन नवीन शब्द शिकून घेऊ लागली तसतशी तिची अभ्यासात प्रगती होत चालली. मग एके दिवशी ॲन सलिव्हनने एक वेगळ्याच पद्धतीचा पुठ्ठा तिच्या हाती दिला. या पुठ्ठ्यावर समांतर रेषा वर उचललेल्या होत्या. अक्षरे मात्र नव्हती. त्या पुठ्ठ्यावर तिने एक साधा पातळ कागद ठेवला व पुठ्ठ्यावरच्या रेषा कागदातून कशा चाचपून ओळखाव्यात हे तिने हेलनला समजावून दिले. त्यानंतर तिने एक गोलसर लांबट वस्तू हेलनच्या हाती दिली आणि 'पेन्सिल' हा शब्द खुणेने तिच्या हातावर नोंदला. नंतर हेलनचा हात हाती धरून ॲनने त्याच शब्दाची इंग्रजी अक्षरे तिला त्या कागदावर गिरवायला लावली.

बाईंच्या मदतीने हेलन प्रथम अक्षरे, मग शब्द, मग वाक्ये पेन्सिलीने लिहू लागली आणि मग, जी अक्षरे, शब्द, वाक्ये ती आजवर पुठ्ठ्याच्या साह्याने केवळ चाचपून वाचीत असे तोच आता तिला कागदावरही आलेखित करता येऊ लागली. या नव्या ज्ञानाने हेलनला इतका आनंद झाला की, त्या हर्षाच्या भरात ती आपल्या आईकडे, वडिलांकडे, सावत्र भावाकडे धावत गेली. त्या प्रत्येकाला जाऊन ती बिलगली व त्यांच्याकडून पाठीवर शाबासकीची थाप तिने मिळवली. आपण जे काही लिहिले होते ते मोठ्या अभिमानाने तिने त्यांना दाखवले आणि त्यांनी जेव्हा तिला पोटाशी धरून तिचा मुका घेतला तेव्हा आपल्या श्रमाचे सार्थक झाल्यासारखे तिला वाटले. जून महिना अर्धा अधिक लोटला असेल नसेल तो पत्र लिहिण्यापर्यंत हेलनची प्रगती झाली. आपले पहिले पत्र तिने 'ॲना' नावाच्या आपल्या एका चुलत बहिणीला लिहिले. ते पत्र पुढीलप्रमाणे होते.

"हेलन ॲनाला पत्र लिहिते. जॉर्ज हेलनला सफरचंद देईल. सिम्सन पाखरू मारील. जॅक हेलनला पेपरमिंटची गोळी देईल. डॉक्टर मिल्ड्रेडला औषध देतील. आई मिल्ड्रेडला नवा झगा शिवील."

हेलनला लिहिता येऊ लागले, पण या कामी फक्त एकच अडचण होती. पेन्सिलीने कागदावर लिहिल्यानंतर हेलनला चाचपून ओळखता येईल अशी कोणतीही

खूण तेथे राहत नसे. आपण लिहिला तो मजकूर कागदावर आहे, यावर हेलनला केवळ विश्वासच ठेवावा लागे आणि आपण काय काय लिहिले आहे हेही तिला नीट ध्यानात धरावे लागे.

पण तिची ही अडचण निवारण्यास तिच्या बाई सज्ज होत्याच. यापुढच्या पायरीत ती अडचण त्यांनी दूर केली. त्यांनी हेलनला आणखी एक पातळ पुठ्ठा दिला आणि तिचा हात हाती धरून त्यांनी तिची बोटे त्या पुठ्ठ्याच्या पृष्ठभागावरून फिरविली. या पुठ्ठ्यावर, बोटाला सहज जाणवतील अशी उठावदार टिंबे वर उचललेली होती. प्रथम बाईंनी एकावर एक उभ्या असलेल्या तीन टिंबांवरून हेलनचे बोट फिरवले व मग तेच बोट त्यांनी इंग्रजी 'एल' या पुठ्ठ्यावर उचललेल्या अक्षरांवरून गिरवले. त्यानंतर तीन उभ्या टिंबातल्या अगदी वरच्या टिंबाजवळ आणखी एक टिंब असले तर ते इंग्रजीतले 'पी' अक्षर होते हे त्यांनी तिला समजावून सांगितले आणि मग त्या हेलनला म्हणाल्या,

"हेलन, ही आंधळ्या माणसांसाठी छापलेली लिपी आहे. हिला 'ब्रेल लिपी' म्हणतात."

हेलनला या नव्या लिपीबद्दल मोठेच औत्सुक्य वाटले आणि ती ही नवी लिपी शिकून घेऊ लागली. अक्षरांमागून अक्षरे तिने भराभर समजावून घेतली. संपूर्ण ब्रेल लिपी फक्त सहा टिंबात बसवली आहे. दोन टिंबे रुंद व तीन टिंबे उंच अशा : : या आकाराच्या चौकोनात टिंबांची भिन्न भिन्न अक्षरे सिद्ध होतात.

बाईंनी या 'ब्रेल' लिपीविषयी पुढील माहिती हेलनला सांगितली. ही लिपी लुईस ब्रेल नावाच्या एका आंधळ्या माणसानेच बसविली आहे. ब्रेल वयाच्या अवघ्या तिसऱ्या वर्षी एका अपघातात आंधळा झाला होता. पुठ्ठ्यावर उठावदार रीतीने छापलेल्या अक्षरांच्या साह्याने त्यांचे शिक्षण झाले; पण ब्रेल सुमारे वीस वर्षांचा झाला तेव्हा अंधांसाठी एखादी सहजसुलभ लिपी हवी असे त्याला वाटू लागले. उठावाच्या अक्षरांच्या साह्याने अक्षरओळख करून घेणे हे अंधांच्या बाबतीत फार अडचणीचे व गुंतागुंतीचे होते आणि मग ब्रेलने स्वत:च टिंबावर आधारलेली ही नवी लिपी शोधून काढली.

मार्च महिन्याच्या तीन तारखेला ॲन सलिव्हन केलर कुटुंबात प्रविष्ट झाली होती. त्याच वसंतऋतूच्या जून महिन्यात 'ब्रेल' लिपी शिकण्यापर्यंत हेलनची प्रगती झाली. ती शिकण्यासाठी इतकी उत्सुक होती की वाचायलाच नव्हे तर लिहायलाही ती हळूहळू शिकली, पण सारेच धडे ती एवढ्या उत्सुकतेने आत्मसात करी असे मात्र समजू नये. तिला शिकवल्या जाणाऱ्या काही गोष्टींविरुद्ध ती अजूनही बंड करीत असे. उदाहरणार्थ, हेलन अगदी लहान होती तेव्हाच तिच्या ध्यानी आले होते की नखे हा शरीराचा न दुखणारा एक भाग आहे. ती दातांनी कितीही चावली-कुरतडली

तरी आपल्याला काही वेदना होत नाहीत आणि तेव्हापासून हेलनला नखे कुरतडण्याची अगदी पक्की सवय लागून गेली होती. तिची ही घाणेरडी सवय नाहीशी करावयाची असा ॲन सलिव्हनने निर्धार केला होता. नखे कुरतडण्यासाठी हेलनने हात तोंडाशी नेला रे नेला की ॲन तो हात चटकन बाजूला करी. यामुळे हेलन चिडून जाई. ती पुन्हा पुन्हा बोटे तोंडात घाली. ॲन पुन्हा पुन्हा ती बाहेर काढी. या झगड्यात शेवटी बहुधा बाईंचाच विजय व्हावयाचा.

पण एके दिवशी मोठी गंमत झाली. हेलन धावतच बाईंकडे आली. ती आपली बोटे आळीपाळीने तोंडात घालून चोखीत होती. नेहमीप्रमाणे हेलन नखे कुरतडत असावी असे वाटून बाईंनी तिचा हात बाजूला करण्याचा प्रयत्न केला. पण हेलन ऐकेना. ती फारच उत्तेजित झालेली दिसत होती आणि पुन्हा पुन्हा बोटे तोंडात घालून ती बाईंना काहीतरी सांगावयाचा जीव तोडून प्रयत्न करीत होती. तिने बाईंच्या तळहातावर लिहून दाखवले ''कुत्रे! बाळ!''

''कुत्रं काय? बाळ काय? कुत्रं बाळाला चावलं का?'' ॲनने काळजी वाटून प्रश्न केला.

छे! छे! कुत्रे बाळाला चावले नव्हते. काही तरी अगदी वेगळेच सांगावयाचे होते हेलनला! पण ते सांगण्यासाठी तिला शब्द सापडत नव्हते काही तरी फारच विलक्षण, अद्भुत घडले होते व ते बघण्यासाठी हेलन बाईंना आपल्याबरोबर येण्याचा आग्रह करीत होती. गंमत अशी झाली होती की हेलन चाचपडत घराजवळच्या एका 'शेड' मध्ये गेली होती. तेथे आपली एक कुत्री जमिनीवर निजलेली असल्याचे तिला आढळून आले होते. हेलन तिच्याजवळ गेली होती. तेव्हा त्या मऊ केसाळ कुत्रीने तिची बोटे मोठ्या प्रेमाने चाटली होती, पण नेहमीप्रमाणे हेलन जवळ येताच ती ताडकन उठून उभी मात्र राहिली नव्हती. हेलनला या गोष्टीचे नवल वाटून तिने कुत्रीच्या अंगावरून हात फिरवला होता आणि तेव्हाच एक मोठी विलक्षण गोष्ट तिच्या ध्यानात आली होती. काही छोट्या पिलांनी आपली चिमुकली नाके त्या कुत्रीच्या पोटाशी खुपसली होती व ती तिचे स्तन तोंडात धरून चुटूचुटू चोखीत होती. या नव्या शोधाने हेलनला इतके विलक्षण आश्चर्य वाटले होते की, ती 'शेड' मधून धावतच बाहेर पडली होती आणि मधले अंगण पार करून, पायऱ्या चढून लगबगीने बाईंकडे आली होती.

''कुत्रे! बाळ! चला ना!'' ती पुन्हा पुन्हा ॲन सलिव्हनला खुणांनी सांगत होती आणि आपले म्हणणे स्पष्ट करण्यासाठी बोटे तोंडात घालून चोखीत होती. शेवटी ॲन तिच्याबरोबर निघाली. त्या दोघीजणी घाईघाईने 'शेड' मध्ये गेल्या. कुत्रीच्या जवळ तिची नुकती जन्मलेली पिले खेळत होती. दोघीजणी गुडघे टेकून त्या लेकुरवाळीजवळ बसल्या. ॲन सलिव्हनने हेलनचा हात आपल्या हाती घेतला

आणि ‘पपी’ (कुत्र्याचे पिलू) हा शब्द तिने त्यावर खुणांनी लिहिला. त्यानंतर तिने हेलनला आणखी एक शब्द शिकवला. ‘पांच.’ कुत्रीला ‘पांच’ पिले झाली होती. आपल्या हाताला ‘पाच’ बोटे असतात. ‘पाच’ या आकड्याची कल्पना ॲनने उदाहरणे देऊन स्पष्ट केली. हेलनला ‘पाच’ म्हणजे काय ते चांगले कळले आणि तिने आकडे शिकावयाला प्रारंभ केला.

त्यानंतर आकडे मोजणे हा हेलनचा एक नवा खेळच होऊन बसला. कोणी माणूस जवळ आले रे आले की ती त्याच्या प्रत्येक हाताची ‘पाच’ बोटे मोजून पाही. आईला मिल्ड्रेड नावाचे ‘एक’ बाळ आहे असे ती सांगे. त्यानंतर हेलनने प्रश्नांचा सपाटाच लावला. ती सारखे विचारी माझ्या झग्याला बटणे किती आहेत? माझ्या बुटांना बटणे किती आहेत? माडीवर जाताना जिन्याला पायऱ्या किती लागतात? हळूहळू मण्यांच्या माळेच्या साह्याने हेलन बेरीज-वजाबाकीही करावयास शिकली.

मेम्फिस शहर किती मैल अंतरावर आहे? माझ्या खिशात किती नाणी आहेत? हेलनच्या प्रश्नांना अंतच नव्हता. ती व तिच्या बाई आता आसपासच्या गावी प्रवास करू लागल्या. तसा हेलनच्या जगाचा विस्तार वाढत चालला. मेम्फिसमधील मोठमोठ्या दुकानांतून बाईंच्या मदतीने हेलन सामान खरेदी करू लागली आणि तिला पैशांची देवाणघेवाण कशी करावी ते समजू लागले. नंतर त्या दोघींनी वेगवेगळ्या ऋतूंमध्ये कापसाच्या शेतांना भेटी दिल्या आणि बाईंनी हेलनला कापसासंबंधी माहिती सांगितली. त्या तिला म्हणाल्या, “हेलन, तुझा झगा कापसापासून बनवलेल्या कापडाचा आहे. अलाबामात ऊन कडक पडतं आणि कापूस थंड असतो, म्हणून इथे आपण कापसाचे कपडे वापरतो, पण तू जर उत्तरेकडे असतीस आणि हिवाळ्यात अशा सायंकाळी तू फिरावयाला बाहेर पडली असतीस तर तुला लोकरीचे कपडे अंगात घालावे लागले असते. लोकर ही मेंढ्यांपासून आपल्याला मिळते.”

हेलन लक्षपूर्वक ऐकत होती, पण मध्येच तिने एक वेगळाच प्रश्न विचारला, “टस्कंबियापासून बोस्टन किती अंतरावर आहे?”

“टस्कंबियापासून मेम्फिस फार जवळ आहे. त्या मानानं बोस्टन आणि मॅसॅच्युसेटस् ही फार दूर आहेत.” ॲन म्हणाली, “पण हेलन, माझ्या आईवडिलांचे मूळ गाव तर त्याहूनही फारच दूर आहे. ती दोघे आयर्लंडमधील ‘लिमरिक’ गावातून इकडं आली.”

हेलनच्या शब्दसंग्रह एव्हाना इतका वाढला होता की तिच्या बाई तिला जे जे सांगत ते ते सारे बहुधा तिला आकलन होई.

“बर का हेलन” बाई पुढे सांगू लागल्या, “मॅसॅच्युसेट्स परगण्यात ‘फील्डिंग

हील' नावाचं एक खेडेगाव आहे. तिथं आम्ही एका शेतावर राहत असू. आमचं शेत आणि भोवतालचा प्रदेश भारी सुंदर होता. वसंतऋतूत आमचे शेत पांढऱ्या शुभ्र डेझींनी अन् पिवळ्या 'बटरकप' फुलांनी डवरलेलं असायचं अन् हिवाळ्यात ते हिमानं आच्छादून जायचं. कधी कधी माझे वडील मला खास आयर्लंडमधल्या परिकथा सांगत.''

''मला पण एक छोटी आयरिश परिकथा सांगा ना!'' हेलनने आग्रह धरला आणि मग ॲनने तिला कितीतरी सुंदर सुंदर परिकथा सांगितल्या.

हेलनला काही केल्या बोस्टनचा विसर पडेना. जरा वेळाने तिने विचारले, ''लॉरा ब्रिजमन अजून बोस्टनमध्येच असते का?''

''लॉरा ब्रिजमन आता मोठी बाई झाली आहे.'' ॲन म्हणाली, ''आणि बोस्टनमधल्या पर्किन्स अंधशाळेत आंधळ्या मुलांना शिकवण्याचं काम ती करते आहे. मी इथं पहिल्यांदा आले तेव्हा तुझ्यासाठी मी एक बाहुली आणली होती. हेलन, आठवतं तुला? त्या बाहुलीचे कपडे लॉरा ब्रिजमननंच शिवले होते मुद्दाम तुझ्यासाठी.''

''पर्किन्सच्या अंधशाळेत खूप आंधळी मुले आहेत?''

''होय. बरीच आहेत.''

''मला त्यांना पत्र धाडता येईल?''

''हो. न यायला काय झालं? इतकंच नव्हे तर तुला त्यांच्या भेटीलासुद्धा जाता येईल एखाद्या दिवशी.''

त्यानंतर ॲनने हेलनला पर्किन्स अंधशाळेचे संचालक मायकेल अनॅग्नॉस आणि ॲलेक्झांडर ग्रॅहॅम बेल या उभयतांसंबंधी माहिती सांगितली. हेलनने त्या दोघांनाही पत्रे लिहावयाचे ठरवले. कारण दोघेही तिचे खास मित्र अन् हिंतचिंतक होते ना?

हेलनने त्या दोघांना लिहिलेली पत्रे अशी होती.

टस्कंबिया, नोव्हेंबर १८८७

''प्रिय मि. ॲनॅग्नॉस.

मी तुम्हाला पत्र लिहिते. मी आणि बाईंनी चित्रे (फोटो) काढून घेतली. बाई तुम्हाला चित्रे पाठवतील. फोटोग्राफर चित्रे काढतो. सुतार नवी घरे बांधतो. माळी जमीन खणतो. खुरप्याने माती उकरतो आणि भाजीपाला लावतो. माझी बाहुली नॅन्सी आता झोपी गेली आहे. . .''

टस्कंबिया, नोव्हेंबर १८८७

प्रिय मि. बेल,

तुम्हाला पत्र लिहिताना मला फार आनंद होत आहे. बाबा तुम्हाला माझे चित्र

(फोटो) पाठवतील. बाबा, आई अन् मी तुम्हाला भेटायला वॉशिंग्टनला आलो होतो आणि मी तुमच्या घड्याळाशी खेळले होते. आठवते?. . .मला तुम्ही फार फार आवडता. मला आता पुस्तकातल्या गोष्टी वाचता येतात. मला लिहिता येते, शब्दांची अक्षरे जुळवता येतात, आकडेपण मोजता येतात. मी शहाणी मुलगी आहे. होय ना? माझी बहीण आता चालते आणि धावतेसुद्धा. . .''

बाईंनी हेलनला आपल्या धाकट्या बहिणीशी खेळायला तर शिकवले होतेच, पण त्यांनी तिला इतर सवंगडीही मिळवून दिले होते. शेजारची किती तरी मुले आता 'बोटाची लिपी' शिकली होती व तिच्या साह्याने ती हेलनशी बोलत असत. कॅलेन्डरवर जेव्हा डिसेंबर महिना दिसू लागला, तेव्हा हेलनची ही मित्रमंडळी तिच्याकडे धावली आणि त्यांनी हेलनच्या तळव्यावर खुणांनी 'नाताळ' हा शब्द रेखाटला. एका दृष्टीने हेलनच्या आयुष्यातला हा पहिलाच नाताळचा सण होता म्हटले तरी चालेल. कारण नाताळच्या अनुषंगाने अनुभवाला येणाऱ्या साऱ्या गमतींची कल्पना प्रथमच तिला येत होती. नाताळसाठी करावयाचे वेगवेगळे बेत, पायमोज्यात लपवून ठेवलेल्या भेटी-नाताळसाठी सजवण्यात येणारा 'नाताळवृक्ष'– या सर्व गोष्टींबद्दल तिला कमालीचे औत्सुक्य वाटू लागले होते. सर्वांत गमतीची अन् आनंदाची गोष्ट ही की, नाताळच्या दिवशी सायंकाळी शाळेमध्ये एक थाटाची पार्टी होणार होती आणि हेलनला त्या पार्टीचे खास आमंत्रण होते.

'नाताळवृक्षा'ची कल्पना हेलनच्या सवंगड्यांनी तिला सांगितली होती आणि हा वृक्ष कसा सजवतात, त्याची शोभा कशी सुंदर दिसते, हे तिच्या बाईंनी तिला समजावून सांगितले होते.

नाताळच्या सणासाठी घरोघर 'नातळवृक्ष' सजवले जाऊ लागले, तेव्हा हेलनच्या मित्रमैत्रिणींनी तिला आपापल्या घरी नेले व तिचा हात हाती धरून त्यांनी तिला 'नाताळवृक्ष' चाचपून बघावयास मदत केली. हा वृक्ष बोटांनी चाचपताना हेलनला विलक्षण मौज वाटली. रानात वाढणारी झाडे हेलनला ठाऊक होती, पण हा वृक्ष त्यांच्यापेक्षा फार वेगळा होता. तो अगदी मजेदार रीतीने सजविलेला होता. गोल गुळगुळीत चेंडू, कापसाच्या गुबगुबीत फुगीर आकृती, मण्यांच्या माळा, रंगीबेरंगी काचगोल अशा किती तरी वस्तू त्यावर ठिकठिकाणी अडकवलेल्या होत्या. काही ठिकाणी हाताला मोठी गोड ऊब लागे. त्यावरून तेथे पेटवलेल्या मेणबत्त्या टांगून ठेवल्या असल्या पाहिजेत हे हेलनने सहज ताडले.

त्या साऱ्या गोष्टी हेलनच्या हस्ते वाटल्या जाव्यात अशी मुलांची इच्छा असल्याचे बाईंनी जेव्हा हेलनला सांगितले तेव्हा तिला विलक्षण आनंद झाला. इतर मुलांप्रमाणे तीही आनंदाने, उल्लासित वृत्तीने धावू लागली, उडू-बागडू लागली, मुलांच्या हातात वेगवेगळ्या भेटी ठेवू लागली–

घरी परत आल्यावर झोपण्यापूर्वी रात्री हेलनने आपला पायमोजा नाताळच्या खास पद्धतीला अनुसरून दिवाणखान्यात टांगून ठेवला.

"रात्री तू गाढ झोपेत असताना 'सॅन्टाक्लॉज' येऊन जाईल हं!" ॲनने हेलनला अभिवचन दिले.

दुसऱ्या दिवशी सकाळी हेलन घरातल्या साऱ्या माणसांच्या आधी जागी झाली आणि जिना उतरून ती खाली दिवाणखान्यात आली. चाचपडत इकडे तिकडे हिंडत असता आपण रात्री टांगून ठेवलेला पायमोजा तिच्या हाती लागला. निरनिराळ्या भेटवस्तूंनी तो अगदी तुडुंब भरला होता. दिवाणखान्यातल्या नाताळवृक्षाखाली भेटी ठेवल्या होत्या. इतकेच नव्हे तर ठिकठिकाणी त्या विखुरल्या होत्या. हेलनने काही वस्तू चाचपून पाहिल्या तेव्हा तिला लगेच त्यांची ओळख पटली. कारण त्या कागदात गुंडाळून वर रिबन बांधून नीट सजवून ठेवण्याच्या कामी तिनेच आपल्या बाईंना हातभार लावला होता.

घरातली इतर माणसे न्याहारीसाठी खाली आली तेव्हा हेलनने अधीरपणे विचारले, "आता पाहायच्या का भेटी उघडून?"

"आता नाही हेलन, ब्रेकफास्ट झाल्यानंतर." उत्तर मिळाले.

आणि ब्रेकफास्टनंतर घरात एकच हर्षकल्लोळ उसळला. हेलन आपल्या भेटींची पुडकी एकामागून एक उघडीत होती. तिचा आनंद गगनात मावत नव्हता.

"हेलन, ही माझी तुला नाताळची भेट!" ॲन सलिव्हनने म्हटले आणि हेलनचा हात हाती धरून तो तिने एका पिंजऱ्याच्या गजांवरून हलकेच फिरवला. मग पिंजऱ्याच्या छोट्या दारातून तो हात घालून आतल्या रहिवाश्याचीही ॲनने हेलनला ओळख करून दिली.

"हा कॅनरी पक्षी आहे हेलन." ॲन म्हणाली.

चिमुकले पंख हेलनच्या हातावर फडफडले. इवलाल्या नख्या असलेल्या लहानग्या बोटांनी तिच्या बोटाला घट्ट पकडून ठेवले. एक अतिशय छोटा व गोड पक्षी हेलनच्या हातावर अलगद येऊन बसला होता! हेलनचा, अगदी तिचा स्वत:चा पक्षी! हेलनला विलक्षण आनंद झाला. ती त्याच्यावर प्रेम करणार होती, त्याला जपणार होती. तिच्या बाई तिला आपुलकीने जपत होत्या ना? अगदी तशीच!

हेलनने त्या पक्ष्याचे नामकरणसुद्धा केले. घरी येणारी मुले त्याचे नाव तिला विचारीत, तेव्हा ती सांगे, "त्याचे नाव आहे टिम. छोटा टिम."

छोटा टिम लवकरच केलर कुटुंबाचा एक अविभाज्य घटक होऊन बसला. पण तेथे फार दिवस त्याने राहावे असा दैवयोग नव्हता. टिम हेलनला सोडून गेला! हेलन त्याचा रिकामा पिंजरा चाचपीत खिन्नपणे बसून राहिली असता तिच्या बाई तेथे

आल्या. त्यांनी आपले दोन्ही हात पुढे करून हेलनला जवळ ओढून घेतले आणि तिला कुरवाळीत त्यांनी झालेली घटना हळुवारपणे तिला समजावून सांगितली. घरातल्या पाळीव मांजरीने टिमचा फन्ना उडवला होता. 'जीवो जीवस्य जीवनम्' हा निसर्गाचा कठोर कायदा होता. मांजरे पक्ष्यांचे जन्मजात शत्रुत्व करतात. टिमचा मोह मनीला काही केल्या आवरला नव्हता.

शेवटी बाई म्हणाल्या, ''हेलन, या गोष्टीचाही आपण निमूटपणे स्वीकार केला पाहिजे. जीवनाचा एक अपरिहार्य भाग आहेत त्या!''

टिमच्या वियोगाने हेलन फार दु:खी झाली होती. पण बाईंच्या शब्दांनी तिचे मन थोडेसे सावरले. तिला बाईंचा अभिमान वाटल्यावाचून राहिला नाही. त्यांना सारे कसे चांगले कळत होते!

''आज ज्या गोष्टी तुला एखाद्या अवघड कोड्यासारख्या वाटतात ना हेलन, त्या पुढे केव्हा तरी तुला चांगल्या कळतील.'' तिला पुन्हा एकदा कुरवाळून बाई म्हणाल्या, ''जाऊ दे. तू त्याचा फार विचार करू नकोस. चल, आपण आता एक गोष्ट वाचू या.''

ॲन सलिव्हनने हल्ली छोट्या, साध्या, सुबोध गोष्टी हेलनला वाचून दाखवायला सुरुवात केली होती.

''लवकरच आपण सबंध पुस्तकसुद्धा वाचू या.'' बाईंनी तिला आश्वासन दिले.

आपल्या बाई डेस्काशी बसतात आणि कागदावर पेनने लिहितात, हे हेलनच्या अनेक वेळा निदर्शनास आले होते. तिने एकदा बाईंना विचारले, ''मला येईल का असे लिहिता?''

''न यायला काय झालं?'' बाई म्हणाल्या, ''पण हेलन, लिहिण्याचे याहूनही वेगळे मार्ग आहेत की. ब्रेल पाटीवर किंवा टाईपरायटरच्या साह्यानं लिहिणं जास्त मनोरंजक आहे.''

''तुम्ही आता पेनने काय लिहिता आहात?''

''मी ॲनॅग्नॉसना पत्र लिहिते आहे हेलन.'' बाई म्हणाल्या, ''तुझी प्रगती कशी झपाट्यानं होत आहे हे मी कळवते आहे त्यांना. त्यांना तुझ्याबद्दल भारी कौतुक अन् कुतूहल वाटते. तुला भेटायला ते इथे टस्कंबियाला येणार आहेत.''

''पण मी स्वत:च बोस्टनला जाणार आहे ना?''

''हो बोस्टनलाही आपण जाणारच आहोत.'' बाईंनी हेलनला अभिवचन दिले.

आणि मग त्या वसंतऋतूत पुन्हा एकदा आपल्या घराच्या दारात उभे राहून हेलन अधीरपणे पाहुण्यांची प्रतीक्षा करीत राहिली. ॲन सलिव्हनची वाट बघत उभी राहिली होती ना? तशीच. पण या वेळी तिच्या वृत्तीत विरोधाची, प्रतिकाराची भावना नव्हती. उलट पोर्चमध्ये जेव्हा अपरिचित पावले वाजली तेव्हा तिला आनंद झाला.

कारण ही चाहूल शत्रूची नव्हती ती एका मित्राची– ॲनॅग्नॉसची– होती.

एका सौम्य स्नेहल हाताने हेलनचे मस्तक कुरवाळले आणि मग त्या हाताने तिला जपून घरात नेले. नंतर हेलन अलगद वर उचलली गेली. एका लठ्ठ गुबगुबीत मांडीवर तिची प्रतिष्ठापना झाली. ॲनॅग्नॉसचा चेहरा गोल गुबगुबीत होता व त्यांची दाढी तर हेलनच्या वडिलांच्या दाढीपेक्षा अधिक मोठी होती. हेलनने त्यांचे तोंड हातांनी चाचपले. नंतर ॲनग्नॉसने तळव्यावरील खुणांच्या भाषेत हेलनशी संभाषण सुरू केले. त्यांनी तिला विचारले,

''ॲलेक्झांडर ग्रॅहॅम बेल आठवतात का तुला?''

''आठवतात तर काय झाले?'' हेलन म्हणाली, ''त्यांच्याजवळ घड्याळ होतं. ते त्यांनी मला हातात धरू दिलं होतं. मी त्यांना एक पत्र लिहिलं आहे.''

''फारच सुंदर पत्र होतं ते.'' ॲनॅग्नॉस म्हणाले, ''अन् मलाही छान पत्रं लिहिली आहेस तू. अशीच तू नेहमी पत्रं लिहायला हवीत बरं का. त्याशिवाय तुझी प्रगती मला कशी कळणार?''

''मी आता बोस्टनला येणार आहे.'' हेलनने आपला निर्धार जाहीर केला.

''होय.'' ॲनॅग्नॉस म्हणाले, ''ती सारी तरतूद झालेली आहे. काही आठवड्यातच तू, तुझी आई, छोटी मिल्ड्रेड, तुझ्या बाई– तुम्ही सर्वजण माझी शाळा अन् माझे विद्यार्थी बघायला येणार आहात. विशेषत: लॉरा ब्रिजमनला तर तू जरूर भेटायला हवंस.''

''तुमच्या बोस्टनमध्ये ऊन असतं का हो?'' हेलनने विचारले.

''असतं तर!'' ॲनॅग्नॉस हसून म्हणाले, ''मात्र इथं अलाबामाला जेवढं कडक ऊन पडतं तेवढं तिथं पडत नाही.''

''बोस्टन समुद्रकाठी आहे.'' ॲन मध्येच म्हणाली.

हेलन आनंदाने नाचू लागली. समुद्रासंबंधीच्या किती तरी गोष्टी तिने वाचल्या होत्या. ''आपण समुद्रावर जायचं ना?'' तिनं अधीरतेनं विचारले.

''समुद्रावर तर जाणारच आहोत आपण, पण त्याहीपेक्षा जास्त गमतीची गोष्ट आपण करणार आहोत हेलन.'' बाईंनी तिला अभिवचन दिले, ''आपण समुद्रात पोहणार आहोत आणि मी तुला लाटा, रेती, भरती, ओहटी यांच्याबद्दल कितीतरी नवीन माहिती शिकवणार आहे.''

❖

४. वाचेचे वरदान

अद्याप हेलनचा आठवा वाढदिवसही साजरा झाला नव्हता तोच आपल्या बाई, आपली आई व धाकटी बहीण यांच्यासह ती बोस्टनला जावयास निघाली. डॉ. ॲलेक्झांडर ग्रॅहॅम बेल यांना भेटण्यासाठी वाटेत ही मंडळी वॉशिंग्टनला थांबणार होती. मात्र या वेळी बेल यांची भेट त्यांना 'व्होल्टा ब्यूरो' नव्या संस्थेच्या कचेरीत घ्यावी लागणार होती. बहिरेपणासंबंधीचे माहिती केन्द्र असलेली ही संस्था स्वत: बेलनीच स्थापन केली होती.

"अन् तू अध्यक्ष ग्रोव्हर क्लीव्हलँड यांच्या भेटीसाठी 'व्हाइट हाऊस' वरसुद्धा जाणार आहेस बरं का!" हेलनच्या आईने तिला आश्वासन दिले.

तथापि, अमेरिकेच्या अध्यक्षांपेक्षा डॉ. बेल ही व्यक्ती हेलनला अधिक खरीखुरी, अधिक जिवंत वाटली; आणि त्याहीपेक्षा तिला अधिक खरा सजीव वाटला तो भोवतालचा निसर्ग! आपल्या या लांबच्या प्रवासात हेलन आगगाडीच्या खिडकीशी बसे आणि खिडकीतून दिसणाऱ्या अन् वेगाने मागे पडणाऱ्या कापसाच्या शेतांची, फळबागांची, घरांची, गुरांच्या कळपांची नी छोट्या छोट्या रानांची सुंदर सुंदर वर्णने बाई हेलनच्या तळहातावर लिहून तिला सांगत. या वर्णनांनी हेलन मोहून गेली. "अहाहा! प्रवास म्हणजे किती गंमत आहे नाही? मला फार आवडतं प्रवास करायला." ती एकसारखे आनंदोद्गार काढी आणि निसर्गदृश्यांची आणखी वर्णने ऐकण्यासाठी बाईंजवळ हट्ट धरून बसे.

ही मंडळी जेव्हा वॉशिंग्टनला जाऊन पोहोचली तेव्हा हेलनला आढळून आले की, तिला डॉ. बेल खरोखरच आठवत होते. विशेषत: त्यांच्या दाढीचा आकार तिच्या चांगलाच ध्यानात राहिला होता. या वेळी त्या उभयतांनी बोटांच्या साह्याने एकमेकांशी भराभर संभाषण केले. आपण सर्कशीत पाहिलेल्या लांबनाक्या हत्तीची माहिती हेलनने डॉ. बेलनां सांगितली तर त्यांनी तिला वाघसिंहाच्या गमती सांगितल्या.

अध्यक्ष क्लीव्हलँड यांच्या भेटीत मात्र हेलन जराशी खट्टू झाली. तिने पाहिले तो त्यांना बोटांची लिपीच अवगत नव्हती. पण अध्यक्षांनी तिचे दोन्ही हात आपल्या

हाती घेतले आणि तिच्या मस्तकावर वात्सल्याने थोपटले. ते खूप लठ्ठ होते, इतके की त्यांच्या पोटावरची बटणे ताणली गेल्यामुळे काजांतून निसटण्यासाठी ती सारखी धडपडत होती. त्यांचा चेहरा गोल होता. त्यांना दाढी नव्हती, पण वरच्या ओठावर जाडजूड मिशा होत्या.

पुन्हा गाडीचा प्रवास सुरू झाला. तेव्हा हेलनने उत्सुकतेने विचारले, ''आता पुढचे स्टेशन येईल ते बोस्टन ना?''

''नाही बेटा, बोस्टनला आपण उद्या पोहोचत आहोत. त्याआधी नाही.'' हेलनच्या आईने खुलासा केला.

''पर्किन्स अंधशाळा बोस्टनच्या दक्षिण विभागात आहे.'' बाईंनी माहिती दिली. ''संस्थेची इमारत सहा मजल्यांची आहे. पूर्वी तिथे वसन्तऋतूत एक फॅशनेबल हॉटेल चालवले जाई.''

सरतशेवटी ही मंडळी बोस्टनमध्ये जाऊन पोहोचली आणि पर्किन्स अंधशाळेत जाण्याचाही त्यांना योग आला. या वेळी हेलनने आपल्या बाईंचा हात आपल्या हातात घट्ट धरून ठेवला होता. त्यांना प्रथम काही लाकडी पायऱ्या चढाव्या लागल्या. मग त्यांनी एक पोर्च ओलांडले आणि नंतर एका मोठ्या व्हरांड्यातून त्या पुढे गेल्या.

''हेलन,'' बाई म्हणाल्या, ''तुला मी यांची ओळख करून देते हं. या बाईंचं नाव मिसेस सोफिया हॉपकिन्स. मी इथं होते त्या वेळी या मला अगदी आईसारख्या मायेनं वागवीत.''

हेलनने आपल्या हातांनी चाचपून हॉपकिन्स बाईंची ओळख करून घेतली. त्यांना बोटांची लिपी अवगत आहे हे पाहून तिला नवल वाटले.

''तू आम्हाला भेटायला आलीस हे पाहून मला फार आनंद झाला आहे.'' हॉपकिन्स बाईंनी तिला म्हटले, ''ही संस्था तू पाहिलीस म्हणजे मग नंतर तू आपली उरलेली सुटी ब्यूस्टरमधील माझ्या बंगल्यात घालवायची बरं का!''

त्यानंतर एका हातात आपल्या बाईंचा हात धरलेला आणि दुसऱ्या हातात मिसेस हॉपकिन्सचा हात धरलेला अशा थाटात हेलन ॲनॅग्नॉसच्या भेटीला गेली. त्यांना भेटल्याबरोबर अगदी पहिला प्रश्न तिने विचारला तो हा, ''मला लॉरा ब्रिजमनला भेटायचं आहे. भेटता येईल ना?''

ॲनॅग्नॉसनी तिला लगेच लॉरा ब्रिजमनकडे नेले.

हेलनने आपले दोन्ही हात पुढे करून जेव्हा लॉराला स्पर्श केला तेव्हा इतके सौम्य, मृदु आजवर दुसरे काहीच आपण अनुभवले नव्हते असे तिला वाटले. लॉरा लेस विणीत बसली होती. हेलनने त्या लेसला हात लावण्याचा प्रयत्न केला तेव्हा लॉराने लेसपासून हेलनचे हात दूर केले आणि तिच्या तळव्यावर तिने लिहिले,

“तुझे हात स्वच्छ नसतील कदाचित्. म्हणून ही सावधगिरी हं.”

हेलनचे हात तिच्या सहज रागीटपणामुळे चटकन् लॉराच्या तोंडाकडे गेले. पण नाजूक चोखंदळ लॉरा एकदम बाजूला वळली. हेलन वरमली. ती खाली जमिनीवर बसू लागली तेव्हा लॉराने तिचे दोन्ही हात हाती धरून तिला जमिनीवरून उठवून उभे केले आणि तिच्या हातावर तिने लिहिले, ‘अंगात असा स्वच्छ पोषाक असताना तू उघड्या जमिनीवर बसणं बरं नाही.’

लॉरा ब्रिजमन आणि हेलन यांची ती पहिली भेट मोठ्या यशस्वी रीतीने पार पडली. भेटीच्या शेवटी हेलन तिचा मुका घेण्यासाठी आवेगाने पुढे धावली आणि त्या गडबडीत तिने लॉराच्या पायावर पाय दिला. लॉराने पुन्हा एकदा तिला नाजूक चिमटा घेतला, “इतका धसमुसळेपणा बरा नाही हं!”

“चला” बाई म्हणाल्या, “दुसरे विद्यार्थीही तुझ्या भेटीसाठी आतुर झाले आहेत. त्यांना भेटायला जायला हवं आपण हेलन.”

पर्किन्स अंधशाळेतले विद्यार्थी हेलनच्या वयाचे होते आणि तिच्यासारखेच तेही, दांडगे, धष्टपुष्ट होते. हेलनशी बोलण्यासाठी ते उत्सुकतेने तिचे हात चाचपू लागले. असंख्य बोटे हेलनच्या दिशेने प्रेमाने पुढे सरकली. त्या विद्यार्थ्यांनी हेलनला चटकन् आपल्यात सामावून घेतले. त्यांनी तिच्याशी दोस्ती केली. त्यांनी तिला आपल्या खेळातही भाग घेऊ दिला. हेलन पुन्हा जेव्हा ॲन सलिव्हनकडे आली तेव्हा तिचा चेहरा आनंदाने फुलून गेला होता आणि सुखातिशयाने ती सारखी नाचत होती. तिने लगेच बाईंच्या हातावर लिहिले, “कित्ती छान वाटतं इथं! केवढी गंमत आहे. मला इथं राहायला आवडतं!”

पर्किन्स अंधशाळेत काही दिवस काढल्यावर आणि हेलन तेथे चांगली रुळली आहे असे पाहिल्यावर एके दिवशी ॲन सलिव्हनने तिला विचारले, “तुला कविता कशी वाचता येते याचं प्रात्यक्षिक ॲनॅग्नॉसना अन् त्यांच्या पाहुण्यांना तू दाखवशील का?”

“हो. दाखवीन तर काय झालं?” हेलनने आत्मप्रत्ययपूर्वक म्हटले.

बाईंनी तिला काही पायऱ्यांवरून चढवून पुढे नेले. मग त्या तिला म्हणाल्या, “हेलन, आता आपण रंगमंचावर उभ्या आहोत आणि प्रेक्षक आपल्यासमोर बसले आहेत. आज पर्किन्स अंधशाळेचा पदवीदान समारंभ आहे. ही इथं ब्रेल लिपीत लिहिलेली एक कविता आहे. ही कविता तू आपल्या डाव्या हातानं वाचायचीस अन् मग उजव्या हातानं ती ती अक्षरं आपल्या बोटांच्या साह्याने प्रेक्षकांना जुळवून दाखवायचीस. कळलं ना?”

“पण प्रेक्षक जर आंधळे आहेत तर मी बोटं जुळवून केलेली अक्षरं त्यांना कशी दिसतील?” हेलनने शंका काढली.

''इथले विद्यार्थी आंधळे आहेत, पण प्रेक्षक डोळस आहेत,'' बाई म्हणाल्या. ''त्यांना तू जुळवलेली बोटं दिसू शकतील आणि आंधळ्या मुलांसाठी मी तुझी बोटं आधी नीट पाहीन अन् मग ती अक्षरं मी त्यांना म्हणून दाखवीन.''

हेलनच्या चेहऱ्यावरून मत्सराची सूक्ष्म छटा तरळून गेली. बाई आपल्या तोंडाने बोलणार होत्या. तिला मात्र तसे करता येणार नव्हते. तथापि, दुसऱ्याच क्षणी तिने आपल्या मनावर आलेले ते जळमट झाडून टाकले आणि बाईंनी सांगिल्याप्रमाणे कविता 'वाचना' ला प्रारंभ केला. तिचा तो कार्यक्रम इतका बहारदार वठला की कार्यक्रम संपल्यानंतर ॲनॅग्नॉस, तिची आई, मिसेस हॉपकिन्स आणि इतरही कित्येक अपरिचित व्यक्ती तिच्याभोवती गोळा झाल्या आणि त्यांनी तिची पाठ थोपटून तिला शाबासकी दिली.

त्या रात्री ती हळूच आपल्या बाईंच्या कुशीत शिरली आणि तिने त्यांच्या ओठांवरून बोटे फिरवली.

''बोला ना तुम्ही!'' तिने बाईंना विनविले आणि बाई बोलू लागल्या. त्यांच्या ओठांची हालचाल होऊ लागली.

''मलाही तसंच करायचं आहे.'' हेलनने आपला मनोदय कळवला.

उत्तरादाखल, बाईंनी फक्त हेलनला आपल्याजवळ ओढून तिचा मुका घेतला. हेलन जराशी खट्टू झाली. आपल्याला ओठ हलवून असे कधीच बोलता यावयाचे नाही म्हणून बाईंना करुणा वाटली असावी अन् त्यासाठी त्यांनी आपला मुका घेतला असावा असा बाईंच्या त्या कृतीचा तिने अन्वय लावला. तथापि, वस्तुस्थिती तशी नव्हती. बाईंनी हेलनला जवळ ओढून तिचा मुका घेतला याचा अर्थ अगदी वेगळा होता. बोस्टनमधील न्यू बेरी स्ट्रीटवर बहिऱ्या लोकांसाठी म्हणून चालवण्यात येणारी जी 'होरेस मान स्कूल' नावाची शाळा होती, तिथे हेलनला घेऊन जावयाचा बाईंनी निर्धार केला होता.

''कधी कधी बहिऱ्या मुलांना बोलायला शिकवता येतं'' बाईंनी हेलनला समजावून सांगितले, ''तुला कदाचित् काही शब्द शिकून घेता येतील. पण त्याबरोबर एक गोष्ट लक्षात ठेव हेलन, बहिरी आणि आंधळी अशी दोन्ही व्यंगांनी युक्त असलेली जी माणसं असतात त्यांपैकी एकालाही अद्याप बोलायला शिकता आलेलं नाही.''

बहिरी मुले आणि त्यांचे शिक्षक यांच्या भेटीने हेलन खूपच प्रभावित झाली. मोठ्या माणसांच्या ओठांवर अन् गळ्यावर हात ठेवून ध्वनींचे स्वरूप समजावून घेण्याचीही तिने खूप खटपट केली. पण तिला स्वतःला बोलावयाला शिकता येण्याच्या दृष्टीने त्याचा फारसा फायदा झाला नाही. नाही म्हणायला 'आई', 'बाबा' यांसारख्या अगदी सोप्या चार-दोन शब्दांचे ध्वनी ती आपल्या गळ्यातून काढायला

काय शिकली असेल तेवढेच.

तथापि, हा अनुभव मात्र हेलनच्या स्मृतीत चांगलाच रुजून राहिला. तिला आता आपल्या तोंडाने बोलावयाची तीव्र उत्कंठा लागली. 'आई', 'बाबा' एवढेच शब्द तिला पुरेसे वाटेनात. पर्किन्स अंधशाळेतली आंधळी मुले काही मुकी नव्हती आणि 'होरेस मान' शाळेतली बहिरी मुलेपण मुकी नव्हती.

''आपल्याला बोलता येईल अशी आशा तू बाळगू नकोस हेलन,'' तिची भावी निराशा टळावी म्हणून तिच्या बाईंनी तिला आधीच इशारा देऊन ठेवला.

पण हेलन तेवढ्याने खचणारी मुलगी नव्हती. आपल्याला केव्हा ना केव्हा तरी बोलायला आले पाहिजे, हा विचार तिच्या डोक्यातून पुरतेपणी कधीच नाहीसा झाला नाही.

आपली आई, धाकटी बहीण मिल्ड्रेड आणि आपल्या बाई यांच्यासह हेलनने 'बंकर हिल' आणि 'प्लायमाउथ रॉक या ठिकाणांना भेटी दिल्या. क्रांतीचा रोमांचकारी इतिहास तिने समजावून घेतला आणि त्याच्याही पूर्वी फार प्राचीन काळी पहिल्या वसाहती तेथे करणाऱ्यांच्या कथाही तिने जाणून घेतल्या. तिच्या बाईंनी आपल्या बोटांच्या साह्याने हे सारे हेलनला सांगितले.

सरतेशेवटी या चार प्रवाश्यांनी सुटीचे उरलेले दिवस 'केप कॉड' वरच्या ब्र्यूस्टर या गावी, मिसेस हॉपकिन्सच्या बंगल्यात घालवण्यासाठी तेथे मुक्काम केला.

'केप कॉड' येथे पोहोचल्याबरोबर हेलनने जाहीर करून टाकले, ''आता मी समुद्रात खूप दूरवर पोहायला जाणार!'' जमिनीवर आडवे पडून आणि हवेत हात मारून हेलनने पोहण्याची 'प्रॅक्टिस' आतापर्यंत घरी कितीदा तरी केली होती.

''ठीक ठीक!'' हेलनच्या बाई म्हणाल्या, ''आपण आता लगेच पोहायला जाऊ या. चल. आपला पोहोण्याचा पोषाख अंगावर चढव बघू.''

बाईंच्या हातात हात अडकवून हेलन जेव्हा समुद्रकिनाऱ्यावर गेली तेव्हा तेथील पिठासारख्या मऊमऊ रेतीचा स्पर्श तिच्या तळव्यांना विलक्षण सुखावह वाटला. वरचेवर किनाऱ्यावरती येणाऱ्या लाटांनी धुऊन जाऊन ती रेती अगदी स्वच्छ झाली होती असे बाईंनी हेलनला सांगितले. हेलन जसजशी समुद्राच्या जवळजवळ जाऊ लागली, तसतशी पायाखालची रेती तिला अधिकाधिक दमट-ओलसर लागू लागली आणि जरा वेळाने तर प्रत्यक्ष पाणीच तिच्या घोट्यांभोवती खळाळत फिरू लागले. हेलनने आपल्या पायांची बोटे रेतीत खुपसली, दुमडली, पुन्हा उघडली आणि मग तिने धिटाईने आणखी पुढे पावले टाकली. अहाहा! केवढी सुखकारक संवेदना होती ती!

''मी आता पोहणार!''

"पण पहिल्यांदा पाण्यावर नुसतं तरंगायला शीक तू." बाईंची अनुज्ञा मिळताच हेलनने त्यांच्या हातातून आपला हात सोडवून घेतला आणि पाण्यातून ती पुढे जाऊ लागली. पुढे-आणखी पुढे-आता तिच्या भोवतालचे पाणी एकदम खोल झाले आणि सगळीकडून ते हळुवारपणे तिच्या अंगाला कुरवाळू लागले. हेलनला विलक्षण गंमत वाटत होती. पण तेवढ्यात एका खडकावर तिचा पाय ठेचाळला आणि तोल जाऊन ती पुढे झुकली. दुसऱ्याच क्षणी ती पाण्यात आडवी पडून गटांगळ्या खाऊ लागली. घाबरून तिने हातपाय वेडेवाकडे हलवण्यास सुरुवात केली. पण पाण्याने तिला चारी बाजूंनी वेढले. पोहोण्याचे सारे पुस्तकी ज्ञान त्या पाण्यात वाहून गेले. हेलन घाबरली, असहाय झाली. आता आपण बुडल्यावाचून राहत नाही अशी तिची खात्री झाली. तेवढ्यात बाईंनी तिला सावरून पुन्हा पायांवर नीट उभे केले. हेलन धापा टाकीत तोंडात गेलेले पाणी थुंकू लागली. आपली अशी फजिती व्हावी याची तिला फार चीड आली होती.

"या पाण्यात एवढं मीठ कोणी घातलं?" तिने रागारागाने बाईंना विचारले.

हा पहिला अनुभव जरी थोडासा विपरीत असला तरी पुढे लौकरच हेलनची समुद्राशी चांगलीच गट्टी जमली. समुद्राचे गूढ तिला आकलन होऊ लागले. वेगवेगळ्या आकारांचे सुंदर सुंदर शिंपले वेचण्यात तिचे तासन् तास मोठ्या आनंदात जात. एकदा तर तिने एक जिवंत खेकडा पाळून पाहण्याचाही खटाटोप केला. समुद्राच्या सान्निध्यात स्वातंत्र्याची एक नवीच जाणीव तिच्या प्रत्ययाला आली. कारण समुद्रकिनाऱ्यावरील रेतीत तासन् तास कुणाच्याही मदतीशिवाय तिला एकटीला स्वैर फिरता येत असे. सुटीच्या शेवटी शेवटी तर अगदी आत्मविश्वासपूर्वक पाण्यावर तरंगत राहण्याइतकी पोहण्याच्या बाबतीत तिची प्रगती झाली होती.

तथापि, समुद्र हे एकच काही ब्रूस्टर येथील आकर्षण नव्हते. तेथे इतरही कितीतरी आनंददायक गोष्टी होत्या. बाईंनी आता हेलनला खरीखुरी पुस्तके वाचून दाखविण्यास प्रारंभ केला होता आणि वाचनासाठी दिवसाकाठी केवढातरी वेळ राखून ठेवलेला असे. हे तास अर्थातच फार आनंदात जात.

बाईंनी आणि हेलनने मिळून वाचलेल्या पुस्तकांपैकी अगदी सुरुवातीचे एक पुस्तक फ्रॅन्सिस हॉजसन ब्रेनेट कृत 'लिटल लॉर्ड फॉन्टलरॉय' हे होते. छोटा लॉर्ड फॉन्टलरॉय दुसऱ्यांसाठी दयाळूपणाची कितीतरी कृत्ये करीत असे. हेलनच्या बाई, तिची आई अन् तिचे वडील तिच्याशी जसे प्रेमळपणाने वागत ना, तसेच. हेलनला ही कल्पना नव्यानेच जाणवत होती.

"मलासुद्धा दुसऱ्यांसाठी चांगल्या गोष्टी करता येतील ना?" तिने बाईंना विचारले.

"हो. न यायला काय झालं?"

आणि लॉर्ड फॉन्टलरॉय एका परकी देशातसुद्धा गेला होता. तेथे वेगळ्या सृष्टिशोभेने बहरलेले वनप्रदेश होते आणि मोठमोठे किल्ले होते.

"मीसुद्धा कधी तरी इंग्लंडला जाणार आहे अन् तिथं लॉर्ड फॉन्टलरॉयला भेटणार आहे." हेलनने आपला मनोदय जाहीर करून टाकला.

"इंग्लंडप्रमाणेच इतर आणखी कितीतरी देश या पृथ्वीच्या पाठीवर आहेत हेलन," बाई म्हणाल्या. "किती विविध प्रकारच्या इमारती, बांधकामे तिथं आहेत. अन् तेथील चालीरीतीसुद्धा आपल्याकडील चालीरीतींपेक्षा किती वेगळ्या आहेत!"

"मी ते सारे देश बघणार आहे." हेलनने भविष्य वर्तवले.

त्या वसन्तऋतूत हेलनने आपल्या बाईंच्या साह्याने 'हेडी' अन् 'ब्लॅक ब्यूटी' ही दोन सुंदर पुस्तके वाचून काढली. याशिवाय कितीतरी काव्येही त्या दोघींनी मिळून वाचली.

"आणखी वाचून दाखवा ना मला!" हेलन बाईंना सारखी आग्रह करी. एकदा बाई तिला म्हणाल्या, "हेलन, माझ्या डोळ्यांना मधूनमधून विसावा द्यायला हवा मला." आणि मग, आजवर कधीच न जाणवलेली एक गोष्ट आज प्रथमच हेलनच्या ध्यानात आली. बाईंनी आपल्या डोळ्यांवर एक कसले तरी कडक आच्छादन घातलेले होते. हेलनने त्यासंबंधी बाईंनी प्रश्न केला तेव्हा बाई म्हणाल्या,

"हेलन, हा काळा चष्मा आहे. या काळ्या काचा प्रखर उजेडापासून माझ्या डोळ्यांचे रक्षण करतात."

"तुमचे पण डोळे अधू आहेत?"

"हेलन, माझेही डोळे एके काळी तुझ्या डोळ्यांसारखेच होते. मी जेव्हा अगदी लहान होते ना, तेव्हा माझी दृष्टी गेली. म्हणून तर मी पर्किन्स अंधशाळेत तिथल्या अंध मुलांबरोबर शिकण्यासाठी राहिले होते. मी जेव्हा छोटी मुलगी होते तेव्हा एका डॉक्टरांनी माझ्या डोळ्यांवर शस्त्रक्रिया केली आणि मला थोडं दिसू लागलं. त्यानंतर टस्कंबियाला येण्यापूर्वी त्यांनी माझ्या डोळ्यांवर पुन्हा एक शस्त्रक्रिया केली."

तरी सर्व हकीगत ऐकून हेलनचे मन कळवळले. ती लगेच म्हणाली, "आता आपण घरी जाईपर्यंत तुम्ही तुमच्या डोळ्यांना विश्रांती घेऊ द्या बाई."

घरी गेल्यानंतर तिथे काही दिवस राहून मग सप्टेंबर महिन्यात हेलन व तिच्या बाई पुन्हा एकदा पर्किन्स अंधशाळेत येऊन दाखल झाल्या. आता हेलन अंधशाळेत एक विद्यार्थिनी या नात्यानेच येऊन राहिली होती. ती वर्गात बसली म्हणजे बाईही तिच्या शेजारी बसत व शिक्षक जे काही शिकवतील ते बोटांच्या लिपीच्या साह्याने बाई तत्काळ समजावून देत .

हेलन उत्कृष्ट विद्यार्थिनी होती. ती विलक्षण हौसेने व उमेदीने शिकू लागली.

अंकगणित, प्राणिशास्त्र, भूगोल, वनस्पतिशास्त्र, इतिहास, वाचन, व्यायाम-सर्व विषयांत ती सारखाच रस घेई. ती आपला अभ्यास अगदी झटून व नियमितपणे करीत असे.

"हेलन, केवढी चिकाटी अन् निर्धार आहे तुझ्याजवळ!" तिच्या एका शिक्षकाने एकदा तिला कौतुकाने म्हटले.

"मला अगदी सगळं सगळं शिकून घ्यायचं आहे." हेलनने आपला निर्धार जाहीर केला.

"तुला शिकायला अजून भरपूर वेळ आहे." तिचे शिक्षक तिला सांगत. पण ते तिला समजूच शकत नसे. तिच्या वृत्ती चटकन उत्तेजित होत. तिचा स्वभाव अधीर होता आणि कल्पनाशक्ती अत्यंत तीव्र होती. तिची समजशक्तीही विलक्षण होती. शिक्षणासाठी तिचे मन इतके आतुरलेले असे की पुस्तकाच्या आकाराचे म्हणून जे जे काही असेल त्यासाठी तिचे हात एकदम पुढे होत आणि तिच्या बोटांची अग्रे त्यातले वर उचललेले ठिपके चाचपून त्यांचा अर्थ शोधू पाहत.

एके दिवशी ॲनॅग्नॉसच्या टेबलावर हेलनला एक भले थोरले जाडजूड पुस्तक सापडले. 'वी श्येन लॉइख्रेट' हे त्या पुस्तकाचे ब्रेल लिपीतले शीर्षक तिने बोटांनी चाचपले. ते शब्द काय होते, त्यांचा अर्थ काय होता हे समजावून घेण्यासाठी ती विलक्षण उत्सुक झाली आणि तिने ॲनॅग्नॉसना त्यासंबंधी विचारले. तेव्हा 'बाख्' नावाच्या एका संगीतकाराने लिहिलेल्या गाण्यांचे ते पुस्तक असून शीर्षकातले ते शब्द जर्मन होते असा त्यांनी खुलासा केला.

जर्मन? जर्मन म्हणजे काय? हेलनच्या कुतूहलाला सीमाच राहिली नाही. तिने प्रश्नांमागून प्रश्न विचारण्यास सुरुवात केली, तेव्हा ॲनॅग्नॉस आणि ॲन सलिव्हन या उभयतांनी मिळून तिला सांगितले की जगामध्ये इंग्रजी भाषेखेरीज लॅटिन, ग्रीक, फ्रेंच, जर्मन अशा कितीतरी इतर भाषा अस्तित्वात आहेत. हे कळले मात्र, हेलनने या भाषांमधले थोडेसे तरी शब्द आपणाला यावेत असा हट्ट धरला. तिला भाषांविषयी एक आगळेच प्रेम होते आणि कोणतीही भाषा चटकन् आत्मसात् करण्यासाठी अवश्य असणारी तीव्र ग्रहणशक्ती जन्मत:च तिला लाभलेली होती. लवकरच तिच्या पत्रांमध्ये निरनिराळ्या भाषांतील शब्दांची पखरण पडू लागली. 'माँ शेर मसीअ ॲनॅग्नॉस' (मत्प्रिय श्री. ॲनॅग्नॉस) अशा डौलदार फ्रेंचमध्ये तिने आपल्या एका पत्राचा प्रारंभ केला होता तर आपल्या मावशीला लिहिलेल्या दुसऱ्या एका पत्रात तिने म्हटले होते, "झे युन बॉन् प्तीत सऽर' या फ्रेंच वाक्याचा अर्थ असा आहे बरं का मावशी: 'मला एक छान छोटी बहीण आहे'. 'प्यूएर' या लॅटिन शब्दाचा अर्थ 'मुलगा' आणि 'मुटर' म्हणजे जर्मनमध्ये 'आई'. मी घरी येईन ना, तेव्हा मिल्ड्रेडला मी अनेक भाषा शिकवीन हं!"

आपल्या नियमित अभ्यासाच्या जोडीला हेलन नेहमी खूप पत्रेही लिहीत असे. तिचा पत्रव्यवहार दांडगा होता आणि त्यांत सारखी भर पडत होती. जगाच्या वेगवेगळ्या भागांतील वेगवेगळ्या लोकांना या अपंग मुलीचा लळा लागला होता. पोस्टातून तिला वारंवार अनेक भेटी येत. एकदा रेखीव वळसे असलेला एक भला थोरला सुंदर शंख तिला भेट म्हणून आला, तर एकदा सुकलेल्या वनस्पतींचा एक सांगाडाच तिला भेटीदाखल मिळाला. या भेटीमुळे त्या त्या देशाची व तेथील विविध वस्तूंची, प्राण्यांची हेलनला उत्तम रीतीने माहिती मिळे.

हेलन पर्किन्स अंधशाळेत येऊन राहिल्यानंतर लवकरच बोस्टनच्या 'ट्रिनिटी चर्च' चे रेक्टर रे. फिलिप्स ब्रुक्स हे तिचे जानी दोस्त बनले. रे ब्रुक्स ही मोठी प्रसिद्ध व्यक्ती असून त्यांचे नाव सर्वदूर गाजलेले होते. दर रविवारी त्यांच्या चर्चमध्ये माणसे मोठ्या संख्येने गोळा होत. 'ओ लिटल् टाउन ऑफ बेथलहेम' हे लोकप्रिय सुंदर प्रार्थनागीत रे. ब्रुक्स यांनीच लिहिलेले होते. ॲन सलिव्हनच्या मदतीने हेलनने रे. ब्रुक्स यांच्याबरोबर कितीदा तरी दीर्घकालपर्यंत संभाषण केले होते आणि एव्हाना बायबलमधल्या किती तरी गोष्टी तिला पाठ झाल्या होत्या.

''खरं म्हणजे देव मला पहिल्यापासूनच ठाऊक होता.'' हेलनने एकदा ब्रुक्सना म्हटलं, ''फक्त त्याला काय म्हणतात हे मात्र 'देव' शब्द शिकेपर्यंत मला माहीत नव्हतं!''

''आपण आपल्या मित्रमंडळींवर प्रेम करतो ना हेलन? ते का, ठाऊक आहे तुला? देव आपल्यावर प्रेम करतो म्हणून.'' त्या थोर धर्मोपदेशकाने हेलनला सांगितले.

हेलनचा वाढता पत्रव्यवहार आणि तिच्या चाहत्यांकडून तिला येणाऱ्या पत्रांची वाढती संख्या हेलनच्या बाई रोजच्या रोज बघतच होत्या. एके दिवशी त्यांनी तिला म्हटले, ''मी जेव्हा सुटीनंतर परत येईन, त्या वेळी मी तुला एक टाइपरायटर घेऊन देईन.''

हेलनच्या छातीत धस्स झाले. सुटीनंतर परत येणार? कुठं? तिच्या बाई कुठं जाणार होत्या?

''माझे डोळे पुन्हा डॉक्टरांना दाखवायला हवेत मला.'' बाईंनी आपल्या बोलण्याचा खुलासा करीत म्हटले, ''उन्हाळ्याच्या सुटीत तू जेव्हा टस्कंबियाला परत जाशील, तेव्हा मीही विश्रांती घेण्यासाठी थोडी सुटी घेईन म्हणते. नंतर आपण पुन्हा एकत्र येऊच की. प्रत्येकानं अधूनमधून कधी तरी सुटी घ्यायला हवी हेलन!''

''मी उन्हाळ्याच्या सुटीत तुम्हाला खूपखूप पत्रं लिहीन.'' हेलनने बाईंना अभिवादन दिले.

सबंध हिवाळा पर्किन्स अंधशाळेत काढल्यानंतर हेलन जेव्हा टस्कंबियाला

परत आली तेव्हा आपण एका वेगळ्याच जगात आलो आहोत असे तिला वाटले. भोवतालचे प्रत्येक माणूस अधिक आनंदी, अधिक प्रेमळ वाटत होते.

मिल्ड्रेड आता जवळजवळ तीन वर्षांची झाली होती. ती हेलनशी खेळ खेळे, इतकेच नव्हे तर जंगलात फिरावयास जाताना हेलनच्या वाटाड्याचे कामही ती करी.

हेलनचे शब्दभांडार आता इतके समृद्ध झाले होते की तिच्या बोटांच्या अग्रांवाटे कल्पनांमगून कल्पना जणू एकसारख्या बाहेर धाव घेत असत. तथापि, हेलनला जर बोलता आले असते तर याच कल्पना तिने कितीतरी अधिक सहजतेने अन् वेगाने व्यक्त केल्या असत्या! आपल्याला इतरांप्रमाणे बोलता आले पाहिजे. ही हेलनची मोठ्यात मोठी महत्त्वाकांक्षा होती, अन् ती काही केल्या तिला स्वस्थ बसू देत नव्हती. खेळ खेळताना, पत्रे लिहिताना ती कल्पना सारखी तिच्या मनात डोके वर काढीत असे.

''हेलन, तुला फार समाधान देईल अशी ही गोष्ट आहे.'' एके दिवशी हेलनच्या वडिलांनी एक मासिक तिच्या हाती देत तिला म्हटले.

हेलनने मासिकाच्या उघड्या पानांवरून आपली बोटे उत्सुकतेने फिरवली. पण ती पाने गुळगुळीत होती. हेलनला ती वाचता येणे अशक्य होते.

''तरुण विद्यार्थ्यांसाठी चालवल्या जाणाऱ्या 'सेन्ट निकोलस' या मासिकाचा सप्टेंबर महिन्याचा अंक आहे हा, अन् या मासिकात तुझ्यावर लेख आला आहे. चल ये, मी वाचून दाखवतो हा लेख तुला.''

हेलनच्या वडिलांनी तिला उचलून आपल्या मांडीवर घेतले आणि बोटांनी तिच्या तळहातावर अक्षरे काढीत तो सर्व लेख त्यांनी तिला समजावून सांगितला. त्या मासिकाचा खप दांडगा होता आणि तो लेख वाचल्यानंतर देशातल्या सर्व मुलांमुलींची हेलनशी दोस्ती होणार होती असे त्यांनी तिला सांगितले. त्यानंतर लेखाबरोबर छापून आलेल्या वेगवेगळ्या छायाचित्रांचीही त्यांनी तिला माहिती दिली.

''आपल्या एका कुत्र्याबरोबर तुझा फोटो काढला होता ना, तो हा इथं छापून आला आहे पाहा.''

त्यानंतर हेलनला खूपच पत्रे येऊ लागली. त्या पत्रांना उत्तरे देण्यात साऱ्या सुटीभर ती गढून गेली होती. सुटी संपल्यानंतर पर्किन्स अंधशाळेत ती परत आली तेव्हाही तिच्या रोजच्या पत्रव्यवहारात खंड पडला नाही. तिच्या बाईंनी तिला टाईपरायटर घेऊन दिला होता, त्यावर आपली पत्रे ती टाइप करी. या कामी बाईंनाही तिला मदत करावी लागे.

जॉन ग्रीनलीफ व्हिटियर हा क्वेकरपंथी कवी हेलनच्या पत्रमित्रांपैकी एक होता. त्याला तिने लिहिले होते-

''प्रिय कविराज,

माझ्यासारख्या एका अपरिचित छोट्या मुलीकडून आलेलं हे पत्र पाहून तुम्हाला नवल वाटेल. पण तुमच्या सुंदर कवितांनी मला फार सुख व समाधान दिलं आहे हे कळून तुम्हाला आनंद वाटेल असं मला वाटतं. कालच 'शाळेच्या दिवसात' आणि 'माझा खेळगाडी' या तुमच्या कविता मी वाचल्या. मला त्या फार फार आवडल्या.''

हेलनने लिहिलेल्या या पहिल्याच पत्राला व्हिटियरने ताबडतोब उत्तर धाडले होते. त्यानंतर आपल्या आईला लिहिलेल्या पत्रात हेलनने आनंदोद्गार काढले होते, ''व्हिटियर या कवीकडून मला इतकं सुंदर पत्र आलं आहे म्हणून सांगू! त्यांचं माझ्यावर फार प्रेम आहे.''

एके दिवशी आपल्याला आलेल्या पत्रांच्या ढिगाऱ्यांतून एक विशिष्ट पत्र हेलनने ओढून काढले आणि ते नाकाशी धरून हुंगले. त्याला एक विचित्र वास येत होता.

''हा वास तंबाखूच्या एका विशिष्ट जातीचा आहे बरं का हेलन!'' बाईंनी खुलासा करीत म्हटले. ''या पत्रलेखकाचं नाव वुइल्यम वेड असं आहे. पेन्सिल्व्हानियामधील हल्टन या गावी असतात हे सद्गृहस्थ. 'सेन्ट निकोलस' मासिकात तुझ्यावर लेख आला होता ना, तो त्यांनी वाचला. कुत्र्याबरोबर काढलेला तुझा फोटोही त्यांनी पाहिला. तुझं कुत्रं फार छोटं वाटलं त्यांना. दृष्टिहीन मुलांच्या संरक्षणासाठी त्यांच्याबरोबर मोठाली कुत्री हवीत असं त्यांना वाटतं आणि म्हणून रखवालीचं काम करणाऱ्या एका दांडग्या धिप्पाड जातीच्या कुत्र्याचं पिलू ते तुला भेट म्हणून पाठवणार आहेत. त्यांच्या मुलांकडं असलीच कुत्री पाळलेली आहेत म्हणे.''

लवकरच हेलनला आणखी एक पत्र आले. वेड यांनी भेटीदाखल पाठवलेले कुत्र्याचे पिलू टस्कंबियाला सुखरूप येऊन पोहोचल्याची बातमी त्या पत्रात होती. हेलनने लगेच वेडना लिहिले-

''मत्प्रिय मि. वेड,

तुम्ही मला धाडलेल्या सुंदर भेटीबद्दल मी तुमची अत्यंत आभारी आहे.

तुम्ही पाठवलेली छोटी कुत्री घरी आली तेव्हा तिच्या स्वागतासाठी मी तेथे नव्हते याचा मला खेद होतो. पण तिची मालकीण जरी तेथे नसली तरी माझी आई अन् माझी छोटी बहीण या नव्या पाहुणीला प्रेमानं वागवतील अन् तिची चांगली काळजी घेतील याबद्दल माझी खात्री आहे. तुम्ही मला धाडलेल्या या कुत्रीचं नाव मी 'लायनेस' (सिंहीण) असं ठेवणार आहे. चालेल ना? मला अशी आशा आहे की ही माझी नवी मैत्रीण फार इमानी आणि शूर ठरेल!''

पुढे हेलनचा पत्रव्यवहार जरासा मंदावला आणि मग, आपल्याला इतरांप्रमाणे

तोंडाने बोलता येऊ नये, याबद्दलचा तिचा असंतोष पुन्हा जागृत झाला. पर्किन्स अंधशाळेतली जी मुले आंधळी होती पण बहिरी नव्हती. ती आपल्या तोंडांने अगदी मनमोकळेपणाने बोलू शकत, त्यामुळे आपल्या मुकेपणाचे शल्य हेलनला अधिकच तीव्रतेने जाणवे.

एके दिवशी तिची एक शिक्षिका-मिसेस लॅम्सन-तिच्याजवळ आली आणि हेलनचा हात हाती धरून तिला धरून तिला आपल्या शेजारी बसवून घेत ती तिला म्हणाली,“मी नुकतीच स्कॅंडिनेव्हियामध्ये जाऊन आले आहे, ठाऊक आहे ना तुला हेलन?”

कुणाच्याही प्रवासाबद्दल हेलनला मोठे कुतूहल वाटत असे. ती कान टवकारून ऐकू लागली. पण मिसेस लॅम्सन या वेळी आपल्या प्रवासाविषयी बोलत नव्हती. ती काही वेगळेच सांगू इच्छित होती. तिने हेलनला म्हटले,

“रॅग्नाइल्ड काटा नावाची एक आंधळी अन् बहिरी मुलगी नॉर्वेत आहे. तिच्याविषयी मोठी मजेदार माहिती मिळाली मला तिथं. या मुलीला आपल्या तोंडानं बोलायला शिकवण्याचा प्रयोग यशस्वी झाला आहे म्हणे!”

हेलनची उत्सुकता व अधीरता इतकी वाढली की मिसेस लॅम्सनला पुढे बोलताच आले नाही. हेलनने प्रश्नांमागून प्रश्नांचा भडिमार सुरू केला. “तर मग हे शक्य आहे! हे शक्य आहे! पण कसं? कसं झालं हे? मला कोण शिकवील बोलायला? तुम्ही शिकवाल?”

“हेलन, हे सारं काम फार कंटाळवाणं, फार वेळ खाणारं आहे.” मिसेस लॅम्सनने तिला वस्तुस्थितीची जाणीव करून दिली, “यासाठी तुला पुन्हा पुन्हा प्रयास करावे लागतील, पुन्हा पुन्हा अपयश पत्कारावं लागेल, निराशा पदरात पडेल आणि नंतरच कदाचित यश लाभलं तर लाभेल.”

“मला कोण शिकविल तेवढं सांगा!” हेलनने चिकाटीने तोच प्रश्न पुन्हा विचारला. बाकीच्या अडचणी ध्यानात घ्यायलाच मुळी ती तयार नव्हती.

लवकरच हेलनला हवी होती तशी शिक्षिका तिला लाभली. बोस्टन येथे बहिऱ्या मुलांसाठी चालवल्या जाणाऱ्या ‘होरॅस मान स्कूल’ या शाळेच्या मुख्याध्यापिका मिस सारा फुलर यांचीच हेलनला शिकवण्याच्या कामी नेमणूक झाली.

तोंडाने बोलावयाला शिकण्याचा पहिला पाठ गिरवण्यासाठी हेलन जेव्हा बसली तेव्हा तिचे मन इतके आतुर होते, वृत्ती इतक्या ताणलेल्या होत्या की मिस् फुलरना तिला सांगावे लागले, “जरा शांत हो हेलन! आधी माझे ओठ अन् माझा घसा तू बारकाईने चाचपून पाहा.” पाठाची सुरुवात करताना मिस् फुलरने हेलनला सांगितले, “नंतर तुझे बोट माझ्या तोंडात घाल आणि माझी जीभ कुठं कशी आहे ते समजावून घे. अन् मग तुझी जीभ तोंडात नेमकी तशीच धरण्याचा प्रयत्न कर.”

दोन-चार वेळा प्रयत्न केल्यानंतर 'इट' (ते) यामधल्या 'इ' चा उच्चार हेलनला जमला. मिस् फुलरनी तिचा खांदा प्रेमाने थोपटून तिला प्रोत्साहन दिले.

''आता आपण दुसरं अक्षर शिकायचा प्रयत्न करू या हं.''

हेलनची संवेदनशील बोटे मिस् फुलरच्या जिभेवरून, दातांवरून, ओठांवरून बारकाईने, काळजीपूर्वक फिरत होती. त्यांच्या हालचालींचा सूक्ष्म अभ्यास करीत होती. लवकरच 'आर' (आहेत) या शब्दातील 'आ' चा उच्चारही तिला करता येऊ लागला. नंतर तिने एका हाताची बोटे फुलरच्या ओठांवर टेकवली, दुसऱ्या हाताची बोटे गळ्यावर टेकवली, अशा अवस्थेत मिस् फुलरनी 'आ' या उच्चाराने प्रारंभ करून 'आर्म' (बाहु) हा संपूर्ण शब्द म्हटला आणि 'म' अक्षर उच्चारून संपवीत ओठ मिटून घेतले.

त्या दिवशी पहिला पाठ संपेतो हेलनला सहा अक्षरांचे उच्चार अवगत झाले होते: 'म्, प्, अ, स्, त् आणि इ'

-अन् तिला हे जमणार नाही असे सारी जण म्हणत होती.

हेलनच्या आनंदाला पारावार राहिला नाही. धडा संपल्याबरोबर तिने ॲन सलिव्हनच्या अंगावर आनंदातिशयाने स्वत:ला झोकून दिले. ॲनने तिला जवळ घेऊन प्रेमाने कुरवाळले. मग दोघींनी एकमेकींना घट्ट मिठीच मारली!

या अभ्यासक्रमांत एकंदर दहा पाठ होते आणि ते पुरे व्हावयास दोन महिन्यांचा अवधी लागला. हे दोन महिने संपले आणि हेलनने आपले पहिले संपूर्ण वाक्य उच्चारले, ''इट इज वार्म'

अर्थात् अद्यापहि हेलनला बोलावयाला येऊ लागले होते असे नव्हे. त्याला अजून फार फार अवकाश होता. पण आता निदान ती त्या दिशेने पावले टाकू लागली होती. 'र' आणि 'ल' या दोन अक्षरांच्या उच्चाराबाबत तिचा अजूनही फार घोटाळा होई. त्यातला भेद तिला नीटसा कळत नसे. 'च' आणि 'श' ही अक्षरेही तिला फार त्रास देत.

मिस फुलरबरोबर दहा पाठ पुरे केल्यानंतर ॲन सलिव्हनच्या साह्याने हेलनने आपला बोलण्याचा अभ्यास पुढे चालू ठेवला. ॲन सलिव्हनही या वेळी बोलायला शिकवण्याचा अभ्यास करीत होती. हेलनच्या या शिक्षणातली एक मोठी अडचण अशी होती की आपण उच्चारलेला किंवा दुसऱ्या कुणी उच्चारलेली वाक्ये ती स्वत: ऐकू शकत नसे. तिने एखादा शब्द उच्चारावा, दुसऱ्या कुणीतरी तो दुरुस्त करून तिला सांगावा, तिने तो पुन्हा उच्चारावा, पुन्हा त्यात दुरुस्ती केली जावी असे करता करता शेवटी केव्हा तरी ऐकणारी व्यक्ती तिची पाठ थोपटी आणि मग आपणास निर्दोष उच्चार करण्याच्या कामी यश आले याबद्दल हेलनची खात्री पटे आणि मग पुन्हा पुन्हा तो शब्द घोकून ती पक्का करी.

हेलनला रोजचा शाळेचा अभ्यास भरपूर होताच आणि त्याच्या जोडीला बोलावयास शिकण्यासाठी ती घेत असलेले हे परिश्रम! ती आपल्या शक्तीबाहेर सायास करीत होती आणि ते समजण्याइतके प्रौढ वय किंवा समंजसपणा तिच्या ठायी नव्हता. हेलनला फार ताण पडत आहे हे तिच्या भोवतालच्या लोकांना दिसत होते; पण तिला थांबवणे कोणाच्याच हाती नव्हते.

"तुझा चेहरा किती फिकट दिसतो आहे हेलन!" तिच्या बाई तिला एके दिवशी म्हणाल्या. "त्यामुळे तुझ्या प्रकृतीची काळजी वाटते आहे मला. तुझा स्वभावही घाबरट झाला आहे. उन्हाळ्याच्या सुटीसाठी आपण टस्कंबियाला केव्हा एकदा परत जाऊ असे झाले आहे मला!"

हेलनला मात्र आपल्या प्रकृतीची काळजी वाटत नव्हती. तिच्या मनात वेगळेच विचार चालू होते. ती स्वत:शी म्हणत होती, "या खेपेला मी जेव्हा घरी परत जाईन तेव्हा माझ्या घरातल्या माणसांशी मी बोलू शकेन. माझ्या धाकट्या बहिणीशी मला बोलता येईल आणि माझ्या कुत्रीचं नाव घेऊन मी तिला हाक मारली की माझा आवाज ऐकून ती धावतच माझ्याजवळ येईल. मी नुसता हाक मारायचाच अवकाश-लायनेस, चल ये इकडं-की ती येईल!"

हेलन आता मुकी नव्हती! ती आता बोलू शकत होती!

❖

५. 'वादळराजा'ने उठवलेले वादळ

हेलन टस्कंबियाला परत आली तेव्हा वाचेची ही अनुपम शक्ती तिला लाभलेली होती आणि तिचा भरपूर उपयोग करावयाचे तिने ठरवले होते. आपली आई, आपले वडील, व्हिनी, मिल्ड्रेड– सर्वांशी ती संपूर्ण वाक्यात बोलत असे. तिला बोलताना पाहून तिच्या आईला फार आनंद झाला. केट केलरने लेकीला जेव्हा हर्षाने कवटाळले, तेव्हा तिचे गाल आसवांनी ओले झाले होते. हेलनसाठी वेड यांनी पाठविलेली कुत्री आपल्या मालकिणीची वाटच बघत होती. हेलनने जेव्हा तिला "लायनेस, चल रे इकडं!" म्हणून हाक मारली तेव्हा ती भली-थोरली कुत्री उड्या घेत त्या आवाजाच्या अनुरोधाने धावतच आली आणि आपले ओले नाक तिने हेलनच्या ओंजळीत खुपसले. हेलनला विलक्षण आनंद झाला. ती अंगणाच्या दुसऱ्या कोपऱ्यात गेली व तेथून तिने लायनेसला पुन्हा हाक मारली. लायनेस पुन्हा उड्या मारीत तिच्याकडे धावत आली!

हेलनच्या कुटुंबियांपैकी कोणी जर तिच्याशी बोटांच्या खुणांनी बोलू लागले तर ती त्यांचे हात बाजूला करी आणि त्यांनी तोंडानेच आपल्याशी बोलावे अन् आपण त्यांच्या ओठांवर बोटे ठेवून ओठांच्या हालचालींवरून त्यांचे बोलणे समजावून घ्यावे असा ती हट्ट धरी.

"मला सराव व्हायला हवा ना!" ती त्यांना सांगे.

तथापि, हे एवढे कष्ट हेलनच्या प्रकृतीला झेपण्यासारखे नव्हते. हिवाळाभर तिला अभ्यासाचा ताण पडला होता आणि त्याच्या जोडीला बोलावयास शिकण्याची अविश्रांत धडपड चाललेली होती. त्यातच उत्तरेकडील उन्हाळ्याच्या उष्णतेची अन् दमट हवेची भर पडली. या सर्वांचा परिणाम न होणे ही गोष्ट केवळ अशक्य होती. हेलनला आपल्या घरी येऊन काही दिवस लोटले असतील नसतील तोच एके दिवशी आपले डोके गरगरत आहे असे तिला वाटू लागले आणि काय होत आहे हे ध्यानात येण्यापूर्वीच जबरदस्त घेरी येऊन ती जमिनीवर कोसळली!

हेलनची ती अवस्था पाहून तिच्या घरची मंडळी अर्थातच घाबरली आणि

उरलेल्या सुटीत तिने आपले पत्रलेखन अजिबात थांबवावे अशी त्यांनी तिला सक्त ताकीद देऊन ठेवली. त्याप्रमाणे काही आठवडे हेलनने आपली सर्व कामे विसरून जावयाचा प्रयत्न केला आणि खेळात ती आपले मन गुंतवू लागली. फ्रेंच भाषेत लडिवाळपणाने संबोधीत ती 'लायनेस' बरोबर दंगामस्ती करी. शेतावरच्या सर्व प्राण्यांबरोबर असलेल्या आपल्या जुन्या स्नेहसंबंधाचे तिने पुनरुज्जीवन केले होते. अधूनमधून ती आपल्या बाईंच्या समवेत टेनेसी नदीच्या काठाकाठाने किंवा जंगलात दूरवर पूर्वीप्रमाणेच फिरावयालाही जाऊ लागली.

अशाच एके दिवशी हेलन आणि तिच्या बाई फिरावयास जाऊन परत आल्या तेव्हा कॅप्टन केलरने एक पत्र हेलनच्या हाती दिले. हेलनने त्या पत्राचा वास घेतला आणि ते कुणाकडून आले आहे ते तत्काळ तिने ओळखले. पेनसिल्व्हानिया परण्यातील हल्टन गावचे वुइल्यम वेड यांनी ते पत्र तिला धाडले होते आणि हेलनने उरलेल्या सुटीतले काही दिवस आपल्या शेतावर घालवावेत, अशी त्यांनी तिला विनंती केली होती. त्यांच्याकडे कितीतरी गमतीगमतीच्या गोष्टी होत्या. पाळलेल्या अन् माणसाळलेल्या गाढवांचा एक कळप होता. ज्याच्या पाठीवर बसून हेलनला सहज रपेट करता येईल असे एक छान तट्टू होते; इतकेच नव्हे तर हेलनच्या बाईंनादेखील रपेट करण्यासाठी एक गरीबसा घोडा त्यांच्याकडे होता.

पत्र वाचून हेलन अगदी खूष झाली. "अन् त्यांच्या मुलांकडे एक रखवालदार कुत्राही आहे." ती म्हणाली, "मी जर गेले तर मि. वेड, त्यांची मुलं, त्यांचा कुत्रा– सारीच भेटतील मला. मग, जाऊ ना मी?"

तिच्या आईवडिलांनी तिला तत्काळ संमती दिली.

एव्हाना केलर पतीपत्नींना वुइल्यम वेड यांची बरीच माहिती कळली होती. 'मॅकिन्टॉन हेम्पहिल आणि कंपनी' या लोखंड कारखान्याचे ते एक सभासद होते. पेनसिल्व्हानिया परगण्यामध्ये त्यांच्या स्वत:च्या मालकीची मोठमोठी शेते होती आणि व्हर्जीनियामध्ये त्यांचा भला थोरला मळाही होता.

हेलन आणि ॲन सलिव्हन या दोघी पिट्स्बर्ग स्टेशनावर जेव्हा गाडीतून खाली उतरल्या तेव्हा हेलनने प्लॅटफॉर्मवर उभ्या असलेल्या एका लहानशा घोळक्याकडे एकदम धाव घेतली आणि त्यातल्या एका माणसाच्या कमरेभोवती आपल्या दोन्ही हातांचा घट्ट विळखा घातला.

वेड– होय, वुइल्यम वेडच होते ते– विलक्षण चकित झाले. त्यांचे बोलणे जाणून घेण्यासाठी हेलनने आपली बोटं त्यांच्या ओठावर ठेवली तेव्हा त्यांनी तिला विचारले, "मला कसं काय ओळखलंस तू?"

"तुमच्या वासावरून." हेलन लगेच म्हणाली, "तुमच्या अंगाचा वास तुमच्या पत्रांच्या वासासारखाच आहे हुबेहूब. बाई म्हणतात, तंबाखूची अगदी एक खास जात

आहे तिचा वास आहे तो!''

''तुला बोलताना ऐकून मला किती आनंद होत आहे म्हणून सांगू!''

''पण माझं बोलणं नीट कळतं का तुम्हाला?''

''कधी कधी चांगलं कळतं, अन् जे थोडंफार समजत नाही ते तुझ्या बाई समजावून सांगतात ना मला!''

हेलनने वेडच्या तोंडावरून हात फिरवला. त्यांची दाढी जाड कुरळी होती. मिशाही जाडजूड होत्या अन् त्यांनी डोळ्यांवर चष्मा चढवला होता.

''तुमचे डोळे अधू आहेत का?'' हेलनने विचारले.

''अधू नाहीत, पण जरा कमजोर आहेत, म्हणून हा चष्मा घालतो मी. माझी दृष्टी सुधारायला त्यांचा उपयोग होतो मला!''

हेलन आणि तिच्या बाई हल्टनला जाऊन पोहोचल्यानंतर वेडच्या सर्व परिवाराशी त्यांचा परिचय झाला. वेड पतिपत्नींचा पसारा खूप मोठा होता. त्यांना तीन अपत्ये होती– दोन मुलगे अन् एक मुलगी. शिवाय त्यांच्या घरातली अन् बाहेरची कामे करणाऱ्या नोकरचाकरांचीही केवढी तरी वर्दळ त्यांच्या घरी होती. हेलन त्यांच्याकडे पाहुणी म्हणून आली त्या वेळी आणखी एक पाहुणा त्यांच्याकडे आलेला होता. पिट्स्बर्गचे रे. जे. जी. ब्राऊन हा तो पाहुणा.

''पिट्स्बर्ग इथे आंधळ्या मुलांसाठी एक शाळा सुरू करायचा विचार आहे माझा.'' रे. ब्राऊन यांनी हेलनला सांगितले. ''हे तुझे दोस्त, मि. वेड या कामी मला मदत करीत आहेत. आंधळ्या मुलांविषयी अन् त्यांच्यापुढे उभ्या असलेल्या निरनिराळ्या प्रश्नांविषयी पहिल्यापासूनच त्यांना विशेष आस्था आहे अन् आता जी मुले आंधळी असून शिवाय बहिरीही आहेत, त्यांच्याबद्दलही सहानुभूती वाटू लागली आहे त्यांना!''

हेलनचे हृदय करुणेने द्रवले. अंधांसाठी शाळा! बहिऱ्या अन् आंधळ्या मुलांपुढील समस्या! दुसऱ्यांसाठी झटणे! ही 'दुसऱ्यांसाठी झटण्या'ची कल्पना तिला नव्यानेच सापडली होती. एके काळी अत्यंत दंगेखोर, गुंड, जुलमी असलेली हेलन आता पराकाष्ठेची उदार, सहिष्णू अन् विचारी बनली होती आणि आपल्या नेहमीच्या उत्कट, अतिरेकी वृत्तीला अनुसरून याही बाबतीत ती एकदम दुसऱ्या टोकाला जाऊ बघत होती. ती व तिच्या बाई वेड पतिपत्नीसह घोड्यांवरून रपेट करण्यासाठी नेहमी जात. त्या वेळी हेलनचा घोडा हळूहळू रेंगाळत चालल्यामुळे वेड यांनी हेलनच्या हातात काठी दिली तरी हेलन ती काठी घोड्याच्या अंगाला लावायला तयार होत नसे. आपल्या बाईंकडे ती काळजीपूर्वक लक्ष पुरवीत असे आणि 'मी आता थकले' असे त्या म्हणाल्या की तिथल्या तिथे फिरणे थांबवून घरी परतण्याचा ती हट्ट धरी. दुसऱ्यांसाठी दयाळूपणाचे कृत्य करण्याची संधी केव्हा

मिळते, याची ती आतुरतेने वाट बघत असे आणि अशी संधी आली रे आली की तिचा फायदा घेतल्याविना ती राहत नसे.

"तुझ्याकडे पाहिलं की, मला 'छोट्या लॉर्ड फॉन्टलरॉय'चं स्मरण होतं." वेड एकदा हेलनला म्हणाले, "तू मला भेटेपर्यंत फॉन्टलरॉयसारखी एखादी व्यक्ती खरोखरी असू शकेल यावर माझा मुळीच विश्वास नव्हता!"

"माझा मात्र त्यावर विश्वास आहे." हेलन म्हणाली, "कधीतरी एकदा त्याला भेटण्यासाठी मी इंग्लंडला जाणार आहे. फॉन्टलरॉयची कथा वाचल्यापासून अगदी त्याच्यासारखं वागायचा प्रयत्न करते आहे मी."

हेलनमध्ये पडत चाललेला हा फरक तिच्या बाई मात्र काळजीपूर्वक न्याहाळीत होत्या. हेलनचे बोलणे-वागणे जेव्हा भारीच गुळचट-गोडगोड– होत चालले तेव्हा त्या तिला म्हणाल्या, "हेलन माणसानं चांगलं वागावं, पण उठल्यासुटल्या चांगुलपणावर प्रवचन देत सुटू नये."

"मला लॉर्ड फॉन्टलरॉयसारखं व्हायचं आहे."

"तू दयाळू आणि उदार व्हायला कुणाचीच हरकत नाही, पण त्याचा तू अहंकार मात्र बाळगता कामा नये आणि लोकांना त्या बाबतीत सतत उपदेशाचे डोसही पाजता कामा नयेत. शिवाय तू भारीच गंभीर अन् सोवळी होत चालली आहेस अलीकडे. लॉर्ड फॉन्टलरॉयला विनोदबुद्धी अजिबात नव्हती. तू तशी आपली विनोदबुद्धी गमावून बसू नकोस. अधूनमधून स्वत:कडे बघूनदेखील हसायला शिकलं पाहिजं माणसानं."

हिवाळ्यात हेलन जेव्हा पर्किन्स अंधशाळेत परत आली तेव्हाही तिचा आणि वुइल्यम वेड यांचा पत्रव्यवहार चालूच राहिला. एका पत्राता त्यांनी तिला लिहिले होते, "अंध-बधिर मुलांसंबंधी जेवढं शिकता येईल तेवढं शिकून घ्यायचं आहे मला आणि या कामी मला तुझ्याकडून खूपच मदत घ्यावी लागेल."

हेलनने आता पूर्वीच्याच उत्साहाने आपले पत्रलेखन सुरू केले. डिसेंबर महिना आला तेव्हा जॉन ग्रीनलीफ व्हिटियर या कवीला त्याच्या त्र्याऐंशीव्या वाढदिवसानिमित्त हेलनने अभिनंदनाचे पत्र धाडले. "त्र्याऐंशी वर्षे! केवढा तरी दीर्घ कालवधी वाटतो हा मला! तुम्हाला तो तसा वाटतो काय?" पत्रात तिने पृच्छा केली होती. उत्तरदाखल तिला लिहिलेल्या पत्रात त्या क्वेकर कवीने म्हटले होते, "तुझ्यासारख्या छोट्या मुलीला त्र्याऐंशी वर्षांचा कालावधी दीर्घ अन् लांबलचक वाटावा यात नवल नाही, पण मला मात्र तो तसा वाटत नाही. मी तुझ्या वयाचा होतो अन् शेतावर खेळत होतो ते सारे आता परवा परवा घडल्यासारखे वाटतंय मला!"

रे. मि. ब्रुक्स यांना जेव्हा मॅसॅच्युसेट्स् परगण्याचे बिशप नेमण्यात आले तेव्हा त्यांना मिळालेल्या या मानाच्या जागेबद्दल त्यांचे अभिनंदन करणारे पत्र हेलनने त्यांना

लिहिले. तिला नवा भाऊ झाला तेव्हा ब्रुक्सच्या सन्मानार्थ तिने त्यांचे नाव 'फिलिप ब्रुक्स केलर' असे ठेवले आणि ती वार्ताही तिनं ब्रुक्सना पत्रानं कळवली.

हेलनच्या मित्रांप्रमाणेच तिचे अनोळखी चाहतेही कितीतरी होते आणि या साऱ्यांकडून रोज तिला खूप पत्रे येत. एकदा डॉ. बेल यांच्याकडून तिला एक पत्र आले, त्यात त्यांनी तिला कळवले होते की 'बहिऱ्यांना बोलावयाला शिकविण्याचे कार्य करणारी अमेरिकन ॲसोसिएशन' या नावाची एक संस्था ते स्थापन करणार होते आणि त्या संस्थेची पहिली सभा १८९१ सालच्या वसंतऋतूत होणार होती. मि. ॲनॅग्नॉस युरोपमध्ये प्रवास करीत होते. त्यांनीही त्या हिवाळ्यात हेलनला पुष्कळ पत्रे पाठवली. एका पत्रात त्यांनी लिहिले होते, "हेलन, मला परवा आलेले तुझं ताजं पत्र मी ग्रीसच्या राणीस दाखवलं. ते पत्र वाचून तिच्या डोळ्यांत अश्रू उभे राहिले."

हेलन केव्हातरी युरोपचा प्रवास करणार होती. त्या वेळी कदाचित ग्रीसच्या राणीची व तिची भेट होऊ शकली असती. पण प्रवास करायचा म्हणजे माणसाला आधी कितीतरी यायला हवे. त्यासाठी प्रथम अभ्यास केला पाहिजे, लिहिले पाहिजे, वाचले पाहिजे. पर्किन्स अंधशाळेत जेवढे म्हणून शिकता येणे शक्य होते तेवढे शिकून घ्यावयाचा हेलनने आपल्या मनाशी निर्धार केला.

एके दिवशी हेलन व तिच्या बाई यांनी जवळच असलेल्या 'वेलस्ली' या स्त्रियांच्या कॉलेजला व तेथील वसतिगृहाला भेट दिली. त्या वेळी आपल्या बाईंच्या तळहातावर पुढील मजकूर लिहून हेलनने त्यांना चकित केले, "एके दिवशी मीपण कॉलेजात जाणार आहे, पण मी हार्वर्डला जाणार!"

"प्रथम पर्किन्स अंधशाळेतले तुझे शिक्षण पुरे कर." बाईंनी तिला सूचना दिली.

तथापि, त्या हिवाळ्यात अशा काही घटना घडून आल्या की त्यामुळे कॉलेजात जाण्याचे विचार तेवढ्यापुरते तरी हेलनच्या डोक्यातून पार निघून गेले. पिटस्बर्ग येथील रे. ब्राउन यांच्याकडून हेलनला एक पत्र आले. अंधांसाठी आपण शाळा सुरू केल्याची आनंददायक वार्ता त्यात त्यांनी तिला कळवली होती. मात्र एक गोष्ट त्यांच्या मनाला फार त्रस्त करीत होती. टॉमी स्ट्रिंजर नावाचा एक सहा वर्षांचा मुलगा पिट्स्बर्ग येथे होता. टॉमी आंधळा अन् बहिरा होता. वयाच्या चौथ्या वर्षीच पाठीच्या कण्याचा मेनिन्जायटिस झाल्यामुळे त्याची दृष्टी आणि कान– दोन्ही गेली होती.

"तुला मिळाला तसा शिक्षक त्याला मिळवून द्यायला मला जमलं नाही." टॉमीची हकीगत सांगून ब्राउनने पुढे लिहिले होते, "कारण, हेलन, टॉमी स्ट्रिंजर हा एक अनाथ दरिद्री मुलगा आहे."

रे. ब्राउनच्या पत्राला लिहिलेल्या उत्तरात हेलनने म्हटले, "मी तिथं राहत असते

तर बरं झालं असतं. कारण मी स्वत:च त्याला शिकवू शकले असते!''

पण हेलनला टॉमीचा विसर पडेना. त्याच्या भवितव्याविषयी तिला चिंता वाटू लागली. टॉमीला चांगला शिक्षक मिळाला पाहिजे असे तिच्या मनाने घेतले. आपल्या अनेक पत्रमित्रांना तिने त्याच्याविषयी लिहून कळविले. विशेषत: वेड यांना तिने त्याच्याबद्दल जास्त आवर्जून लिहिले– टॉमी दरिद्री होता म्हणून त्याच्या शिक्षणाचा प्रश्न उभा राहिला होता. पैसे! थोडेफार पैसे जमविले तर टॉमीला मदत होण्यासारखी होती. हेलनने आपल्या वर्गातल्या मुलांशी टॉमीबद्दल बोलणे केले. सरतेशेवटी तिने रे. ब्राउनना लिहिले, ''टॉमीला केव्हातरी शिक्षक लाभणार हे निश्चित. कारण त्याला पर्किन्स अंधशाळेत प्रवेश मिळावा म्हणून आम्ही पैसे जमवीत आहोत. माझ्या मित्रमैत्रिणी अन् मी आमच्या खर्चात काटकसर करून पै-पैसा साठवीत आहोत. मी 'सोडा पॉप' हे पेय सोडून देणार आहे.''

हेलन टॉमीसाठी फंड गोळा करीत असतानाच दुसरी एक दु:खद घटना घडली आणि त्यामुळे काही काळ तिचे मन:स्वास्थ्य पार नाहीसे झाले.

एके दिवशी हेलनजवळ येऊन तिच्या बाई तिला म्हणाल्या, ''हेलन, घरून एक पत्र आलं आहे आणि त्यात एक वाईट बातमी आहे. तू ती ऐकायला तयार आहेस?''

ॲन सलिव्हन हेलनपासून काही चोरून ठेवीत नसे. तिच्याशी बोलताना सत्याचा कधीही अपलाप न करण्याचे धोरण ॲनने पहिल्यापासून ठेवले होते. ती पुढे म्हणाली, ''हेलन, तुझ्या 'लायनेस' बद्दलची बातमी आहे. सांगू का?''

हेलन चमकली. तिचे अंग जागच्या जागी ताठ झाले. ॲन सलिव्हनने तिच्या तळहातावर खुणांनी लिहावयास सुरुवात केली, ''आपली 'लायनेस' अंगाने भली थोरली आहे ना, त्यामुळे ती जरी इतकी गरीब आहे तरी लोक तिला घाबरतात. अन् म्हणून– गावातल्या सार्वजनिक बागेत ती एकदा मोकळी हिंडत असता गावच्या पोलिसांनी तिला गोळी घातली!''

''लायनेस मेली? मला सोडून गेली ती?''

हेलनने आपले तोंड ॲन सलिव्हनच्या छातीवर ठेवले आणि अनावर शोकावेगाने ती रडरड रडली. शोकाचा पहिला उमाळा ओसरल्यावर ती जराशी शांत झाली आणि मग तिने या अपघाताची वार्ता आपल्या मित्रमंडळींना कळवावयाचे ठरविले. पहिले पत्र अर्थातच मि. वेड यांना गेले. कारण त्यांनीच 'लायनेस' हेलनला दिली होती. त्यांना धाडलेल्या पत्रात सर्व हकीगत लिहून शेवटी हेलनने म्हटले, ''लायनेस किती गोड प्रेमळ कुत्री होती हे जर पोलिसांना माहीत असते तर त्यांनी तिला मुळीच गोळी घातली नसती!''

''हेलन, मी तुला ताबडतोब दुसरं कुत्रं पाठवून देतो.'' वेडनी पत्रोत्तरी लगोलग

तिला कळवले.

वेडनी हेलनसाठी दुसरा कुत्रा तर पाठवून दिलाच, पण त्यांनी आणखी एक गोष्ट केली. क्रीडा आणि क्रीडापटू यांना वाहिलेले 'फॉरेस्ट अँड स्ट्रीम' नावाचे एक मासिक होते, त्याकडे त्यांनी हेलनचे पत्र पाठवून दिले. त्या मासिकाने हेलनचे पत्र आवर्जून छापले. कुत्री पाळणाऱ्या आणि कुत्र्यांचा लळा असणाऱ्या शेकडो वाचकांनी ते वाचले. हेलनच्या कुत्रीला अशा रीतीने मृत्यू यावा याचा त्या सर्वांना फार राग आला. त्यांना फार दु:खही झाले आणि त्यांनी वेगवेगळ्या प्रकारची कुत्री हेलनला भेट म्हणून देऊ केली. कॅनडामधली क्वेबेक येथे राहणाऱ्या एका माणसाने हेलनसाठी नवा राखणदार कुत्रा खरेदी करावा या हेतूने फंड गोळा करण्यास सुरुवात केली, तर लंडन येथील एका वृत्तपत्राच्या संपादकाने तिला कळवले, "तू नवीन कुत्रा खरेदी कर. काय पैसे कमी पडतील ते मी तुला धाडून देईन."

हेनने त्या सर्वांच्या पत्रांना उत्तरे लिहिली. वेड यांनी आपल्याला एक नवा कुत्रा धाडल्याचे तिने त्यांना कळविले आणि त्यांनी देऊ केलेल्या सहकार्याबद्दल तिने त्यांचे मन:पूर्वक आभार मानले.

पण ती पत्रे वाचताना एक सुंदर कल्पना तिला सुचली. हे जग उदार दात्यांनी भरलेले होते. तिला स्वत:ला पैसे नको होते, पण दुसऱ्या कुणाला तरी या वेळी पैशांची फार गरज होती. टॉमी स्ट्रिंजर! त्याला ही मदत कामी आली असती. हेलनला ज्या लोकांनी कुत्री किंवा कुत्र्यांच्या खरेदीसाठी पैसे देऊ केले होते. त्या साऱ्यांना तिने पत्रामागून पत्रे लिहावयाचा सपाटा लावला. कॅनडातला तो गृहस्थ, लंडन येथील वृत्तपत्राचा तो संपादक, 'फॉरेस्ट अँड स्ट्रीम' चे ते असंख्य वाचक–सर्वांना तिने पत्रे धाडली आणि आपल्या दातृत्वाचा ओघ ते टॉमी स्ट्रिंजरकडे वळवतील काय, अशी तिने त्यांना विचारणा केली.

"टॉमी दरिद्री आहे, अनाथ आहे. मी जर त्याच्यासाठी पुरेसे पैसे गोळा करू शकले तर तो पर्किन्सच्या अंधशाळेत येऊन शिकेल. त्यांचे जीवन सुखी होईल."

थोड्याच आठवड्यांत तिने तीनशे डॉलर गोळा केले.

"एवढे पैसे पुरतील?" हेलनने ॲनॅग्नॉसना प्रश्न केला.

तेवढे पैसे पुरे पडणार नव्हते. आणखी बऱ्याच पैशांची जरूरी होती. मग हेलनने बिशप ब्रुक्सना विनंती केली आणि त्यांनी एका सार्वजनिक समारंभाच्या प्रसंगी या विषयावर हृदयस्पर्शी भाषण केले. लवकरच हेलनजवळच्या रकमेचा आकडा सहाशे डॉलरपर्यंत चढत गेला. जनतेला विनंती करणारी आणि आभार मानणारी तिची पत्रे वर्तमानपत्रात छापून येऊ लागली. वसंतऋतूचे आगमन झाले त्या वेळी हेलनने सोळाशे डॉलरपेक्षाही अधिक रक्कम टॉमीसाठी जमवली होती.

"एवढे पैसे तरी पुरतील ना?" तिने मोठ्या आशेने ॲनॅग्नॉसना विचारले.

''हेलन, माझ्या आवडत्या मुली'' ॲनॅग्नॉसनी हर्षभरित स्वरात म्हटले, ''जवळजवळ दोन वर्षेपर्यंत आता टॉमीला हे पैसे भरपूर होतील.''

''हे पैसे जमवताना मला फार आनंद झाला,'' हेलनने तृप्त होऊन म्हटले, ''एका अपंग मुलाला साह्य करणं ही केवढी आनंदाची व समाधानाची गोष्ट आहे! पुन्हा केव्हातरी हे काम मी परत करणार आहे.''

आता ती टॉमीच्या आगमनाची मोठ्या उत्सुकतेने वाट पाहू लागली. टॉमी स्ट्रिंजर पर्किन्सच्या अंधशाळेत प्रथम आला त्या वेळी तो श्वासोच्छ्वास करणारा केवळ मातीचा गोळा होता. त्याला स्वत:चे एकही काम करता येत नव्हते. त्याचे वय आता जवळजवळ सात वर्षांचे होते, पण अजून तो चालायलासुद्धा शिकला नव्हता. कारण त्याला चालायला कसे शिकवावे हेच मुळी कोणाला कळले नव्हते, पण पर्किन्सला आल्यावर तेथील तज्ज्ञ शिक्षकांच्या साह्याने तो लवकरच चालावयाला शिकला. त्याला आपल्या हाताने कपडे अंगात घालता येऊ लागले आणि स्वत:च्या हाताने जेवताही येऊ लागले. बोटांच्या साह्याने खुणा करून तो 'बोलायला'ही शिकला.

''तो पहिल्यांदा कोणता शब्द शिकला?'' हेलनने कुतूहलाने त्याच्या शिक्षकांना विचारले. आपण स्वत: 'पाणी' हा शब्द प्रथम कसा शिकलो त्याचे तिला स्मरण झाले होते. ''टॉमी पहिल्यांदा 'ब्रेड' हा शब्द शिकला.'' शिक्षकांनी हेलनला सांगितले, ''त्याला 'ब्रेड' म्हणजे काय हे कळत होतं. त्या विशिष्ट वस्तूला एक विशिष्ट नाव आहे हे आम्ही त्याला प्रथम समजावून दिलं आणि त्यावरून नंतर इतर वस्तूंचीही नावे त्याला कळू लागली.''

''तुम्ही त्याला बोलायला शिकवलं पाहिजे.'' हेलननं आग्रह धरला, आणि तिच्या शिक्षकांनी ते तत्काळ मान्यही केले.

त्या वर्षी उन्हाळ्याच्या सुटीत हेलन टस्कंबियाला आली त्या वेळी तिचे हृदय आनंदाने तुडुंब भरून गेले होते. टॉमीची काळजी घेतली जात होती आणि तिला स्वत:ला नवा कुत्राही मिळाला होता.

तथापि, नव्या कुत्र्याशिवाय आणखीही एक दोस्त घरी तिची वाट बघत होता. हेलन घरी येताच तिच्या वडिलांनी तिला त्या नव्या दोस्ताकडे नेले. हा दोस्त म्हणजे एक लहानसे गरीब तट्टू होते. त्याचा बांधा रेखीव सुटसुटीत होता अन् त्याचे अंग रेशमासारखे मऊसूत होते.

''हे तुझे तट्टू, बरं का हेलन.'' वडिलांनी तिला सांगितले.

''त्याचा रंग कसा आहे?'' हेलनने विलक्षण उत्सुकतेने प्रश्न केला.

''अगदी काजळासारखा काळाभोर रंग आहे त्याचा,'' कॅप्टन केलरने म्हटले, ''अन् त्याच्या कपाळावर मधोमध एक सुरेख पांढरी शुभ्र चांदणी आहे.''

''ब्लॅक ब्यूटी! मी त्याचं नाव 'ब्लॅक ब्यूटी' असे ठेवणार!'' हेलन हर्षाने ओरडली.

त्या उन्हाळ्याच्या सुटीतला बराचसा काळ हेलनने 'ब्लॅक ब्यूटीच्या' पाठीवर बसून फिरण्यात घालवला. अशा वेळी तिच्या एका बाजूला जवळजवळ 'ब्लॅक ब्यूटी' इतक्यात उंचीचा तिचा नवा राखणदार कुत्रा असे, तर दुसऱ्या बाजूला तिच्या बाई किंवा घरातलेच दुसरे कोणीतरी घोड्यावर बसून तिच्याबरोबर हिंडत असे. सुटीच्या राहिलेल्या वेळात हेलन आपली दुसरी आवडती कामे करी. बोलण्याचा अभ्यास करणे, लिहिणे अन् वाचणे ही ती कामे असत.

एव्हाना हेलनला स्वत:ची अशी एक विशिष्ट वाङ्मयीन शैली साध्य झाली होती. तिने लिहिलेल्या काही गोष्टी व तिच्या इतर लेखनातले काही उतारे असे काही छान उतरले होते की त्यावरून प्रयत्नाने लेखनकला तिला सहज जमेल असे वाटत होते. तिच्या काही कथा पर्किन्स अंधशाळेच्या वार्षिक अहवालात प्रसिद्ध झाल्या होत्या. हेलन कोणत्याही घटनेविषयी, व्यक्तीविषयी लिहीत असे. ज्या देशाचा अभ्यास ती करीत असेल तेथील हवामान, तेथील इतिहासातल्या घटना, तेथील इमारती, स्वत:ची खरी किंवा काल्पनिक मित्रमंडळी, पऱ्या, अलाबामाच्या अरण्यातून आपल्या बाईंसह हिंडताना आलेले अनुभव हे सारे हेलनच्या लिहिण्याचे विषय होऊ शकत.

हिवाळा आला. हिवाळ्याच्या अखेरीस पानांचे रंग पालटू लागले. त्या रंगाचे वर्णन बाईंनी आपणास ऐकवावे असा हेलन त्यांच्याजवळ हट्ट धरून बसू लागली. रंग! ते एक तिला सतत खिजवणारे गूढ होते. एक आव्हान होते. रंग समजावून घेण्याची हेलनला तीव्र इच्छा होई. सूर्य सोनेरी आणि उबदार होता. वसंतऋतूत झाडांची पाने हिरवीगार, थंड, लवचीक अन् मऊ असत. हिवाळा आला की तीच पाने सुकून कडकडीत होत आणि त्यांना झगझगीत लाल, नारिंगी, तपकिरी रंग चढे. गुलाबाच्या सुगंधात ऋतूपरत्वे फरक पडे. तेव्हा त्याच्या रंगातही वेगवेगळ्या छटा उमटत असल्या पाहिजेच असे हेलनला वाटे.

हेलनला ध्वनी कळे. कारण ध्वनीबरोबर कंपने उठत. कोणी पियानो वाजवू लागले तर हेलन पियानोवर आपले हात ठेवी आणि पियानोच्या कंपाबरोबर स्पर्शद्वारा तिला संगीत 'कळे' पण रंग–

हिवाळ्यात बदलत जाणाऱ्या पानांच्या रंगच्छटांचे स्वरूप समजावून घेण्यासाठी तिने आपल्या कल्पनाशक्तीला खूपच ताण दिला आणि त्यातूनच एक कथा हलकेहलके तिच्या मनात आकार घेऊ लागली–

''मला एक परिकथा सुचते आहे'' कथा लिहावयास घेण्यापूर्वी तिनं घरातल्या माणसांना सांगितले, ''हिवाळ्यात पानांचे रंग कसे बदलतात यासंबंधी कथा

लिहिणार आहे मी.''

हेलनचे कथालेखन सुरू झाले. तिच्या घरातली मंडळी कथा संपण्याच्या क्षणाची आतुरतेने प्रतीक्षा करू लागली.

कथा संपवून हेलन जेवणघरात जेवणाच्या मेजाशी आली तेव्हा आपण काहीतरी निर्माण केले आहे या जाणिवेचा आनंद आणि अभिमान तिच्या मुद्रेवर झळकत होता. लिहून पूर्ण केलेली कथा तिच्या हातात होती. 'ब्रेल' लिपीच्या छोट्या छोट्या ठिपक्यांनी भरून गेलेले जाड कागदाचे ते मोठेमोठे तुकडे म्हणजेच तिची कथा होती. सर्वांनी हेलनची पाठ थोपटून तिचे कौतुक केले आणि तिच्या बाईंनी तिची हनुवटी कुरवाळून कथा वाचून दाखवण्याची तिला सूचना केली.

हेलनला अजूनही चांगले बोलता येऊ लागले नव्हते. तिचे बोलणे फार अस्पष्ट, अगदी ओठातल्या ओठात असे. परक्या लोकांना ते कळतच नसे, पण तिच्या घरातल्या माणसांना मात्र सरावाने तिचे बोलणे आता उमगू लागले होते. हेलन आपली कथा वाचू लागली.

''दूर दूर उत्तरेकडे, जेथे बारा महिने अठरा काळ हिमवर्षाव होत असतो, तेथे सुंदर राजवाड्यात वादळराजा राहतो. हा राजवाडा शेकडो शतकांपूर्वी राजा हिमनग याच्या कारकीर्दीत बांधला गेला. तो इतका सुंदर आहे की, शब्दांच्या साह्याने त्याचे वर्णन करणे केवळ अशक्य आहे. वादळराजापाशी सुवर्णाने आणि बहुमूल्य रत्नांनी भरलेले खजिने आहेत. या द्रव्याचा काही सदुपयोग करावा असे एकदा वादळराजाच्या मनात आले आणि आपला आनंदी स्वभावाचा शेजारी 'सान्ता क्लॉज' याच्याकडे ते द्रव्य धाडून देण्याचे त्याने ठरविले. कारण 'सान्ता क्लॉज' त्याचा योग्य रीतीने उपयोग करील अशी वादळराजाची खात्री होती. मग वादळराजाने पऱ्यांच्या एका तुकडीला बोलावले आणि मूल्यवान रत्नांनी भरलेल्या बरण्या सान्ता क्लॉजकडे पोहोचवून देण्याची कामगिरी त्याने त्यांच्यावर सोपविली. पऱ्यांनी बरण्या उचलून खांद्यावर घेतल्या अन् त्या आपल्या प्रवासाला निघाल्या, पण पऱ्या या स्वभावत:च मोठ्या गमत्या अन् आनंदी असतात आणि कामापेक्षा खेळणे त्यांना अधिक प्रिय आहे. त्यांना खेळाची लहर आली तशा खांद्यावरच्या बरण्या उतरून त्या त्यांनी झाडाझुडपांआड लपवून ठेवल्या अन् आपण गेल्या खेळायला. त्या उनाड पऱ्या खेळात गर्क झाल्या असता सूर्यराजाने त्या बरण्या पाहिल्या. सूर्याचे प्रखर किरण बरण्यांवर पडले मात्र, त्यात काठोकाठ भरलेली रंगीबेरंगी मूल्यवान रत्ने भराभर वितळू लागली आणि ते वितळलले रस बरण्यांबाहेर येऊन वाहू लागले. झळझळीत लाल, जांभळे, सोनेरी असे ते रंगाचे थेंब आजूबाजूच्या पानांवर ठिबकले आणि पानांचे हिरवे रंग पालटून त्यांना ते झगमगते हिवाळी रंग चढले. पऱ्यांच्या निष्काळजीपणाचा वादळराजाला प्रथम भारी राग आला, पण झाडांच्या पानांना

चढलेले नवे रंग किती सुंदर दिसत होते हे जेव्हा त्याने पाहिले तेव्हा त्याचा राग मावळून गेला आणि तो म्हणाला, 'माझ्या आळशी पऱ्या अन् माझा पराक्रमी शत्रू सूर्यराजा या उभयतांनी मिळून मला दुसऱ्याच्या उपयोगी पडण्याचा एक नवा धडा शिकवला आहे.' तेव्हापासून दर हिवाळ्यात झाडांची पाने नव्या झळझळत्या रंगांनी रंगवण्याचे काम वादळराजा मोठ्या आनंदाने करीत असतो.''

हेलनची गोष्ट संपली. तिच्या घरातली माणसे विस्मयाने थक्क झाली होती.

''फारच छान गोष्ट आहे ही.'' हेलनची आई तिला म्हणाली, ''तू या गोष्टीला काय नाव दिले आहेस?''

''हिवाळ्यातली पाने!'' हेलन म्हणाली.

''विलक्षण सुंदर कथा आहे ही हेलन!'' कॅप्टन केलरने उद्गार काढले.

''पण तुझी खात्री आहे ना, की ही कथा आधी तू कुठं वाचलेली नाही म्हणून?''

''छे, मी ती कुठंही वाचलेली नाही.'' हेलन ठासून म्हणाली, ''मी स्वत: ती लिहिली आहे. ॲनॅग्नॉसच्या वाढदिवसासाठी माझी ती त्यांना भेट आहे.''

क्षणभर हेलनचा चेहरा गोंधळलेला दिसला, पण लगेच सर्वांनी तिची पाठ थोपटून तिला धीर दिला. मग हेलनला बरे वाटले. हेलनने एक नवा पराक्रम गाजवला होता. आपल्या हुशारीने घरातल्या माणसांना ती अशीच वारंवार चकित करीत असे. तिने लिहिलेली ही कथा खरोखरच छान होती. हेलनजवळ लेखनकला असल्याची साक्ष तिने पटविली होती.

कॅप्टन केलरने क्षणमात्र विचार केला अन् मग तो म्हणाला, ''मला वाटतं, 'हिवाळी पाने' या शीर्षकापेक्षा 'वादळराजा' हे शीर्षक या कथेला अधिक शोभून दिसेल.''

हेलनला ती कल्पना आवडली आणि त्याप्रमाणे कथेचं शीर्षक तिने बदलले. मग संपूर्ण कथेचे नवीन हस्तलिखित तयार करण्यात आले. ॲनॅग्नॉसना वाचून दाखवण्यासाठी हेलनने स्वत: लिहिलेली सुंदर गोड परिकथा होती ती!

''मी ती कथा पोस्ट ऑफिसात घेऊन जाऊ का?'' कॅप्टन केलरने मुलीला विचारले.

''नाही नाही'' ती चिमुकली लेखिका अभिमानाने म्हणाली, ''माझी कथा मी स्वत:च पोस्टात टाकीन.''

हेलनने खास आपल्या वाढदिवसासाठी लिहिलेली कथा वाचून ॲनॅग्नॉसना फार आनंद झाला. त्या कथेने टस्कंबियात जे सौख्याचे वातावरण निर्माण केले होते तेच बोस्टन परगण्यातही तिने पसरविले. ॲनॅग्नॉसना हेलनचे फार कौतुक वाटले आणि तिची कथा पर्किन्स अंधशाळेतर्फे निघणाऱ्या मासिकात प्रसिद्ध करावयाचे

त्यांनी ठरवले.

तथापि, कथा प्रसिद्ध झाली मात्र, हेलनविरुद्ध एक प्रचंड वादळच तिने निर्माण केले. हेलनच्या बाईंनी एके दिवशी सकाळी तिचे केस विंचरताना ती वाईट बातमी तिला सांगितली.

"हेलन, ॲनॅग्नॉसना कुणीतरी एक पत्र पाठवलं आहे आणि तू लिहिलेली कथा स्वतंत्र नाही असं त्या पत्रलेखकाने म्हटलं आहे. तो म्हणतो की 'वादळाच्या पऱ्या' नावाची एक कथा आहे, अन् तू लिहिलेली कथा हुबेहूब तशीच आहे."

हेलन गोंधळून गेली, "असं कसं होईल? माझी कथा मी स्वत: जुळवून लिहिली आहे," ती आग्रहाने पुन्हा पुन्हा म्हणत राहिली.

"ही 'वादळाच्या पऱ्यां'ची गोष्ट कधीतरी कुठे वाचल्याचे आठवतेय का तुला? मार्गरिट टी. कॅन्बी नावाच्या लेखिकेने लिहिलेल्या 'पाखरू अन् त्याच्या पऱ्या मैत्रिणी' नावाच्या पुस्तकात ती कथा आहे."

हेलनच्या मनावर मोठाच आघात झाला होता. तिने नकारार्थी मन हलवली. नाही, ते पुस्तक, ती कथा तिने कधीच वाचलेली नव्हती.

"मलासुद्धा हे पुस्तक वाचल्याचं स्मरत नाही हेलन." बाई म्हणाल्या, "माझी खात्री आहे की मी हे पुस्तक तुला कधीच वाचून दाखवलं नाही. पण कदाचित दुसऱ्या कुणीतरी ते तुला वाचून दाखवलं असेल!"

बिचारी हेलन! तिचे मन अधिकाधिक खचत चालले. ज्याने त्याने तिच्याजवळ यावे अन् तिला विचारावे, "हेलन, नीट आठवून पाहा. ती 'वादळाच्या पऱ्यां'ची गोष्ट तू स्वत: वाचली होतीस का? दुसऱ्या कुणी ती तुला कधी वाचून दाखवली होती का? नीट आठव बरं!"

"नाही, नाही मी ती गोष्ट कधीच वाचली नाही." हेलन रडकुंडीला येऊन म्हणे, "वादळराजाची गोष्ट अगदी माझी स्वत:ची गोष्ट आहे. मी स्वत: माझ्या मनात जुळवून लिहिलीय ती!"

एकाएकी हेलनच्या जीवनातला आनंद जणू ओसरून गेला. तिचे साधे भोळे विश्वस्त मन अविश्वास, संशय, शंका, लज्जा या भावनांनी भरून गेले.

"ॲनॅग्नॉसचा पण माझ्यावर विश्वास नाही का?" ती दु:खित अंत:करणाने पुन्हा पुन्हा एकच केविलवाणा प्रश्न विचारी, "त्यांना पण असेच वाटतंय का की, माझी कथा स्वतंत्र नसून चोरलेली आहे म्हणून?"

या सर्व घटनेमुळे ॲनॅग्नॉसना फार मन:स्ताप झाला होता आणि हेलनवरचा त्यांचा विश्वास डळमळू लागला होता. हे जेव्हा हेलनला कळले तेव्हा तर तिच्या दु:खाला पारावारच राहिला नाही. आपल्या बाईंच्या कुशीत तिने तोंड खुपसले आणि ती ओक्साबोक्सी रडू लागली.

तिच्या बाई एकदम तिला म्हणाल्या, "हेलन, रडू नकोस. माझा तुझ्या प्रामाणिकपणावर विश्वास आहे. मी या प्रकरणाचा संपूर्ण छडा लावल्याखेरीज राहणार नाही. मग त्यासाठी मला कितीही त्रास सोसावा लागला तरी हरकत नाही !"

आणि बाईंनी कामाला सुरुवात केली. पर्किन्स अंधशाळेच्या वाचनालयातली सारी पुस्तके त्यांनी पालथी घातली. हेलनच्या घरच्या पुस्तकांचीही संपूर्ण यादी त्यांनी मागवली. सर्व चौकशी करून मग त्या हेलनला म्हणाल्या, "मार्गारिट कॅन्बीच्या पुस्तकाची प्रत टस्कंबिया इथे तुझ्या घरी नाही. इथं पर्किन्स अंधशाळेतही ती नाही. मिसेस हॉपकिन्सकडे मात्र एक प्रत आहे. आपण ब्रूस्टरला त्यांच्या घरी राहत होतो त्या वेळी ती प्रत मिसेस हॉपकिन्सनी तुला वाचून दाखवली होती का?"

"मला आठवत नाही." हेलन म्हणाली.

"मिसेस हॉपकिन्सनी ती कथा त्या वेळी तुला वाचून दाखविली असेल अन् नंतर तू ते सारं विसरून गेली असशील." ॲन सलिव्हन म्हणाली. "मला वाटतं, हे सारं कसं घडलं असेल याचा मला थोडासा अंदाज आला आहे. मी तुझ्याकडे आल्यानंतर एक वर्षाच्या आत ही कथा तुला वाचून दाखविली गेली. तेव्हा तुझ्या जवळचा शब्दांचा संग्रह इतका तोकडा होता की ही सारी कथा त्या वेळी तुला नीट कळलीही नसेल. पण तुझ्या नेणिवेत त्या गोष्टीचा खोल ठसा उमटून राहिला असला पाहिजे आणि नंतर ही कथा जेव्हा तुझ्या मनात पुन्हा साकार झाली त्या वेळी ती आपल्यालाच सुचली असं तुला वाटलं–"

हेलनभोवती उठलेल्या वादळाने अधिकच उग्र स्वरूप धारण केले. ती व तिच्या बाई यांना पर्किन्सला यावे लागले, इतकेच नव्हे तर तेथे कोर्टात घेतली जाते तशी त्यांची 'उलटतपासणी'ही घेतली गेली. पर्किन्स अंधशाळेतल्या काही शिक्षकांची एक समिती नेमली गेली. त्या समितीपुढे हेलनला उभे करण्यात आले. तिला असंख्य प्रश्न विचारण्यात आले आणि त्यांना तिला उत्तरे द्यावी लागली. तिजवर वाङ्मयचौर्याचा आरोप करणारे, तिच्याकडे गुन्हेगार म्हणून संशयाने बोटे रोखणारे ते प्रश्न तिला पुन्हा पुन्हा वेगवेगळ्या रीतीने विचारण्यात आले. आपला जीव गुदमरून जात आहे असे हेलनला वाटू लागले. तिची आधीच दुबळी असलेली वाचाशक्ती जणू पारच संपुष्टात आली. तिची बोटे इतकी थरथर कापू लागली की तिला बोटांची लिपीदेखील ऐन वेळी आठवेना.

सरतेशेवटी उलट तपासणीचे ते भयंकर दिव्य संपले. हेलनच्या बाईंनी तिला तेथून बाजूला नेले आणि तिला आपल्या पोटाशी घट्ट धरून कुरवाळले. हेलनने बाईंच्या छातीवर डोके ठेवले आणि ती रडरड रडली.

तिच्या तोंडावरून हात फिरवीत बाई तिला म्हणाल्या, "रडू नकोस हेलन, रडू

नकोस. तू फार शूर मुलगी आहेस. मला तुझा अभिमान वाटतो.''

''मी आता जन्मात पुन्हा कधी काही लिहिणार नाही.'' हेलन रडत रडत म्हणाली, ''कधी चुकूनसुद्धा लिहिणार नाही.''

नंतर हे वादळ हळूहळू ओसरले. मार्गारेट कॅन्बीला सारा प्रकार एव्हाना कळला होता. तिने स्वत: हेलनला एक सांत्वनपर पत्र लिहिले. इतर लेखकांच्याही कानावर ही हास्यास्पद घटना गेली, तेव्हा त्यांनीही हेलनला ताबडतोब पत्रे लिहिली. मार्क ट्वेन या सुप्रसिद्ध विनोदी लेखकाला तर हे सारेच प्रकरण मोठे संतापजनक वाटले. हेलनसारख्या मुलीवर एवढा गहजब उठवला जावा याची त्याला विलक्षण चीड आली. त्याने लिहिले, ''माझा आणि हेलन केलरचा अद्याप परिचय झालेला नाही, पण मी तिचा फार मोठा चाहता आहे आणि वाङ्मयचौर्याबद्दल बोलायचे झाले तर– असा कोण लेखक या जगात अगदी संपूर्णपणे स्वतंत्र आहे?''

अशा रीतीने अनेक थोर लोकांनी हेलनला धीर देऊन तिचे सांत्वन केले खरे, पण या साऱ्या अनुभवाने हेलन अगदी हादरून गेली. तिचा स्वत:वरचा विश्वासच उडून गेला आणि यापुढे लेखन या गोष्टीचा तिने धसका घेतला. ''मी काहीही लिहिलं तरी ते माझंच असेल कशावरून?'' ती वरचेवर म्हणू लागली.

या वेळी हेलनचे अकरावे वर्ष संपून तिला बारावे वर्ष नुकतेच लागले होते. या वेळी मुलीचे मन फारच हळवे, संवेदनशील होते. अशा वयात आलेल्या या विलक्षण अनुभवाने हेलन फार दुखावली गेली. तिला भोगाव्या लागलेल्या मन:स्तापामुळे डॉ. अलेक्झांडर ग्रॅहॅम बेल यांना फार वाईट वाटले आणि हेलनने पुन्हा एकदा लेखन सुरू करावे, असा तिच्या बाईंप्रमाणेच त्यांनीही तिला तगादा सुरू केला. डॉ. बेलचे 'व्होल्टा ब्यूरो'चे सहकारी जॉन हिट्झ् यांनीही हेलनचे मन वळवण्यास सुरुवात केली. डॉ. बेलप्रमाणे हिट्झ्नाही हेलनचा फार लळा होता. हिट्झ् हे एक वयोवृद्ध प्रेमळ गृहस्थ होते. कित्येक वर्षांपूर्वी ते स्वित्झर्लंडमधून अमेरिकेत येऊन स्थायिक झाले होते. 'व्होल्टा ब्यूरो'चे मुख्याध्यापक म्हणून त्यांची नेमणूक होण्यापूर्वी स्वित्झर्लंडचे परराष्ट्रीय वकील म्हणून ते वॉशिंग्टन येथे काम करीत असत.

हिट्झ्नी स्वत: हेलनची भेट घेतली आणि त्यांनी तिला लेखनाचा आग्रह केला. तेव्हा हेलनने आपल्या मनातले भय व शंका त्यांना बोलून दाखवल्या.

''मी काहीही लिहिलं तरी ते माझं स्वत:चेच असेल कशावरून?'' तिने प्रश्न केला, ''मी ते पूर्वी कुठे वाचलेले कशावरून नसेल?''

''ज्या गोष्टी खास तुझ्या अनुभवाच्या आहेत, ज्या इतर कुणालाही माहीत असण्याचं कारण नाही. त्यांच्यासंबंधी लिहिता येईल तुला!'' हिट्झ् तिला म्हणाले.

''असं काय आहे की जे कुणाला माहीत नाही?''

''तुझं स्वत:चे आयुष्य! ते लोकांना कुठं ठाऊक आहे?''

“माझं स्वत:चे आयुष्य! त्याच्यासंबंधी लिहू मी?”

“अगदी बेलाशक. तू आपल्या स्वत:च्या जीवनाची कथा लिहून वाचकांपुढे ठेव. ते अगदी खास तुझे स्वत:चे विचार, तुझे स्वत:चे अनुभव असतील! तेथे तर वाङ्मयचौर्याचा प्रश्न येणार नाही ना?”

हेलन विचार करू लागली. त्या कल्पनेने तिच्या मनाचा ताबा घेतला. डॉ. बेलही या चर्चेच्या वेळी तेथेच होते. त्यांनी हेलनच्या खांद्यावर थोपटून तिला प्रोत्साहन दिले.

“आणि हेलन” हिट्झ्नी हळूच सुचवले. “तुझी ही जीवनकथा आपण ‘यूथ्स कम्पॅनियन’ मासिकाला धाडली तर ते ती छापतीलही कदाचित!”

अशा रीतीने सर्वांनी हेलनला प्रोत्साहन दिले. तिला लागेल ते साह्य देण्याचे त्यांनी मान्य केले. तेव्हा हेलनला हुरूप आला आणि तिने आपली कथा लिहावयास प्रारंभ केला.

“अलाबामा परगण्याच्या उत्तरेकडील विभागात टस्कंबिया नावाचे एक छानदार लहानसे गाव आहे. त्या गावी, बारा वर्षांपूर्वी, जून महिन्यातील एका सुंदर प्रभातकाली माझा जन्म झाला. माझ्या जीवनाची कहाणी फार साध्या रीतीने सुरू झाली, इतर कोणत्याही अर्भकाच्या जीवनकथेहून तिचा प्रारंभ वेगळा नव्हता. या रम्य जगात मी प्रथम पाऊल टाकले त्या वेळी इतर साऱ्यांप्रमाणे मीही पाहू शकत होते, ऐकू शकत होते. (यानंतर हेलनने आपल्या शैशवांतील सर्व तपशील अगदी बिनचूकपणे दिला होता. तिचा आजार, ॲन सलिव्हनचे आगमन, हेलनला भेट म्हणून मिळालेला कॅनरी पक्षी, पुस्तकांबद्दलचे तिचे वाढते आकर्षण, मिस् फुलर, लायनेस, टॉमी– सारे काही त्यात आले होते. फक्त ‘वादळराजा’चा उल्लेख सोडून) येथे मी माझ्या बाळपणाची कहाणी संपवते. हा हिवाळा मी दक्षिणेकडील या सुंदर प्रदेशात माझ्या घरी काढीत आहे. सुंदर स्वच्छ सूर्यप्रकाशात उजळलेला आणि गोड फुलांनी बहरलेला हा प्रदेश फार सुंदर आहे आणि जीवनाला स्वाभाविक माधुर्य आणणारे जे जे म्हणून काही असते ते सारे येथे माझ्याभोवती मला लाभले आहे. प्रेम करणारी मातापितरे, लाडका छोटा भाऊ, गोड धाकटी बहीण आणि जगातली सर्वांत प्रिय शिक्षिका हे सारे देवदयेने मला मिळाले आहे. माझे जीवन सुखाने परिपूर्ण आहे. येणारा प्रत्येक नवा दिवस माझ्यासाठी नवा आनंद, दूरच्या स्नेह्याच्या, चाहत्यांच्या प्रेमाची एखादी नवीन खूण घेऊनच येतो आणि मग आनंदाने तुडुंब भरलेल्या माझ्या हृदयातून उद्गार निघतात, प्रेम हेच जीवनाचे सर्वस्व आहे आणि परमेश्वर प्रेमस्वरूप आहे!”

❖

६. कागदी पंखांची भरारी

सर्वांनी भविष्य वर्तविले होते त्याप्रमाणे हेलनची जीवनकथा 'यूथ्स कम्पॅनियन' मासिकाने विकत घेतली आणि हेलनचा गेलेला आत्मविश्वास पुन्हा परत येऊ लागला.

कागदावर लिहिलेल्या शब्दांच्या द्वारा आपण काय हवे ते साधू शकतो ही एक नवीच जाणीव तिला आता झाली. ते शब्द हे तिचे जग होते. शब्दांच्या द्वारा आपल्या जीवनात, अनुभवात ती इतरांना वाटेकरी करू शके आणि शब्दांच्या साह्यानेच ती कोणत्याही काळात संचार करी, कोणत्याही देशातल्या व्यक्तीला भेटे. मग ते प्राचीन ग्रीक पुरुषोत्तम असोत, शेक्सपीयरच्या नाट्यसृष्टीतली विविध पात्रे असोत की दूरच्या जंगलातल्या रानटी टोळ्या असोत, शब्द हाच हेलनला त्यांच्याशी जोडणारा एकमेव दुवा होता.

"कागदी पंखांच्या योगाने भराऱ्या मारणे किती सोपे आहे!" अशा वेळी तिच्या मनात हा विचार येई.

हेलनला नवे कागदी पंख फुटले होते आणि हे पंख फडफडावीत ती सर्वत्र जाणार होती. ती खूप वाचणार होती आणि खूप लिहिणार होती. त्याचप्रमाणे इतर अंध व बधिर मुलांनाही लिहिता-वाचता यावे म्हणून ती सर्वांजवळ आग्रह धरणार होती. म्हणजे मग त्या आंधळ्या-बहिऱ्या मुलांनाही हे असे सर्वसंचारी कागदी पंख लाभले असते!

"हेलन, तू इतकं काम करू नकोस." तिच्या आईने तिला म्हणावे, इतरांनीही तिला तोच इशारा द्यावा, पण हेलन त्यांचे बोलणे मनावर घेत नसे. स्वत:ला क्षणभरही विश्रांती द्यायची नाही असेच जणू तिने ठरविले होते. तिला भूक चांगली लागे आणि रात्री तिला गाढ झोप येई. पण ती आता फार झपाट्याने वाढू लागली होती. वयाच्या बाराव्या वर्षीच तिची उंची पाच फूट दोन इंच इतकी होती अन् तिचे वजन एकशेबावीस पौंड होते.

"हेलन, अंध आणि बधिर मुलांसाठी कार्य सुरू करण्यापूर्वी तू आपला

अभ्यासक्रम का संपवीत नाहीस?'' ॲन सलिव्हनने हेलनला सुचवून पाहिले. पण हेलनला ती कल्पना रुचली नाही. तिला दोन्ही गोष्टी बरोबरच करावयाच्या होत्या. बहिऱ्यांसाठी चालवलेल्या शाळांना तिने भेट द्यावी असे डॉ. बेलनी तिला म्हटले होते म्हणून ते काम ती करणार होती. त्याचप्रमाणे तिने, 'शिकागो वर्ल्ड फेअर' ला भेट द्यावी असे त्यांनीच सुचवलेले असल्यामुळे तेथेही ती जाणार होती.

''आणि मी कॉलेजमध्येही जाणार आहे!'' ती म्हणे.

''पण हेलन, फारच थोड्या बायकांची मजल कॉलेजपर्यंत जाते.''

कोणीतरी आक्षेप घ्यावा.

''स्त्रियांच्यावरची बंधने दिवसेंदिवस कमी होत चालली आहेत.'' हेलन लगेच म्हणे, ''त्यांना अधिकाधिक स्वातंत्र्य मिळत आहे, लवकरच त्या सर्वजणी कॉलेजात जाऊन शिकू लागतील. त्यांना मतदानाचा हक्कही मिळेल. स्त्रियांना सर्व प्रकारचे हक्क मिळावेत म्हणून मी प्रयत्न करणार आहे अन् त्याबरोबर माझ्या स्वत:च्या उपजीविकेसाठी मी स्वत: पैसाही मिळवणार आहे!''

वादळराजाच्या घटनेमुळे हेलन केलरचे मुग्ध शैशव जणू एकाएकी संपून गेले होते आणि तिला फार लवकर समज आली होती. आतापासूनच ती आपल्या भविष्याचा विचार करू लागली होती. आपल्याला मिळवता येईल तेवढे शिक्षण आपण मिळवले पाहिजे असे तिच्या मनाने घेतले होते. आपल्याला चांगले स्पष्ट बोलता आले पाहिजे हा तिचा आग्रह होता आणि जन्मभर आपल्या हातून महत्त्वाच्या, इतरांना साह्यकारी अशाच गोष्टी घडाव्यात ही तिची एकमेव महत्त्वाकांक्षा होती.

अठराशे त्र्याण्णव साली हेलन व तिच्या बाई डॉ. बेल यांच्याबरोबर 'शिकागो वर्ल्ड फेअर' ला गेल्या. तेथेही हेलनने लोकांचे लक्ष आपल्याकडे वेधून घेतले. प्रदर्शनाच्या एकूण एक विभागाला भेट देण्याचा तिने हट्ट धरला आणि ती अंध असल्यामुळे कोणत्याही वस्तूला हात लावूनच तिला ती वस्तू 'पाहता' येते हे जेव्हा प्रदर्शनातील व्यवस्थापकांना समजावून सांगण्यात आले तेव्हा तेथे ठेवलेल्या अत्यंत नाजूक आणि मूल्यवान कलाकृतींनाही हात लावून त्या बघण्याची तिला परवानगी दिली गेली. हेलनला या कलाकृतीत शिल्पे, पुतळे सर्वांत जास्त आवडले. अन् ते स्वाभाविकच होते. इजिप्त देशाच्या प्रदर्शन विभागात तर ती उंटाच्या पाठीवरही बसली!

उन्हाळ्याची उरलेली सुटी वुइल्यम वेड यांच्या घरी काढण्याचे ठरल्यामुळे हेलन व तिच्या बाई पेनसिल्व्हानिया परगण्यात हल्टन येथे आल्या. हेलनची इच्छा असेल तेवढे शिक्षण तिला निर्वेधपणे घेता यावे असा खुद्द वेड यांचा आग्रह होता आणि सुटीत हेलनला शिकवण्यासाठी त्यांनी डॉ. जॉन डी. आयर्न या विद्वान् धर्मगुरूची नेमणूक केली होती. ते हेलनला लॅटिन शिकवीत आणि तिचा गणित

विषय सुधारण्याच्या कामीही ते तिला मदत करीत. डॉ. आयर्न जेव्हा लॅटिन क्रियापदे हेलनला सांगत त्या वेळी ॲन सलिव्हन तेथे हजर असे. ती ती क्रियापदे बोटांच्या लिपीने हेलनच्या हातावर लिही, अन् मग हेलनला त्यांचा उलगडा होई. अभ्यास संपला की वेड यांनी दिलेल्या घोड्यावर व तट्टावर अनुक्रमे बाई व हेलन स्वार होत आणि त्या दोघीजणी जंगलातून, मैदानावरून लांब लांब फिरावयास जात. त्यांची घोडदौड चालू असता भली मोठी शिकारी कुत्री त्यांच्या दोन्ही बाजूंनी वेगाने धावत असत.

डॉ. आयर्नबरोबर अभ्यास करीत असताना हेलनच्या ध्यानात आले की, कागदावरची अक्षरे तिला तेवढी कठीण राहिली नव्हती, कारण बोटांच्या लिपीने ते तिला कोणीतरी समजावून सांगू शके. हेलनची खरी समस्या होती तोंडाने बोलण्याची! तिला अजूनही स्पष्ट बोलता येत नव्हते व त्या बाबतीतली तिची प्रगतीही अगदी मंदपणे होत होती.

कधी कधी ती अगदी खट्टू होऊन बसे. तेव्हा तिच्या बाई तिला म्हणत, "हेलन, तू एक गोष्ट लक्षात घे. बहुतेक मुलं अगदी लहान असतानाच बोलायला शिकतात आणि तू तर वयाच्या दहाव्या वर्षापर्यंत बोलायला सुरुवात केली नव्हतीस. तुला इतक्या लौकर कसं बोलता येईल?"

"मी केव्हातरी चांगलं स्वच्छ, स्पष्ट बोलायला शिकेनच शिकेन." हेलन आग्रह धरी, "तुम्ही मला शिकवा ना!"

"हेलन, मी काही बोलायला शिकवणारी शिक्षिका नाही." ॲन सलिव्हन म्हणे, "त्यासाठी तुला त्या विषयातल्या तज्ज्ञ शिक्षकाचीच शिकवणी हवी असं मला वाटतं. तुझ्या आईवडिलांचही तेच मत आहे."

पण त्यासाठी लागणारा पैसा कुठून आणावयाचा? खरे सांगायते तर ॲन सलिव्हनचा लहानसा पगारदेखील हल्ली कॅप्टन केलरला परवडत नव्हता. मग हेलनला बोलावयास शिकविणाऱ्या तज्ज्ञ शिक्षकाला तो कुठून पैसा देणार? आपले शिक्षण बंद पडू नये या एका इच्छेनेच आपल्या बाई पगार न घेताही आपल्याला शिकवीत आहेत हे हेलनला माहीत होते. स्वत:चे पैसे स्वत:च मिळविण्यासाठी हेलनला हल्ली जी तीव्र उत्कंठा वाटू लागली होती, त्याचे हेही एक कारण होते. बाईंनी आपल्यासाठी केलेल्या त्यागाची थोडीतरी भरपाई आपणास करता यावी, यासाठी हेलन अधीर झाली होती.

बोस्टन येथे जॉन पी. स्पॉल्डिंग नावाचा एक श्रीमंत आणि उदार साखरकारखानदार होता. इतर हजारो लोकांप्रमाणेच त्यानेही हेलन केलरचे आतापर्यंतचे जीवन बारकाईने अवलोकन केले होते. हेलन केलरला हवे असलेले विशेष शिक्षण तिला देणे तिच्या पित्याला-कॅप्टन केलरला-परवडत नाही हे जेव्हा स्पॉल्डिंगच्या ध्यानी आले तेव्हा

त्याने हेलनला व तिच्या बाईंना काही ठराविक उत्पन्न मिळावे अशी मोठ्या चतुराईने व युक्तिप्रयुक्तीने तरतूद केली आणि न्यूयॉर्क शहरात बहिऱ्यांसाठी चालवल्या जाणाऱ्या शाळेत हेलनला प्रवेश मिळवून देण्याची ताबडतोब व्यवस्था करण्यात आली.

''मला तिथं किती दिवसांत चांगलं स्पष्ट बोलायला शिकवतील?'' आता चौदाव्या वर्षांत पदार्पण केलेल्या हेलनने अधीरतेने बाईंना प्रश्न केला. ''सर्वांना माझं बोलणं कळेल इतकं स्पष्ट बोलता यायला हवं मला!''

''हेलन, तू आपल्या अपेक्षा फार वाढवू नकोस बरं का!'' बाईंनी तिला पुन्हा पुन्हा धोक्याची सूचना दिली.

पण हेलनच्या अपेक्षा वाढतच होत्या. त्या ती आटोक्यात ठेवूच शकत नव्हती. न्यूयॉर्कला जाताना तर तिची कल्पनाशक्ती गाडीपेक्षाही अधिक वेगाने धावत होती. आपण बोलत आहोत, आपण इतरांशी संभाषण करीत आहोत, इतरांप्रमाणेच ओठांची हालचाल करून आपण आपले मनोगत दुसऱ्याला कळवीत आहोत- एक ना दोन, असंख्य चित्रे तिच्या डोळ्यांपुढे नाचत होती.

हेलन आणि तिच्या बाई या दोघींची राहण्याची व्यवस्था शाळेतच केली होती. हेलनला शाळेमध्ये दुसऱ्याच्या ओठांवर बोटे ठेवून त्याचे बोलणे कसे 'वाचावे' आणि त्याबरोबर स्वत:चा आवाजही कसा कमावून तयार करावा याचे धडे दिले जात. हा अभ्यासक्रम फारच मंद गतीने चाले. शिवाय तो अत्यंत कंटाळवाणाही होता. हेलन व तिच्या बाई दिवसामागून दिवस शाळेत काढीत होत्या आणि हेलनची प्रगतीही होत होती. पण किती सावकाश! कधी कधी हेलन अगदी निराश होऊन जाई आणि तिच्या मनात येई, याच वेगाने माझी प्रगती होत राहिली तर मला बोलायला यायला अजून कमीत कमी शंभर वर्षे तरी पाहिजेत!

१८९४ सालच्या ऑक्टोबर महिन्यापासून पुढे सतत दोन वर्षे हेलनने 'राईट-ह्यूमॅसन' शाळेत काढली. तेथे बोलावयास शिकण्याच्या जोडीला फ्रेंच, जर्मन, गणित आणि भूगोल या विषयांचाही तिला नियमाने अभ्यास करावा लागे. तिच्या जर्मन विषयाच्या बाईंनी बोटांची लिपी शिकून घेतली होती आणि लवकरच त्या दोघीजणी अडखळत का होईना, त्या लिपीच्या साह्याने जर्मन शब्दांची देवघेव करू लागल्या होत्या. जर्मन ही हेलनची आवडती परकीय भाषा होती.

ब्रेल लिपीतल्या पुस्तकांचा हेलनजवळचा संग्रह झपाट्याने वाढत होता. त्यातली काही पुस्तके तिने आपल्याबरोबर या शाळेत आणली होती. 'डेव्हिड कॉपरफील्ड' ही पाच भागांत विभागलेली कादंबरी, टेनिसनचा कवितासंग्रह, चार भागांत विभागलेले लॅटिन व्याकरण अशी ती पुस्तके होती. साध्या अक्षरांपेक्षा ब्रेल लिपीतल्या अक्षरांना जास्त जागा लागते. म्हणून ब्रेल पुस्तके फार अवजड आणि

बरोबर बाळगण्यास गैरसोयीची असतात. हेलनजवळ आणखीही एक पुस्तक होते. हिट्झ्नी ते तिला भेट म्हणून दिले होते. इमॅन्युएल स्वीडनबॉर्जच्या लेखनातील उताऱ्यांचा संग्रह होता तो.

"या पुस्तकातले उतारे अधूनमधून वाचीत जा तू." हिटझ्नी तिला सांगितले होते," एकाच वेळी फार वाचावयाचा मात्र प्रयत्न करू नकोस."

स्वीडनबॉर्ज हा विचारवंत स्वीडन देशात दोनशे वर्षांपूर्वी जन्मला होता. त्याच्या जीवनाचा पूर्वार्ध निसर्ग आणि पृथ्वी यांच्या विषयीच्या शास्त्राच्या अध्ययनात व्यतीत झाला होता. त्या अध्ययनातूनच धर्म आणि ईश्वर या संबंधीच्या विचाराकडे त्याचे मन कालांतराने आकृष्ट झाले आणि मग आपल्या आयुष्याचा उत्तरार्ध त्याने बायबल आणि ख्रिस्ती धर्म यांचा अर्थ उलगडण्यात घालवला. आपल्या धर्मविषयक कल्पना इतरांना समजावून सांगण्यासाठी त्याने तिसापेक्षाही अधिक पुस्तके लिहिली. ज्यांनी त्याच्या पुस्तकांचा अभ्यास केला व त्याच्या श्रद्धांशी जे सहमत झाले अशा लोकांनी पुढे 'नवीन चर्च' ची प्रस्थापना केली.

ईश्वराचा अर्थ समजावून घेण्यासाठी बिशप ब्रुक्स यांनी हेलनला बहुमोल मार्गदर्शन केले होते, पण मध्यंतरीच्या काळात ब्रुक्स निधन पावले होते. त्यानंतर जॉन फिट्झ् या आत्यंतिक धर्मनिष्ठ व श्रद्धाशील गृहस्थांशी हेलनचा स्नेह जमला आणि त्यांनी इमॅन्युएल स्वीडनबॉर्जच्या विचारांची तिला ओळख करून दिली. स्वीडनबॉर्ज हे हेलनच्या भावी जीवनात तिला सतत प्रेरणा देणारे एक मोठे स्फूर्तिस्थान होऊन बसणार होते.

न्यूयॉर्क शहरातले ते दोन हिवाळ्याचे सीझन हेलनने व तिच्या बाईंनी मोठ्या मजेत घालवले. शाळेचा अभ्यास झाल्यानंतरचा उरलेला त्यांचा वेळ श्रीमंत आणि प्रतिष्ठित अशा वर्गातील लोकांच्या सहवासात जाई. तेथे अनेक बुद्धिमान आणि वैशिष्ट्यपूर्ण व्यक्तींशी हेलनची गाठ पडली. त्यांतल्या काहींशी तिची कायमची मैत्री जमली. 'सेन्ट निकोलस' नियतकालिकाची संपादिका आणि 'हॅन्स ब्रिंकर' या ग्रंथाची लेखिका मेरी मेप्स डॉज, लहान मुलांसाठी अनेक सुंदर पुस्तके लिहिणारी केट डग्लस विगिन या दोघीजणी हेलनच्या जिवलग मैत्रिणी बनल्या. जॉन डी. रॉकफेलर यांच्याशीही तिचा येथेच प्रथम परिचय झाला. हेलनला नाटके बघावयाला फार आवडे. त्यामुळे नट व नट्या यांच्याविषयी तिला जबरदस्त कुतूहल वाटे. त्यांना भेटावयास ती नेहमीच उत्सुक असे. एलन टेरी, हेन्री आयर्व्हिंग, जोसेफ जेफर्सन यांची तिने आवर्जून भेट घेतली. हेलनला नाटक ऐकू कसे येते? अभिनेत्यांना या गोष्टीचे विलक्षण आश्चर्य वाटे व तिच्या भेटीत हा प्रश्न ते तिला हमखास विचारीत.

"त्यांत काय मोठंसं?" हेलन हसून त्यांना सांगे, "बाई नाटकातले सारे संवाद

बोटाच्या लिपीने मला समजावून देतात!''

एके दिवशी ॲन सलिव्हनने हेलनला म्हटले, ''हेलन, या रविवारी दुपारी लॉरेन्स हटन व त्यांच्या पत्नी या उभयतांनी त्यांच्या घरी आपणास चहासाठी आमंत्रण दिलं आहे.''

हेलन व तिच्या बाई यांनी हटनच्या दिवाणखान्यात प्रवेश केला. यावेळी सर्व दिवाणखाना हेलनला भेटण्यासाठी उत्सुक असलेल्या पाहुण्यांनी अगदी भरून गेला होता. मिसेस हटननी हेलनचा हात धरून तिला तिच्या जागेवर नेऊन बसविले. तिच्या बाईही तिच्या शेजारीच बसल्या होत्या. हेलन स्थानापन्न झाली तेव्हा एकेक पाहुणा तिला भेटण्यासाठी पुढे येऊ लागला. हेलनने आपली बोटे ॲन सलिव्हनच्या ओठांवर ठेवली होती. प्रत्येक पाहुण्याचे नाव जेव्हा तिला बोलून दाखवले जाई तेव्हा प्रत्युत्तरादाखल ती काहीतरी बोले किंवा एखादी कृती करी.

''हेलन, हे प्रसिद्ध कादंबरीकार वुइल्यम डीन हॉवेल्स, बरं का! बाईंनी एका पाहुण्याचा परिचय करून देताना म्हटले.

हेलनने हसून आपला हात त्यांच्या हाती दिला.

''आणि हे मार्क ट्वेन.''

हेलनच्या चेहऱ्यांत रक्त उसळून आले. 'टॉम सॉयर', 'लाइफ ऑन दि मिसिसिपि', 'द प्रिन्स अँड द पॉपर ' अशा एकापेक्षा एक नामांकित कलाकृती निर्मिणाऱ्या त्या विनोदी, आनंदी, मनमोकळ्या लेखकाचा भला थोरला, बळकट, मैत्रीसाठी उत्सुक असलेला पंजा जेव्हा हेलनने आपल्या हाती घेतला तेव्हा तिला विलक्षण आनंद झाला.

ओळख करून देण्याचा कार्यक्रम संपला तेव्हा हॉवेल्स आणि मार्क ट्वेन यांच्याबरोबर बसून बाईच्या मध्यस्थीने हेलन त्यांच्याबरोबर गप्पा मारू लागली. ॲन सलिव्हनने बोटांच्या लिपीने तिला प्रश्न विचारला, ''क्लेमन्स ही व्यक्ती कशाबद्दल प्रसिद्ध आहे सांग पाहू?''

'क्लेमन्स' हे मार्क ट्वेनचे खरे नाव होते.

''त्यांच्या विनोदी स्वभावाबद्दल.'' हेलनने चटकन उत्तर दिले.

''अन् त्यांच्या शहाणपणाबद्दलही.'' खोट्या विनयाने मार्क ट्वेनने पुढे म्हटले.

''हो. त्यांच्या शहाणपणाबद्दलही!'' हेलनने त्या विनोदी उद्गाराला लगेच साथ दिली.

मार्क ट्वेनने हेलनची बोटे आपल्या ओठांवर ठेवली अन तिला एक विनोदी गोष्ट सांगितली. हेलन मन:पूर्वक हसली.

या सुमाराला हेलनचे बोलणे इतके अस्पष्ट अन अडखळत होते की तिला बोलताना ऐकणे हा एक अत्यंत दुःखदायक अनुभव होता. तिचा आवाज खोल

घशातून येई. त्यामुळे तो विचित्र वाटे. तथापि, तो ऐकून ती आपल्या तोंडाने बोलावयाला शिकण्याची धडपड करीत आहे याबद्दल मात्र कुणाच्याही मनात कसलीही शंका उरत नसे.

आपण कॉलेजमध्ये जाऊन शिकणार हा आपला निर्धार हेलन वरचेवर बोलून दाखवीत असे. तिच्या या निर्धाराला तिच्या बाईंचा पूर्ण पाठिंबा होता. हेलनने आपल्या कॉलेजची निवडदेखील करून ठेवली होती, ''मी 'रॅडक्लिफ' कॉलेजात जाणार!'' ती म्हणे. का म्हणून कोणी विचारले तर ती लगेच सांगे, ''तें कॉलेज मला प्रवेश द्यायला तयार नाही म्हणून!''

ती गोष्ट खरी होती. रॅडक्लिफ कॉलेजच्या अधिकाऱ्यांनी हेलनला प्रवेश नाकारला होता. तिच्यासारख्या आंधळ्या व बहिऱ्या मुलीला कॉलेजचे उच्च शिक्षण झेपेल ही कल्पनाच त्यांना सर्वस्वी असंभाव्य वाटत होती.

तथापि, रॅडक्लिफ कॉलेज तिला घ्यायला तयार नसले तरी इतर अनेक कॉलेजांनी हेलनला प्रवेश द्यावयाची सिद्धता दर्शवली होती. तिला सर्व सवलती द्यावयाला आणि तिच्यासाठी आवश्यक त्या सर्व सुखसोयी निर्माण करावयाला त्या संस्था तयार होत्या. पण हेलनने त्या सर्वांना 'नाही' म्हणून उत्तर दिले आणि रॅडक्लिफ कॉलेजच्या प्रवेशपरीक्षेचीच ती कसून तयारी करू लागली. रॅडक्लिफ कॉलेज हे हार्वर्ड युनिव्हर्सिटीशी संलग्न होते आणि त्या युनिव्हर्सिटीच्या विद्यार्थ्यांसाठी ज्या परीक्षा होत्या त्याच परीक्षा विद्यार्थिनींनाही द्याव्या लागत.

हेलनचे 'राइट ह्यूमॅसन्' शाळेतले दुसरे वर्ष चालू होते, त्याच सुमाराला ॲन सलिव्हनने तिची परीक्षेची तयारी करून घेण्यासाठी एका चांगल्या शाळेच्या शोधासाठी खटपट सुरू केली आणि 'केंब्रिज कन्याशाळे'ची तिने हेलनकरिता निवड केली. तथापि, शाळेची निवड होते न होते तोच पहिला भला मोठा अडथळा हेलनच्या मार्गांत उभा राहिला. हेलनला व तिच्या बाईंना पैसे पुरवणारा आश्रयदाता– मि. जॉन पी. स्पॉल्डिंग– याचे अकस्मात निधन झाले. आता पैसे कुठून आणावयाचे, हा हेलनला व तिच्या बाईंना मोठाच प्रश्न पडला. पण हेलनच्या सुदैवाने तो प्रश्न लवकरच सुटला. तिची मैत्रीण मिसेस लॉरेन्स हटन हिने ठरवले की काय वाटेल ते झाले तरी हेलनचे शिक्षण थांबता कामा नये आणि तिने, विल्यम डीन हॉवेल्स व इतर काही लोक यांच्या सहकार्याने हेलनच्या शिक्षणाकरिता पैसे जमवण्यासाठी एक समिती स्थापन केली. स्टँडर्ड ऑइल कंपनीचे उपाध्यक्ष हेन्री एच. रॉजर्स हे रॉकफेलर व मार्क ट्वेन या उभयतांचेही जिव्हाळ्याचे मित्र होते. त्यांनी या फंडासाठी सर्वांत मोठी देणगी दिली.

रॉजर्सचे औदार्य जेव्हा हेलनला कळले तेव्हा भारावून जाऊन ती आपल्या बाईंना म्हणाली, ''मला अशी आशा आहे की कधी तरी मी स्वतःच पैसे कमावू

शकेन. आपल्याला दोघींनाही पुरतील एवढे पैसे मिळवण्याची महत्त्वाकांक्षा आहे मला!''

हेलन आता मोठी झाली होती. त्यामुळे गुरूंशी शिष्येने वागावे तशा रीतीने वागण्याऐवजी मैत्रिणीने मैत्रिणीशी वागावे तसे ती आपल्या बाईशी वागे. खरे म्हटले तर त्या दोघींच्याही वयात जवळजवळ चौदा वर्षांचे अंतर होते. पण या अंतराचा दोघींनाही दिवसेंदिवस विसर पडत चालला होता.

''हेलन, तू एकदा पदवीधर होऊन कॉलेजातून बाहेर पडलीस की तुला सहज पैसे मिळवता येतील.'' बाई हेलनला म्हणत, ''तू अधूनमधून समाजापुढे येण्यानेसुद्धा केवढे तरी मोठे कार्य साधते आहे पाहा. अंध आणि बधिर लोकांविषयी समाजाच्या मनांत तू कितीतरी सहानुभूती निर्माण केली आहेस.''

आपल्यासारख्या इतर अपंगांचा विचार जेव्हा जेव्हा हेलनच्या मनात येई तेव्हा तेव्हा आपण केव्हा एकदा नीट बोलायला शिकतो आणि श्रोत्यांसमोर आपले मनोगत प्रगट करतो असे तिला होऊन जाई. 'राइट-ह्यूमॅसन' संस्थेत आल्यापासून तिला पूर्वीपेक्षाही अधिक स्पष्टपणे बोलता येऊ लागले होते खरे. पण अजूनही इतरांसारखे सर्वांना सहज कळेलसे ते बोलणे नव्हते. अगदी जवळच्या माणसांखेरीज दुसऱ्यांना ती काय बोलते आहे ते क्वचितच कळे.

'तथापि, 'राइट-ह्यूमॅसन' शाळेतली दोन वर्षे पुरी झाल्यानंतर हेलनने स्वतःच्या मनाशी ठरविले की, आता आपण एक जाहीर भाषण करावयाचे. तिच्या बाई अर्थात् या वेळी तिच्या बरोबर असणारच होत्या. फिलाडेल्फिया परगण्यांत डॉ. बेल यांनी बहिऱ्यांना बोलावयास शिकवण्यासाठी जी संस्था स्थापन केली होती, तिच्या सहाव्या वार्षिकोत्सवात हेलन आपले हे जाहीर भाषण करणार होती.

सभेमध्ये भाषण करावयाची वेळ येऊन ठेपली तेव्हा आपल्या नेहमीच्या अधिऱ्या स्वभावानुसार हेलन व्यासपीठाच्या पायऱ्या भराभर चढून वर गेली, पण मग मात्र प्रथमच जाहीररीत्या बोलणाऱ्यांना वाटणाऱ्या भीतीने तिच्यावर पगडा बसवला. तिचे तोंड इतके कोरडे पडले की तिला आवंढासुद्धा गिळता येईना. तिच्या गळ्याचे स्नायू एकाएकी ताठरले. आता शब्द कसे आणि कोठून बाहेर पडणार होते? पण काय वाटेल ते झाले तरी हेलनला बोलायला हवेच होते. एरव्ही अंध आणि बधिर लोकांना बोलायला शिकवता येते याबद्दल तिला लोकांची खात्री कशी पटवून देता आली असती? श्रोत्यांना हे पटवून देणे सर्वस्वी तिच्यावर अवलंबून होते. तिला भाषण करायला हवे होते.....

हलकेहलके हेलनचे मावळलेले धैर्य परत आले. ती ताठ उभी राहिली आणि एक मोठा श्वास घेऊन तिने आपल्या भाषणाला प्रारंभ केला. तिने आपले भाषण पाठ केले होते ही त्यातल्या त्यात समाधानाची गोष्ट होती. आता ऐन वेळी कल्पना

जुळवून भाषण करणे तिला फारच अवघड गेले असते. हेलनने पुढीलप्रमाणे भाषण केले,

"आज तुमच्यापुढे बोलताना मला जो आनंद होत आहे त्याची तुम्हाला थोडीशी जरी कल्पना आली तरी बधिर लोकांना वाणीचं मोल केवढं वाटतं हे तुम्हाला कळून येईल आणि या विशाल जगातल्या प्रत्येक बहिऱ्या मुलाला बोलावयाला शिकण्याची संधी मिळावी असे मला का वाटतं हेही तुमच्या ध्यानात येईल. मला बोलावयास येण्यापूर्वीचा काळ मला आठवतो. त्या वेळी बोटांच्या लिपीच्या साह्याने माझे विचार व्यक्त करण्यासाठी मी कशी धडपडत असे तेही मला आठवते. त्या वेळी माझे विचार माझ्या बोटांच्या टोकांवर धडका मारीत असत. बंद पिंजऱ्याच्या गजांवर धडक घेऊन मुक्त होऊ बघणाऱ्या पाखरांसारखे! शेवटी एके दिवशी मिस् फुलरनं पिंजऱ्याचं बंद दार खुलं केलं अन् मग माझ्या विचारांच्या पांखरांनी मुक्त भरारी घेतली. अर्थात्....अगदी प्रारंभी त्यांना उडणं फार अवघड गेलं. कारण त्या पाखरांचे शब्दपंख दुबळे होते, अधू होते.... तथापि, त्यांची भरारी घेण्याची इच्छा मात्र जबरदस्त होती. अन् तेच मुळी महत्त्वाचं होतं. अंत:करणात जेव्हा उंच भरारण्याची महत्त्वाकांक्षा असते तेव्हा भुईवर सरपटणे कुणालाच मानवत नाही!"

भाषण संपण्याच्या सुमारास हेलनचा आत्मविश्वास संपूर्णपणे परत आला होता आणि तिने स्वत:च्या भीतीवर चांगलाच ताबा मिळवला होता. प्रेक्षकांच्या टाळ्या तिला अर्थातच ऐकू आल्या नाहीत, पण हवेत एकदम ऊब निर्माण झाल्यासारखे तिला वाटले आणि प्रेक्षकांचा प्रतिसाद तिला कल्पनेने सहज अजमावता आला.

"मी चांगली बोलले अन् माझे बोलणे सर्वांना समजले!" जॉन हिट्झ्ना लिहिलेल्या पत्रांत हेलनने म्हटले. इतरांनीही तिच्या भाषणाचे इतिवृत्त त्यांना सादर केले होते. प्रत्येक वाक्यानंतर हेलन जरा थबकली होती आणि ॲन सलिव्हनने ते वाक्य प्रेक्षकांना पुन्हा म्हणून दाखविले होते. डॉ. बेलना तर काही कळवण्याचीदेखील आवश्यकता नव्हती. कारण हा अद्‌भुत चमत्कार पाहण्यासाठी प्रेक्षकांमध्ये ते स्वत: हजर होते.

फिलाडेल्फियांत हा विजय संपादन केल्यानंतर हेलन व तिच्या बाई सुटी घालवण्यासाठी 'केप कॉड' वर ब्रूस्टर येथे गेल्या. सुटीचे शेवटचे दिवस 'रेन्थॅम' या खेडेगावी चेंबरलीन नामक जोडप्याच्या घरी त्यांनी घालवले. जोसेफ ई. चेम्बरलीनने बोस्टनच्या एका वाङ्‌मयीन स्वरूपाच्या वृत्तपत्रांत हेलनविषयी एक छोटासा लेख लिहून तो प्रसिद्ध केला. त्याबरोबर कितीतरी वेगवेगळ्या वैशिष्ट्यपूर्ण कलावंतांनी हेलनच्या भेटीसाठी चेम्बरलीनच्या जुन्या पद्धतीच्या भल्याथोरल्या घरात एकच गर्दी करून सोडली. लुइस गिने, ब्लीस कार्मेन, रिचर्ड होव्हे यांसारख्या कवींशी हेलनचा तेथेच प्रथम परिचय झाला. चेम्बरलीनशी तर हेलनची चांगलीच दोस्ती जमली व

लवकरच ती त्यांना 'एड काका' अशा आपुलकीच्या नात्याने ओळखू लागली. सुप्रसिद्ध अमेरिकन कवी वॉल्ट व्हिटमन यांच्याशी हेलनची ओळख एड काकांनीच करून दिली.

तथापि, ती सर्वच सुटी आनंदात अन् मजेत गेली असे मात्र नव्हे. ऑगस्टच्या शेवटच्या आठवड्यात बाईंनी एक दुःखाची वार्ता हेलनला सांगितली. टस्कंबियांतील तिच्या घरी तिच्या वडिलांचे- कॅप्टन केलरचे- निधन झाले होते.

हेलनवर मोठाच आघात झाला. विशेषत: वडिलांच्या मृत्यूच्या वेळी आपण तेथे हजर नसावे, याचे तिला फारच दु:ख झाले.

तिचे सांत्वन करताना ॲन सलिव्हनने म्हटले, "हेलन, आपले ज्यांच्यावर अत्यंत प्रेम आहे अशा माणसांनाही आपणाला आयुष्यात कधी ना कधी निरोप द्यावा लागतो. हिट्झ्नीं तुला जे पुस्तक दिले आहे त्याच्या वाचनाने कदाचित् तुला या वेळी समाधान वाटेल."

ॲन सलिव्हन स्वीडनबॉर्जच्या पुस्तकाला अनुलक्षून बोलत होती. तिला स्वत:ला स्वीडनबॉर्जविषयी मोठेसे औत्सुक्य वाटत नव्हते; पण हेलनला त्याचे पुस्तक फार आवडत असे हे तिला ठाऊक होते. स्वीडनबॉर्जचा अमरत्वावर विश्वास होता आणि म्हणून त्याला मृत्यूचे भय वाटत नसे. ईश्वरी चैतन्याची तेजस्वी ज्योती आपणा प्रत्येकाच्या ठायी आहे, या ज्योतीमुळेच आपण सेवाभाव आणि दयालुत्व या दोन गुणांनी परिपूर्ण असे जीवित जगण्याची इच्छा करतो आणि दु:खाच्या वेळी ही ज्योती आपले सांत्वन करते अन् ते दु:ख सोसण्याचे सामर्थ्य तीच आपणास देते असे स्वीडनबॉर्जने आपल्या ग्रंथात नि:संदिग्धपणे प्रतिपादिले होते.

हेलन रेन्थॅमहून केम्ब्रिजला जावयास निघाली तेव्हा तिने स्वीडनबॉर्जचा लेखसंग्रह मोठ्या अगत्याने आपल्याबरोबर घेतला होता. ऑक्टोबर महिन्याच्या प्रारंभी हेलन व ॲन सलिव्हन या दोघींनी केम्ब्रिजमधील 'कॉन्कॉर्ड ॲव्हेन्यू' विभागामध्ये सदतीस क्रमांकाच्या घरात आपला मुक्काम ठोकला. ही त्यांची जागा शाळेपासून जवळच असल्यामुळे हेलनला फार सोयीची होती. केम्ब्रिज कन्याशाळेचे संस्थापक आर्थर गिलमन हेच त्या शाळेचे संचालक अन् मुख्याध्यापक होते. गिलमन व त्यांची पत्नी या उभयतांनी रॅडक्लिफ कॉलेजच्या स्थापनेलाही हातभार लावला होता.

हेलन व तिची धाकटी बहीण मिल्ड्रेड या दोघींमध्ये असलेले प्रेमाचे व जिव्हाळ्याचे संबंध ध्यानात घेऊन गिलमनने मोठ्या उदारपणाने दोघीही बहिणींना आपल्या शाळेत प्रवेश देण्याचे मान्य केले. त्यांच्या या सूचनेला हेलनच्या आईने संमती दिली. त्यामुळे हेलनच्या आनंदाला पारावार उरला नाही. तो सबंध हिवाळा त्या दोघी बहिणींनी एकत्र काढला.

पाहण्याची व ऐकण्याची शक्ती असलेल्या सर्वस्वी अव्यंग मुलींबरोबर शिक्षण

घेण्याची हेलनची ही पहिलीच खेप होती. या शाळेत तिला तिच्या इतर सहाध्यायिनींसारखीच वागणूक दिली जाई. तिला कोणत्याही विशेष सवलती नव्हत्या. एकच गोष्ट इतर विद्यार्थिनींपेक्षा तिच्या बाबतीत वेगळी होती. तिच्या बाई सर्व तासांना तिच्याबरोबर हजर असत आणि शिकवले जाणारे सर्व पाठ त्या बोटांनी अक्षरे जुळवून हेलनला समजावून देत. जर्मन, लॅटिन, इंग्लिश व फ्रेंच या चार भाषा हेलनला शिकाव्या लागत. यांखेरीज इतिहास, भूमिती, ज्योतिषशास्त्र या विषयांचाही तिच्या अभ्यासक्रमांत अंतर्भाव केलेला होता.

हेलन जरी अपंग होती तरी आपल्या अव्यंग व धडधाकट सहाध्यायिनींच्या बरोबरीने आपला अभ्यास व प्रगती राखण्याची ती खबरदारी घेई. हेलन केलरला प्रथमच भेटणाऱ्या माणसांना तिच्या कष्टाळूपणाचे व परिश्रमाचे विलक्षण आश्चर्य वाटे. गिलमनही तिच्या सततोद्योगाने थक्क होऊन गेले. शाळेच्या पहिल्या वर्षांत त्यांनी तिला करता येईल तेवढे साह्य केले. कित्येकदा शाळा सुटल्यावर ते तिला तासन् तास वाचून दाखवीत.

गिलमनला हेलनची काळजी वाटे. तर हेलनला आपल्या बाईंची काळजी वाटे. बाई आपल्यासाठी किती कष्ट घेत आहेत याची हेलनला पुरेपूर जाणीव होती. हेलनच्या अभ्यासाच्या पुस्तकांपैकी फारच थोडी पुस्तके ब्रेल लिपीत छापलेली अशी उपलब्ध होती. त्यामुळे बरीच पुस्तके ॲन सलिव्हन आधी स्वत: वाचून काढी आणि मग बोटांच्या खुणांनी ती हेलनला समजावून सांगे. यामुळे ॲनच्या डोळ्यांवर विलक्षण ताण पडत होता.

याच वेळी आणखी एक प्रकरण उद्भवते. हेलन फार झटून अभ्यास करीत असल्यामुळे गिलमनना तिच्याविषयी चिंता वाटे. त्यामुळेच त्यांच्यात आणि ॲन सलिव्हनमध्ये मतभेदाचा प्रसंग ओढवला. ॲन कोणतीच गोष्ट हेलनपासून लपवून ठेवीत नसे. तिने या मतभेदांसंबंधीही हेलनला मोकळेपणाने सांगून टाकले.

"हेलन" ॲन तिला म्हणाली, "मी तुला वाजवीपेक्षा अधिक कष्ट घेऊ देते असं गिलमनना वाटतं. तुझी काम करण्याची कुवत मला जशी ठाऊक आहे तशी ती त्यांना माहीत नाही!"

शाळेचे पहिले वर्ष त्यातल्या त्यात शांतपणे गेले, पण पुढच्या हिवाळ्यात गोष्टी निकराला आल्या. शाळा सुरू झाल्यानंतर लवकरच एके दिवशी गिलमन हेलनला म्हणाले, "हेलन, तुझ्यावर अभ्यासाचा फार ताण पडतो असं मला वाटतं आणि म्हणून कॉलेजच्या पूर्वपरीक्षेच्या तयारीसाठी तू आणखी दोन वर्षं अभ्यासक्रम लांबवावास असं मी ठरवलं आहे."

"नाही" हेलन चटकन् म्हणाली, "इतर मुलींपेक्षा दोन वर्षं अधिक थांबणार नाही मी. मी त्यांच्या बरोबरीनंच माझा अभ्यास संपवीन अशी खात्री आहे मला."

“मला नाही वाटत तसं” गिलमन म्हणाले. “या वर्षीच्या तुझ्या अभ्यासक्रमांतून भूमिती आणि खगोलशास्त्र वगळणार आहे मी.”

“कृपा करून बाईंशी बोला आपण यासंबंधी,” हेलनने विनवणी केली.

“ही शाळा माझ्या ताब्यात आहे. मुख्याध्यापक मी आहे हेलन, मिस् सलिव्हन नव्हे!”

परिस्थितीला हे भलतेच वळण लागलेले पाहून हेलन घाबरली. ती लगेच आपल्या बहिणीकडे गेली. ॲन सलिव्हन त्या दिवशी काही मित्रमंडळींना भेटावयास गेली होती व दुसऱ्या दिवसापर्यंत येणार नव्हती.

थोड्याच वेळाने गिलमन तेथे आले व ते म्हणाले, “तुम्हा दोघी बहिणींना आज मी माझ्या घरीच नेणार आहे. माझी पत्नी तुमची तेथे काळजी घेईल.”

त्या दोघी बहिणी घाबरून एकमेकींना बिलगल्या. हे काय चालले होते? बाई कुठे होत्या? छे छे! त्या दोघी गिलमनच्या घरी जायला मुळीच तयार नव्हत्या. गिलमननी त्यांना त्या बाबतीत सक्ती केली नाही. त्यांना त्यांनी वसतिगृहातील त्यांच्या खोलीतच राहू दिले. तेथे एक पोक्त दाई देखरेखीसाठी ठेवलेली होती. तिने त्या बहिणींना येऊन सांगितले, “या सर्व प्रकरणाचा काय तो निकाल लागेपर्यंत तुम्हा दोघींना या खोलीबाहेर जायची बंदी केली आहे गिलमनसाहेबांनी.”

हेलन आणि मिल्ड्रेड कावऱ्याबावऱ्या झाल्या. त्यांना धीर देण्याच्या हेतूने दाईने म्हटले, “गिलमनसाहेब फार चांगले आहेत. तुम्ही त्यांच्यावर विश्वास ठेवा. मिस् सलिव्हनपेक्षाही ते तुमची जास्त काळजी घेऊन तुमच्यावर देखरेख ठेवतील.”

“अस्सं, म्हणजे बाईंना घालवून देण्याचं कारस्थान चाललं होतं तर!”

“चला जेवून घ्या.” दाई आग्रह करू लागली.

“नाही.”

“मुळीच नाही.”

त्या रात्री त्या दोघी बहिणींनी अन्नाला स्पर्शदेखील केला नाही. रात्रभर त्या रडत राहिल्या. त्यांना त्यांच्या बाईच हव्या होत्या. दुसरे कुणीसुद्धा नको होते.

दुसऱ्या दिवशी ॲन सलिव्हन आली तेव्हा तिला हा सारा प्रकार कळला. त्याबरोबर ती धावतच तेथे आली व रडून रडून थकलेल्या त्या दोघी मुलींना तिने आपल्या हृदयाशी घट्ट कवटाळले. त्यांना पुन्हा रडण्याचा उमाळा आला. तेव्हा त्यांना कुरवाळीत ॲनने म्हटले, “उगी, उगी. आता अगदी मुळीसुद्धा रडायचं नाही बरं का. सारं कसं ठीक होईल. मी आपल्या सर्व मित्रमंडळींना तारा करणार आहे. तुमच्या आईला, डॉ. बेलना, चेंबरलीनना. गिलमन माझ्यापासून तुम्हाला दूर करू शकणार नाहीत आता.”

थोड्याच अवधीत हेलनची आई तेथे येऊन पोहोचली. मि. हिट्झ् वॉशिंग्टनहून

तेथे आले. चेम्बरलीनही आले व ते त्या दोघी बहिणींना रेन्थॅन येथील आपल्या घरी घेऊन गेले. दरम्यान हेलनच्या आईने हेलनला अभिवचन दिले होते, 'तुझ्या बाईंची व तुझी ताटातूट करण्याचे माझ्या स्वप्नातही येणार नाही. असला निर्दयपणा मी मुळीच कुणाला करू देणार नाही..'

'आपण तुझ्यासाठी एक खाजगी शिक्षक नेमू. तो तुझी कॉलेजच्या प्रवेशपरीक्षेची सर्व तयारी करून घेईल.' हिट्झनी हेलनला आश्वासन दिले होते आणि त्याप्रमाणे त्यांनी सर्व तरतूद केलीही. केंब्रिजच्या मर्टन एस. कीथ या शिक्षकांची तिला शिकविण्यासाठी नेमणूक करण्यात आली. हेलन व तिच्या बाई रेन्थॅम येथे चेम्बरलीन यांच्या घरी राहिल्या आणि मिल्ड्रेड आपल्या आईबरोबर टस्कंबियाला घरी परत गेली.

त्या वर्षी परीक्षा पास होऊन रॅडक्लिफ येथे प्रवेश मिळवणे हेलनला अशक्य आहे असे गिलमनने भाकित केले होते. कोणीही अमुक गोष्ट तिच्या बाबतीत 'अशक्य' म्हणावयाचा अवकाश, हेलनला विलक्षण स्फुरण चढत असे. आता ती झपाट्याने अभ्यासाला लागली. तिची काम करण्याची व मन एकाग्र करण्याची ताकद पाहून कीथ हे तिचे नवे शिक्षकही थक्क होऊन गेले.

भूमिती आणि बीजगणित हे दोन विषय हेलनला फार अवघड जात. भूमिती आत्मसात करण्यासाठी तिने एक युक्ती योजिली होती. तारेचे छोटे तुकडे घेऊन त्यांची वर्तुळे, त्रिकोण व चौकोन तिने बनविले होते, त्यांच्या साह्याने भूमितीतील प्रमेये ती सोडवीत असे. तरीदेखील त्या प्रमेयातील वेगवेगळ्या पायऱ्या व त्यातले आकडे ध्यानात ठेवणे तिला जड जाई. कधी कधी तिला इतका वैताग येई की, तिचा लहानपणचा हट्टी स्वभाव पुन्हा जागृत होई आणि तारेच्या त्या आकृत्या ती संतापाने भिंतीवर भिरकावून देई!

बीजगणितासाठी हेलन 'ब्रेल-लेखनिक' नावाचे यंत्र वापरी. हे यंत्र टाइपरायटरसारखेच असे. पण टाईपरायटरमध्ये कागदावर अक्षरे मुद्रित केली जातात, तर या यंत्रावर ब्रेलची टिंबे वर उचलली जात. 'ब्रेल-लेखनिक' वापरल्यानंतर कागदावरच्या टिंबाच्या योगाने तो मजकूर हेलनला पुन्हा वाचता येत असे.

तथापि, इतर कितीतरी लोकांना ब्रेल लिपी अवगत नव्हती. त्यांच्यासाठी हेलनला साधा टाइपरायटर वापरावा लागे. ती 'हॅमंड' चा टाइपरायटर वापरी. कारण त्याला धातूचे सिलिंडर बसवलेले असे व त्याची काढ-घाल करता येई. त्यामुळे इंग्लिश, ग्रीक, जर्मन या भाषांसाठी वेगवेगळी सिलिंडरे वापरणे हेलनला शक्य होई. हल्लीच्या 'व्हेरी-टायपर' मशीनप्रमाणेच या 'हॅमण्ड' मशिनची रचना असे.

सरतेशेवटी, एकोणीसशे सालच्या जूनच्या एकोणतीस तारखेपासून तो जुलैच्या तीन तारखेपर्यंत रोज कित्येक तास रॅडक्लिफ कॉलेजच्या डीन मिस् ॲग्निस इर्विन

यांच्या ऑफिसात बसून तेथे हेलनने आपल्या पूर्वपरीक्षेच्या उत्तरपत्रिका टाईपरायटरवर टाईप केल्या.

परीक्षेचा निकाल खुद्द हेलनला तर अनपेक्षित वाटलाच; पण इतर कितीतरी जणांना तो अगदी रोमांचकारक वाटला. हेलन सर्व विषयांत उत्तीर्ण झाली होती. जर्मन, लॅटिन, इंग्लिश, फ्रेंच, इतिहास. भूमिती, बीजगणित या सर्व विषयांत तिने उत्तम गुण मिळवले होते. इंग्लिश व जर्मन या विषयांत तर ती सन्मानासह उत्तीर्ण झाली होती.

परीक्षेच्या निकालाची आनंदाची वार्ता हेलनला कळविण्यात आली तेव्हा काही वेळ ती स्तब्ध बसून राहिली. एका गाढ खोल आनंदाने तिचे हृदय भरून गेले होते. कागदी पंख! हेलनने आपले कागदी पंख पसरले होते आणि या अपंग मुलीने इतर कित्येक अव्यंग सहाध्यायिनींच्याहीपेक्षा कितीतरी वर उंच भरारी मारली होती!

❖

७. रॅडक्लिफ कॉलेज

रॅडक्लिफ कॉलेज 'फे हाऊस' नावाच्या एका इमारतीत भरत असे. ही इमारत पूर्वी खाजगी मालकीची होती. पण आता ती कॉलेजसाठी दिलेली होती. 'फे हाऊस' इमारतीला एकावर एक असे तीन मजले होते आणि तिच्या दोन्ही बाजूंना दोन गोल व उंच मनोरे काढलेले होते. हॉर्वर्ड युनिव्हर्सिटी व रॅडक्किफ कॉलेज या दोहोंत फारसे अंतर नव्हते आणि त्यामध्ये हिरवळीने आच्छादलेले एक भले थोरले मैदान पसरले होते. रॅडक्लिफ कॉलेजलगत दोन लाकडी इमारती होत्या. त्यापैकी एकीत जिमखाना होता. कॉलेजला अद्याप वसतिगृहाची सोय केलेली नव्हती. म्हणून हेलन केलर व ॲन सलिव्हन यांनी डॅना स्ट्रीटवर त्र्याहत्तर क्रमांकाच्या एका इमारतीत फर्निचरने सजवलेला एक छोटा ब्लॉक भाड्याने घेतला व तेथे त्या दोघेजणी राहू लागल्या.

डॅना स्ट्रीटपासून रॅडक्लिफ कॉलेज जवळजवळ एक मैल अंतरावर होते. दररोज सकाळी हे एक मैलाचे अंतर ओलांडून हेलन केलर कॉलेजला जात असे. अर्थात् ॲन सलिव्हन तिच्याबरोबर असेच. हेलनची वेषभूषा नेहमीच नीटनेटकी व अद्ययावत् असे. कॉलेजला जाताना ती त्या वेळच्या फॅशननुसार पोशाख करून जाई. एकोणीसशे साली अमेरिकेतील कॉलेजकुमारीकांची वेषभूषा पुढीलप्रमाणे होती: पायामध्ये कडेला लेस लावलेले बूट, लांब घोळदार स्कर्ट, कडक व कप् असलेले ब्लाऊज, खलाशाच्या डोक्यावर असते त्या पद्धतीची हॅट आणि उलटे विंचरून माथ्यावर 'पॉंपादूर' या विशिष्ट रचनेने बांधलेले केस! हेलनची कॉलेजला जातानाची वेषभूषा-केशभूषा हुबेहूब अशीच असे.

त्या वेळच्या बहुतेक सर्व तरुण मुलींप्रमाणे हेलनही आपल्या ब्लाऊजवर एक छोटेसे घड्याळ लावीत असे. मात्र तिचे घड्याळ इतरांच्या घड्याळाहून थोडे वेगळे होते, आतल्या मिनीटकाट्याला जोडलेला दुसरा एक छोटा काटा त्या घड्याळाच्या काचेवर बसवलेला होता आणि काचेला कडेशी वर्तुळाकार चिमुकल्या टिंबाचे उंचवटे होते. त्या काट्यांवर नि टिंबावर बोट फिरवून हेलनला वेळ कळत असे.

तिच्या चौदाव्या वाढदिवशी हिट्झनी हे घड्याळ तिला भेटीदाखल दिले होते. त्यांनी ते बऱ्याच वर्षांपूर्वी एका जर्मन मुत्सद्याकडून खरेदी केले होते. या मुत्सद्याने हे घड्याळ स्वत:साठी मुद्दाम तयार करवून घेतले होते. एखाद्या माणसाशी बोलत असताना प्रत्यक्ष घड्याळाकडे पाहून किती वेळ गेला हे बघणे उद्धटपणे दिसते, म्हणून तो मुत्सद्दी समोरच्या माणसाला कळणार नाही अशा बेताने या घड्याळावर हलकेच बोट फिरवून वेळेचा अंदाज घेत असे म्हणे!

रॅडक्लिफ कॉलेजमध्ये जे वर्ग घेतले जात त्यासाठी हार्वर्डचे प्राध्यापक येत असत. भाषा, साहित्य, ललितकला, वनस्पतीशास्त्र, रसायनशास्त्र, अर्थशास्त्र आणि राज्यशास्त्र एवढे विषय रॅडक्लिफ कॉलेजमध्ये शिकविण्याची व्यवस्था होती.

हेलन केलर व रॅडक्लिफ कॉलेज या उभयतांत कितीही मतभेद असले तरी एका बाबतीत त्यांचे मतैक्य होते आणि ते म्हणजे हेलनला कोणतीही खास सवलत न देणे! तिला दिली गेलेली एकमेव सवलत म्हणजे तिच्या सर्व तासांना ॲन सलिव्हनला हजर राहण्याची दिलेली परवानगी. कॉलेजचे तास चालू असता ॲन सलिव्हन हेलनशेजारी बसे व प्राध्यापक जे काही सांगत ते सारे बोटांच्या खुणांनी ती हेलनला तेथल्या तेथे समजावून देई. कॉलेज सुरू झाले तेव्हा हेलनला कॉलेजला उच्च शिक्षणक्रम कसा झेपेल याबद्दल सर्व कॉलेज अधिकारी जरा साशंकच होते, पण जसजसे दिवस जाऊ लागले तसतशा त्यांच्या शंकाकुशंकाही झपाट्याने मावळू लागल्या.

हेलनच्या वर्गभगिनी प्रारंभी तरी संकोचाने तिच्यापासून दूरच राहत आणि त्यामुळे हेलन व ॲन सलिव्हन याही त्यांच्याशी फारशा मिसळत नसत. पण हळूहळू उभयतांचाही संकोच मावळला आणि मग आपल्या अव्यंग सहाध्यायिनींशी हेलनची चांगलीच गट्टी जमली. पहिल्याच वर्षी ती आपल्या वर्गातर्फे उपाध्यक्ष म्हणून निवडली गेली. हे उपाध्यक्षपद ती पदवीधर होईपर्यंत सतत तिजकडेच राहिले. हेलन सर्व प्रकारच्या खेळांत भाग घेई. पोहण्याच्या शर्यतीत ती नेहमी असे आणि सहलींना जावयासही तिला फार आवडे.

प्रत्येक आठवड्यात बुधवारला एक विशिष्ट महत्त्वाचे स्थान असे. त्या दिवशी दुपारी रॅडक्लिफ कॉलेजच्या अध्यक्ष मिसेस लुइस ॲगॅसिझ या कॉलेजच्या विद्यार्थिनींबरोबर चहा घ्यावयाला येत. प्रसिध्द निसर्गशास्त्रवेत्ता ॲगॅसिझ यांच्या या पत्नीचे वय अठ्ठ्याहत्तर वर्षांचे होते. त्यांना कानानी धड ऐकायलाही येत नसे. त्यांचा चेहरा दाट सुरकुत्यांनी भरून गेला होता. पण एवढे वय झालेले असूनही मिसेस ॲगॅसिझचा उत्साह मात्र तरुणालाही लाजवील असा होता. रॅडक्लिफ कॉलेजच्या स्थापनेला ज्या सात मंडळींच्या समितीने हातभार लावला होता, त्यांपैकी मिसेस ॲगॅसिझ या एक होत्या आणि गेली वीस वर्षे कॉलेजच्या अध्यक्ष या नात्याने त्यांनी

बहुमोल कामगिरी बजावली होती. रॅडक्लिफ कॉलेजच्या इतिहासाचा व त्याच्या थोर परंपरेचा मिसेस ॲगॅसिझना फार अभिमान होता. आलेल्या प्रत्येक नव्या विद्यार्थिनीला या इतिहासाची नि या परंपरांची ओळख करून दिल्याखेरीज त्यांना बरेच वाटत नसे. हेलनलाही ही सर्व माहिती त्यांनी सांगितली आणि ॲन सलिव्हनने ती बोटाच्या लिपीने हेलनला समजावून दिली. रॅडक्लिफ कॉलेज प्रथम जेव्हा सुरू झाले तेव्हा हार्वर्डची एक उपशाखा म्हणूनच ते ओळखले जाई. अठराशे एकोणऐंशी साली कॉलेज उघडले तेव्हा फक्त पंचवीस विद्यार्थिनी पटावर होत्या. पण पुढे कॉलेजची इतक्या झपाट्याने वाढ झाली की कॉलेजसाठी 'फे हाऊस' खरेदी करावे लागले आणि हेलनच्या आगमनापूर्वी सहा वर्षे 'रॅडक्लिफ कॉलेज' असे या नवजात संस्थेचे नामकरण झाले. सोळाव्या शतकात लेडी मॉलसन नावाच्या एका उदार महिलेने हार्वर्ड युनिव्हर्सिटीला मोठी देणगी दिली होती. हार्वर्डला स्त्रीकडून मिळालेली ती पहिली देणगी होती. लेडी मॉलसन यांचे कौमार्यावस्थेत 'ॲन रॅडक्लिफ' असे नाव होते. त्यांचे स्मारक म्हणून या नव्या कॉलेजला 'रॅडक्लिफ' कॉलेज असे नाव देण्यात आले होते.

हेलनने हा सर्व इतिहास अगदी मन लावून ऐकला. अशा गोष्टी ऐकल्या की तिला विलक्षण उत्साह व स्फूर्ती येई. स्त्रियांना उच्च शिक्षण दिले जावे हा विचार अमेरिकेत तेव्हा नव्यानेच जनमनात रुजू लागला होता. फारच थोड्या स्त्रिया कॉलेजातून शिक्षण घेत होत्या. अशा अल्पसंख्य भाग्यवान् स्त्रियांपैकी हेलन ही एक होती. स्त्रीशिक्षणाच्या या प्रगतिशील चळवळीत तिनेही आपल्या परीने भाग घेतलेला होता. रॅडक्लिफ कॉलेजची हेलनने केलेली निवड योग्यच होती. येथून तिला आपले स्त्रियांच्या उद्धारार्थ झटण्याचे मनोगत उत्तम रीतीने सिद्धीस नेता येणार होते!

हेलनचे कॉलेजमधले पहिले वर्ष संपले. उन्हाळ्याची सुट्टी तिने व तिच्या बाईंनी आपल्याकडे घालवावी असे डॉ. बेल यांचे तिला निमंत्रण आले. डॉ. बेल या वेळी कॅनडामधील नोव्हास्कोशियामध्ये बॅडॉकजवळ राहत होते. हेलनने ताबडतोब त्या आमंत्रणाचा स्वीकार केला. कधी कधी ती स्वत:, तिच्या बाई आणि बेल पतिपत्नी अशी सर्वजण मिळून समुद्रकिनाऱ्यावर फिरावयाला किंवा समुद्रात पोहावयाला जात, तर कधी हेलन एकटीच तासन् तास डॉ. बेलबरोबर गप्पागोष्टी करत बसे. डॉ. बेलची हेलनवर फार ममता होती. तिच्या भविष्याबद्दल, तिच्या सुखाबद्दल त्यांना फार काळजी वाटे. एके दिवशी तिच्याशी बोलत असता ते तिला म्हणाले, "मी तरुण होतो. त्या वेळी मी संगीताला वाहून घ्यावयाचं ठरविलं होतं."

"मी माझं आयुष्य लेखन करण्यात घालवणार आहे." हेलन म्हणाली.

"हेलन, तू कधी 'प्रेम' या गोष्टीचा विचार केला आहेस ?" बेलनी अकस्मात् प्रश्न केला.

हेलन चकित झाली. ''आताच हा विषय कसा मनात आला तुमच्या ?'' तिने आश्चर्याने विचारले.

''हेलन, मी नेहमीच तुझ्या भवितव्याचा विचार करीत असतो.'' डॉ. बेल म्हणाले, ''तू एक गोड तरुण मुलगी आहेस. कुणालाही लोभ वाटेल असा तुझा स्वभाव, तुझ व्यक्तिमत्त्व आहे आणि तरुण वयात प्रीतीचे, सुखाचे विचार माणसाच्या मनात खेळू लागणे ही एक अत्यंत स्वाभाविक गोष्ट आहे''

''प्रीती'' हेलन म्हणाली, ''ही मला एखाद्या सुंदर फुलासारखी वाटते. मी कदाचित या फुलाला कधीच स्पर्श करू शकणार नाही. पण फुलाचा नुसता सुवास बागेत दरवळला तरी माणसाला बरं वाटतं ना ? माझ्याही जीवनाची बाग सुगंधानं दरवळली तरी पुरे.''

डॉ. बेल तिच्या तळव्यावर बोटांनी लिहीत तिच्याशी बोलत होते. आता त्यांनी क्षणभर तो तळवा आपल्या हातात स्नेहाने घट्ट धरला आणि मग त्यावर त्यांनी लिहिले, ''हेलन, तू अपंग आहेस ही गोष्ट खरी, पण एखाद्या भल्या माणसानं तुला आपली पत्नी करावयाचं ठरवलं तर तू बेलाशक त्याचा स्वीकार कर. आपलं शारीरिक व्यंग तू आपल्या सुखाआड मुळीच येऊ देऊ नकोस!''

''छे छे!'' हेलन चटकन म्हणाली, ''लग्न ही गोष्ट माझ्यासारखीसाठी नाहीच मुळी.''

डॉ. बेल हसून म्हणाले, ''एक गोष्ट ध्यानात ठेव पोरी, जेव्हा योग्य माणूस तुझं प्रियाराधन करील त्या वेळी तुझे हे विचार बदलल्याखेरीज राहणार नाहीत!

कॉलेजच्या चार वर्षांमधल्या हेलनचा बराचसा काळ अर्थात् अभ्यासातच गेला. तिच्या बिऱ्हाडातला 'ब्रेल' लिपीतल्या पुस्तकांचा संग्रह एकसारखा वाढत होता. जसजशी ब्रेलमध्ये पुस्तके तयार करून घेत तसतशी ते तिला लगेच धाडून देत. आपल्याला जी पुस्तके ब्रेलमध्ये हवीशी वाटतील त्याची नावे तिने ताबडतोब लिहून कळवावीत अशी त्यांनी तिला सक्त ताकीद देऊन ठेवली होती. 'ब्रेल' लिपी ही साध्या लिपीहून वेगळी असल्यामुळे तीत पुस्तक छापणे हे वेळ खाणारे आणि फार खर्चाचे काम असते. आणि हेलनला हवी ती पुस्तके ब्रेलमध्ये तयार करवून घेणे हे तर अधिकच दिरंगाईने होणारे काम होते. कारण, विशिष्ट अभ्यासक्रमासाठी आपणास कोणत्या पुस्तकांची आवश्यकता आहे हे हेलनला हवे तेवढे आधी कळत नसे. त्यामुळे कित्येकदा तिची अभ्यासाची पुस्तके ब्रेलमध्ये तयार नसत. मग ॲन सलिव्हन साध्या लिपीतली पुस्तके तिला वाचून दाखवून त्या त्या विषयाचा तिचा अभ्यास करवून घेई. याचा परिणाम असा झाला होता की ॲन सलिव्हनचे डोळे दिवसेंदिवस जास्तच बिघडत चालले होते आणि त्यामुळे हेलनला फार काळजी वाटत होती. बाईंनी आपल्यासाठी आपल्या स्वतःच्या दृष्टीचाही त्याग करावयाला

तयार व्हावे ही कल्पना तिला असह्य होई आणि मग बाईनी ताबडतोब डोळे तपासून घ्यावेत असा ती आग्रह धरी. प्रारंभी ॲनने हेलनच्या या आग्रहाला दादच दिली नाही. तथापि, दिवसातून चार-चार, पाच-पाच तास ती हेलनसाठी वाचनात घालवीत असे हे जेव्हा डॉक्टरांना कळले तेव्हा मात्र ते भडकले.

"हा शुद्ध वेडेपणा आहे मिस सलिव्हन!"डॉक्टर ॲनला म्हणाले, "मिस केलरचा कॉलेजचा अभ्यास व्यवस्थितपणे पुरा व्हावा अशी जर तुमची खरोखरीच इच्छा असेल, तर तुम्ही सध्या तरी आपल्या डोळ्यांना संपूर्ण विश्रांती दिली पाहिजे. तुमची दृष्टी दिवसेंदिवस अधू होत चालली आहे. तुम्ही वेळेवर काळजी घेतली नाहीत तर आहे ही दृष्टी तुम्ही कायमची गमावून बसाल!"

हेलननेही बाईची खूप विनवणी केली. पण ॲन सलिव्हन काही केल्या आपल्या डोळ्यांना विश्रांती द्यायला तयार होईना. हेलनसारखी आंधळी, बहिरी व मुकी मुलगी कॉलेजच्या परीक्षेचा अभ्यास करीत आहे ही घटना संबंध मानवजातीच्या इतिहासात पूर्वी कधीही न घडलेली अशी होती आणि या महान कार्याला साह्यभूत होण्यासाठी आपण केवढाही त्याग केला तरी तो अपुराच ठरेल, असे ॲनचे म्हणणे होते.

हेलनचे यावर उत्तर असे असावयाचे की बाई म्हणतात ते जरी खरे असले तरी निदान डोळे तपासून घ्यावयाला काय हरकत ?

सरतेशेवटी ॲन डोळे तपासून घ्यावयास एकदाची तयार झाली. पण त्या आधी तिने एक अट घातली. हेलनचा अभ्यास निर्वेधपणे चालू राहणार असेल तरच आपण डोळ्यांवर उपचार करून घेऊ असा तिचा हट्ट होता. मिस् लेनोर किने नावाची त्यांची एक तरुण मैत्रीण होती, ती काही वेळापुरती ॲनची सहकारी बनली आणि दररोज काही तास हेलनला अभ्यासाची पुस्तके वाचून दाखवण्याचे काम तिने पत्करले.

कॉलेजचा अभ्यास करता करता आपल्या भविष्याची रूपरेषा हेलनच्या डोळ्यापुढे हळूहळू साकार होऊ लागली होती आणि लेखनाला त्यात सर्वाधिक महत्त्वाचे स्थान होते. साहित्य, भाषा, तत्त्वज्ञान, इंग्रजी या विषयांची तिला फार आवड होती.

प्रो. चार्लस् टाऊन्सेंड कोपलँड हे हेलनचे इंग्रजी विषयाचे प्राध्यापक होते. डॉ. ब्रेल, हिट्झ आणि ॲन सलिव्हन यांनी जे पुन्हा पुन्हा हेलनला सांगितले होते, तेच त्यांनीही तिला पटवून देण्याचा प्रयत्न केला. ते तिला स्वत:विषयीचे लेखन करण्यास सांगू लागले. तथापि, हेलनची भीती अद्याप मावळलेली नव्हती. 'वादळराजा'च्या अनुभवापासून तिने लेखनाचा जणू धसकाच घेतला होता. अजुनही तिला वाटे: 'आपण काही लिहिले आणि इतरत्र कोठे काही वाचलेले आपल्या अबोध मनात रुजलेले असून त्याचाच पडसाद आपल्या लेखनात उमटला तर!'

''पण हेलन'' तिचे प्राध्यापक तिची समजूत घालीत, ''आपली अनुभूती हेच कोणत्याही लेखकाच्या लेखनाच भांडवल असतं. निदान असायला हवं. आणि तुझं स्वत:च जीवन हीच तुझी खरी अनुभूती नव्हे का ? ध्यानात घे, जगातल्या इतर कोणत्याही व्यक्तीहून तुझं आयुष्य वेगळं आहे. या आयुष्याची कथा केवढी चित्तवेधक, केवढी हृदयस्पर्शी होईल बरं!''

शेवटी हेलनने आपल्या अनुभवक्षेत्रात खोल बुडी मारण्याचा, त्याचा तळ गाठण्याचा निर्धार केला. प्रो. कोपलँड तिला वेगवेगळे विषय सुचवू लागले आणि मग एके दिवशी, तिचा 'लॅटिन'चा तास चालू असता कुणीतरी तिच्या खांद्यास स्पर्श करून तिला वर्गाबाहेर व्हरांड्यात बोलावून नेले.

''मिस् केलर, हे मि. वुइल्यम ॲलेक्झांडर, 'लेडीज होम जर्नल' मासिकाच्या वतीने तुम्हाला भेटायला आले आहेत ते.''

''मिस् केलर'' तिच्याशी हस्तान्दोलन करून ॲलेक्झांडरनी तिला म्हटले, ''आमच्या मासिकासाठी तुम्ही आपली जीवनकथा लिहावी अशी मी तुम्हाला विनंती करीत आहे.''

''छे छे! ते सर्वस्वी अशक्य आहे'' हेलन म्हणाली, ''सध्या माझ्यामागे अभ्यासाचा फारच लकडा आहे. त्यातून लेखनासाठी वेळ मिळणार कसा ?''

''पण आतापर्यंत वेगवेगळ्या वेळी त्यातला काही भाग तुम्ही लिहून काढलेलाच आहे ना ?'' ॲलेक्झांडरनी विचारले.

गोष्ट खरी होती. प्रो. कोपलँडनी सुचवलेल्या विषयांनुसार हेलनने थोडेसे लेखन आधी केलेले होते. किंचित हसून ती म्हणाली, ''मी काही भाग आधीच लिहून काढला आहे हे तुम्हाला कसं समजलं ?''

''असे शोध लावणं हे तर माझे कामच आहे.'' ॲलेक्झांडर हसत हसत म्हणाले.

आता हेलनला नकार देता येईना. लवकरच 'लेडीज होम जर्नल' मासिकाच्या करारपत्रावर तिने सही करून दिली. त्या मासिकासाठी आपली जीवनकथा सहा भागांत तिने लिहून द्यावयाची होती आणि 'लेडीज होम जर्नल' कडून त्यासाठी तिला तीन हजार डॉलर मोबदला मिळणार होता.

तीन हजार डॉलर! मोबदल्याचा तो घसघशीत आकडा ऐकून हेलनच्या अंगावर आनंदाचे रोमांच उभे राहिले. भविष्यकाळाची अनेक मोहक चित्रे ती स्वत:च्या मनाशी रंगवू लागली. आपल्या लेखनाच्या जोरावर तिला पैसा मिळवता येणे शक्य होते तर! या पैशावर ती स्वत:ची व आपल्या बाईंची काळजी घेऊ शकली असती. आपले आवडते परोपकाराचे व्रत तिला अखंड चालू ठेवता आले असते. बाईंना व तिला प्रवासही करता आला असता–

'लेडीज होम जर्नल' या मासिकाची कचेरी फिलाडेल्फिया परगण्यात होती. 'माझी जीवनकथा या हेलनच्या आत्मचरित्राचा पहिला हप्ता जेव्हा मासिकाच्या कचेरीत येऊन पोहोचला तेव्हा तो वाचून मासिकाचा संपादकवर्ग खूश होऊन गेला, हे अगदी स्वतंत्र, मौलिक असे साहित्य होते. अशासारखे दुसरे काही त्यांनी पूर्वी कधीही वाचलेलेच नव्हते.

आपल्या हातून लेखन होऊ लागलेले पाहून हेलनलाही समाधान झाले. आपला अभ्यास सांभाळून शिवाय लेखनावर लक्ष केंद्रित करणे तिला खरे म्हणजे कठीण जात होते; पण तरीही ती ते करीत होती. काही काळ तिने सुरळीतपणे दोन्ही गोष्टी सांभाळल्या, पण पुढे लेखनाचा प्रत्येक हप्ता पूर्वीपेक्षा अधिक उशिरा धाडला जाऊ लागला. हेलन घाबरली. भयभीत झाली. 'हे लेखनाचे काम आपल्या हातून मुळीच व्हायचे नाही, आपण ते प्रथम अंगावरच घ्यायला नको होते' असे तिला वाटू लागले. तिच्याकडून होणाऱ्या विलंबामुळे 'लेडीज होम जर्नल'चे संपादक मंडळही साशंक झाले.

तथापि, हेलनच्या कोणत्याही अडचणीत तिच्या मदतीला धावून येणारे मित्र याही वेळी तिला साह्य करावयास पुढे आले. जॉन आल्बर्ट मेसी नावाचा एक तरुण युनिव्हर्सिटीत इन्स्ट्रक्टर होता. त्याने हेलनच्या कामात तिला मदत करावयाचे मोठ्या आनंदाने कबूल केले. त्यांने बोटांची लिपी जलदीने शिकून घेतली आणि हेलनने लिहिलेल्या मजकुरांचे संपादन करणे, तिने ब्रेलमध्ये लिहिलेला मजकूर साध्या लिपीत लिहून काढणे ही कामे तो मोठ्या काळजीपूर्वक करू लागला. त्या दोघांच्या सहकार्याने हेलनचे लेखनाचे काम झपाट्याने होऊ लागले, 'लेडीज होम जर्नल' मासिकाने सुटकेचा नि:श्वास सोडला–

जॉन मेसीने हेलनला मासिकासाठी लिहिण्याच्या कामी मदत तर केलीच, पण एवढेच करून तो थांबला नाही, 'माझी जीवनकथा' ही लेखमाला ग्रंथरूपाने पुनर्मुद्रित व प्रकाशित व्हावी म्हणूनही त्याने बरीच खटपट केली. डबलडी, पेज आणि कंपनी या प्रकाशन संस्थेने 'माझी जीवनकथा' हे पुस्तक प्रकाशित केले. फ्रँक डबलडी रसेल डबलली हे दोघेही भाऊ कालान्तराने हेलनचे निष्ठावन्त मित्र बनले.

हेलन कॉलेजच्या तिसऱ्या वर्षात शिकत होती त्या वेळी 'माझी जीवनकथा' हे पुस्तक प्रकाशित होऊन विक्रीसाठी बाजारात आले. पुस्तक बाजारात येताच त्यावर ग्राहकांच्या नुसत्या उड्या पडल्या. आजदेखील हे पुस्तक चांगले खपते. पुस्तक प्रकाशित होताच हेलनवर परीक्षणाचा व अभिनंदनाच्या पत्रांचा नुसता पाऊस पडला. एडवर्ड एव्हरेट हेल यांनी रूडयार्ड किपलिंगच्या 'किम' शी 'माझी जीवनकथा' या पुस्तकाची तुलना केली तर मार्क ट्वेनने हेलनला लिहिलेल्या पत्रात म्हटले, "तुझ्याइतकी विलक्षण व्यक्ती मी माझ्या उभ्या जन्मात दुसरी पाहिली नाही. तू अन्

तुझ्या बाई दोघीजणी केवळ अद्‌भुत आहात असेच म्हटले पाहिजे.''

'माझी जीवनकथा' या पुस्तकावर बहुतेकांनी अनुकूल असाच अभिप्राय दिला, पण काही थोड्या लोकांनी त्या पुस्तकाला नाकेही मुरडली. हेलनने स्वत: हे पुस्तक लिहिले असेल यावर या मंडळींचा विश्वासच बसेना. ॲन सलिव्हनने ते लिहून हेलनच्या नावावर खपवले असले पाहिजे असे त्यांचे म्हणणे होते. पुराव्यादाखल ते पुस्तकांतल्याच काही गोष्टींचा उल्लेख करीत. सूर्यप्रकाश, चंद्राचे चांदणे, तऱ्हेतऱ्हेचे रंग, उडते पक्षी यांची वर्णने हेलनने आपल्या पुस्तकात केली होती. तिच्यासारख्या स्त्रीला या साऱ्या गोष्टींची ऐन्द्रीय संवेदना मिळणे कसे शक्य आहे, असा या टीकाकारांचा सवाल होता!

हेलन केलर किती बुद्धिमान आहे याचा जॉन मेसीला चांगला प्रत्यय आला होता आणि तिने स्वत:च परिश्रमपूर्वक आपली आत्मकथा लिहिली होती हेही त्याला ठाऊक होते. तेव्हा तिच्यावर टीका करणाऱ्यांना त्याने स्वत:च उत्तर द्यावयाचे ठरविले. त्याने टीकाकारांना उद्देशून लिहिले–

''हेलन केलर आपल्या लेखनात जे शब्द वापरते त्यांचा आपल्या दृष्टीनं काही एक विशिष्ट अर्थ असतो. तो अर्थ तिला जाणवणं अर्थातच शक्य नाही आणि तिच्या दृष्टीने त्या शब्दांचा काय अर्थ आहे ते खुद्द तिलाच विचारल्यावाचून आपणालाही कळणं शक्य नाही. तिचे तिलाही ते आपणास समजावून देणे कठीणच आहे. अंध-बधिर लोकांसाठी म्हणून काही वेगळा शब्दकोश अस्तित्वात नाही आणि तसा तो असता तरी आपल्यासारख्या, ज्यांना पाहण्याची व ऐकण्याची शक्ती आहे त्या लोकांना, त्याचा अर्थ नीट कळला नसता. अंध-बधिर लोकांना डोळे व नाक या इंद्रियांबरोबर सतत एक प्रकारची स्पर्धा करावी लागते. त्यासाठी आपले म्हणून काही शब्द ते बनवितात. त्यांचा अर्थ समजावून घेण्याचा आपणही प्रयत्नच करावयाला हवा.''

तथापि, अशी प्रतिकूल टीका फार थोड्या जणांनी केली. हेलनच्या पुस्तकावर बहुतेकांनी चांगलाच अभिप्राय दिला. हेलनला दृष्टी नव्हती. श्रवणशक्ती नव्हती, पण तिच्या इतर संवेदना तीव्र होत्या आणि विशिष्ट गोष्टींचे स्वरूप समजावून घेण्याची तिची स्वत:चीच अशी एक खास पद्धती होती. उदाहरणार्थ : रंग ती डोळ्यांनी पाहू शकत नव्हती, पण विशिष्ट रंगांशी विशिष्ट भाववृत्ती तिने निगडित केलेल्या होत्या. पांढरा रंग उदात्ततेचे व निर्मलतेचे प्रतीक आहे, हिरवा रंग निर्भर उत्साहाचे प्रतीक आहे आणि लाल रंग प्रीती, लज्जा व सामर्थ्य सूचित करतो असे तिला वाटे. पाहणाऱ्या-ऐकणाऱ्या सामान्य माणसांपेक्षा तिची वासाची संवेदना कितीतरी अधिक पटीने तीव्र होती. अगदी सूक्ष्म वासदेखील तिला ओळखता येत. गवतांचे, झाडांचे, फुलांचे वास तिला कळत. त्याप्रमाणे घरात दरवळणारे असंख्य

वास व त्यांच्यातला भेदही ती उत्तम रीतीने जाणू शकत असे. उंची सुगंधाचा दरवळ, दारां-खिडक्यांवरच्या पडद्यांचे वास, दिव्यांचे वास, शिजणाऱ्या अन्नाचे वास तिला चटकन् ओळखता येत. तिची स्पर्शसंवेदना तर इतकी तीव्र होती की जणू तिच्या बोटांनाच डोळे फुटले आहेत असे वाटे. ती बोटे तिला असंख्य आकार, प्रतिमा, जाणवून देत. सर्वांत महत्त्वाची गोष्ट म्हणजे आपल्या मनातच विशिष्ट चित्रे उभी करण्याची तिची शक्ती. आजवर तिने वाचलेल्या साहित्याने, विशेषत: काव्याने ही शक्ती तिला मिळवून दिली होती.

स्वीडनबॉर्जच्या साहित्याचे तिने कसून वाचन केले होते आणि त्या वाचनाने तिच्या मनाला एक आध्यात्मिक परिमाण दिले होते. तिने त्याच्याविषयी लिहिताना म्हटले, ''स्वीडनबॉर्जने माझ्या अंत:करणात अशी आशा उदित केली आहे की, हा जाड काळा पडदा केव्हा तरी दूर सरकवला जाईल आणि दृष्टिहीनांना दृष्टी लाभेल. बधिर कानांना श्रवणशक्ती मिळेल आणि शब्दहीन ओठांना वाणींचे दैवी वरदान प्राप्त होईल.'' स्वीडनबॉर्जनेच तिला सेवावृत्तीची प्रेरणा दिली होती. शांती, सहनशीलता, क्षमाशीलता हे गुण हळूहळू अंगी बाणवण्याचे सामर्थ्यही त्यानेच तिला दिले होते. स्वीडनबॉर्जविषयी तिने पुढे म्हटले होते, ''प्रेमाची महती त्यानेच मला पटवून दिली. प्रेम हे जीवनातले सार्वभौम सत्य आहे. ती काही एखादी धूसर, निरुद्देश भावना नाही, तर चांगुलपणा, समंजसपणा आणि सौजन्य यांच्या मिश्रणातून निर्माण होणारी व माणसाला नेहमी योग्य त्याच वाटेने जावयास लावणारी ती एक प्रबळ प्रेरणा आहे. माझ्यासारख्या काळोखात चांचपडणाऱ्या व्यक्तीसाठी तो एक मार्गदर्शक दीपच आहे!'' स्वीडनबॉर्जचे तत्त्वज्ञान हे रोजच्या दैनंदिन जीवनातही कसे आचरता येण्याजोगे आहे हे सांगून तिने पुढे म्हटले होते, ''सुखी होण्यासाठी सेवावृत्तीने जीवन घालवणे व शक्य तेवढे दुसऱ्याच्या उपयोगी पडणे हा एकच खात्रीचा मार्ग मजपुढे आहे. प्रेम, क्षमाशीलता आणि नि:स्वार्थ सेवा हीच जीवनातली अंतिम श्रेष्ठ सत्ये होत.''

हेलनने आता कॉलेजच्या चौथ्या वर्षांत पदार्पण केले होते. आता तिला आपल्या भवितव्याचा विचार करणे जरूर होते व त्यासाठी आपल्या मर्यादित शक्ती तशा उपयोगात आणावयाच्या याचीही तिला काळजीपूर्वक योजना आखावयास हवी होती, पण त्याहीपेक्षा निकडीचा प्रश्न तूर्त तिच्यापुढे उभा होता तो हा : कॉलेजची परीक्षा आटोपल्यावर तिने व तिच्या बाईंनी कुठे राहावयाचे ?

रेन्थॅम या गावी हेलन व तिच्या बाई अनेकदा जाऊन राहिल्या होत्या व ते खेडे त्यांना फार आवडत असे. तेथे शेतावरचे एक घर मालकाला विकावयाचे होते. हे कळताच हेलनने व तिच्या बाईंनी त्या दिशेने चौकशी करावयास सुरुवात केली. घर खूपच मोठे होते. त्याला अकरा खोल्या होत्या. घराभोवती अकरा एकर जागा

मोकळी पसरली होती आणि या जागेवर प्रचंड, भरपूर सावली देणारे अनेक जुने वृक्ष ठिकठिकाणी उभे होते. हेलन आणि ॲन दोघींनाही शहरातील गजबजाटापेक्षा, रहदारीपेक्षा खेड्यातले मोकळे, हवेशीर शांत वातावरण अधिक आवडत असे. शिवाय खेड्यात दूरवर फिरावयाला जाण्याची, तऱ्हेतऱ्हेचे प्राणी पाळण्याची सोय असते. म्हणून हेलनला खेड्यात राहणे अधिक पसंत होते. त्या दोघींनी तेच घर घ्यावयाचे ठरवले. हेलनला आपले लेखनही तेथे अधिक निर्वेधपणे करता येण्याजोगे होते. हेलनचे एक चाहते व हितचिंतक स्पॉल्डिंग यांनी आपल्या साखरकारखान्यांतले काही रोखे तिच्या नावे करून ठेवले होते, ते विकून त्या पैशावर हेलनने रेन्थॅम येथील घर खरेदी केले. घराची मालकी ती व तिच्या बाई दोघींची मिळून होती. त्याचप्रमाणे त्या दोघींनी एकमेकींच्या नावे मृत्युपत्रेही करून ठेविली होती.

हेलनचे वय आता जवळजवळ चोवीस वर्षांचे होते. स्वतंत्रपणे राहण्याचा अधिकार आता तिला प्राप्त झाला होता. त्यामुळे तिने व तिच्या बाईंनी मिळून या नव्या घरात आपले भावी जीवन एकमेकींच्या संगतीत घालवावयाचे ठरवून टाकले. त्या दोघींच्या जोडीला आणखीही एक दोस्त तेथे राहणार होता. हेलनच्या कॉलेजमधल्या मुलींनी तिला 'फिझ्' नावाचा एक सुरेख कुत्रा भेट म्हणून दिला होता. फिझ्ची स्वारीही हेलनबरोबर रेन्थॅमला जाणार होती!

हेलनचे सीनियरचे वर्ष भराभर निघून गेले आणि बघता बघता परीक्षा येऊन ठेपली. कॉलेजची चार वर्षे निघून गेली आहेत यावर हेलनचा व ॲनचा क्षणभर विश्वासही बसेना. त्यांचे दिवस कामाने असे भरगच्च भरलेले असत आणि थोडक्या वेळात अनेक गोष्टीही उरकण्याचा असा जबरदस्त ताण त्यांच्या मनावर असे की दिवस, महिने, वर्षे कशी निघून गेली याचाही त्यांना पत्ता लागला नव्हता!

त्या वर्षी, एकोणीसशे चार साली, हेलनच्या वर्गात एकूण पासष्ट मुली होत्या. वर्गाच्या वार्षिक पुस्तकात प्रत्येक वर्गभगिनीच्या नावापुढे तिचे वैशिष्ट्य व्यक्त करणारी एक छोटी कविता लिहिलेली होती. हेलन केलरच्या नावापुढे लिहिलेली कविता अशी होती–

तिच्या अविरत श्रमांपुढे आपले श्रम काहीच नाहींत.
'पराभव' शब्द तिला स्वप्नातही नव्हता माहीत
तिच्या विजयाचे मोल आमच्या विजयाहून मोठे!
तिने दिले तेवढें मूल्य आम्ही दिले आहे कोठे ?

हेलनने आपला कॉलेजचा अभ्यासक्रम ठरलेल्या चार वर्षांत संपविला, इतकेच नव्हे तर ती आपली पदवीपरीक्षाही पहिल्याच वर्षी उत्तीर्ण झाली आणि तीही साध्यासुध्या रीतीने नव्हे तर सन्मानांसह!

❖

८. नव्या घरात

'लेडीज होम जर्नल' मध्ये आपली जीवनकथा लिहिताना त्यात एक महत्त्वाचा मुद्दा हेलनने वगळला होता व तो म्हणजे आपल्या भावी जीवनातील व्यवसायक्षेत्रासंबंधीचा. ही उणीव भरून काढण्यासाठी 'लेडीज होम जर्नल' मासिकाने हेलनला आणखी एक लेख लिहिण्याची विनंती केली. त्या विनंतीनुसार 'माझ्या दृष्टिकोनातून माझे भविष्य' हा लेख हेलनने लिहिला.

त्या लेखात हेलनने म्हटले होते, "माझे पोट भरण्यासाठी मला काहीतरी उद्योग तर करावयालाच हवा, पण त्याबरोबरच माझ्या जीवनाला काही तरी उदात्त ध्येय असावे असेही मला वाटते. मला करता येण्याजोगी कामे पुष्कळ आहेत. मला शिक्षकाचा पेशा पत्करता येईल, लेखन करता येईल, आजाऱ्याची शुश्रूषा करता येईल. मालिश करण्याचे कामदेखील शिकून घेतले तर ते मी उत्तम रीतीने करू शकेन. यातला कोणताही व्यवसाय मी उदरभरणासाठी करीन, पण त्याबरोबर मी माझ्या जीवनाचे एक ध्येयही निश्चित केले आहे. जगातल्या आंधळ्या व बहिऱ्या लोकांना सुखी करण्यासाठी झटावे हेच माझे ध्येय आहे. आंधळ्यांचे व बहिऱ्यांचे प्रश्न समाजाला समजावून द्यावेत, त्यांच्याविषयी जनतेची सहानुभूती संपादन करावी हे केवढे तरी काम माझ्यासारखीला करता येईल. या जगात अशी कित्येक आंधळी माणसे आहेत की वेळीच खबरदारी घेतली असती तर त्यांना आपल्या दृष्टीला मुकावे लागले नसते ! कित्येक आंधळी माणसे आळसात, निरुद्योगात जीवन कंठीत आहेत. त्यांचा वाया जाणारा वेळ व शक्ती सत्कारणी लावता येईल. मी नुसती ठिकठिकाणी हिंडले तरीसुद्धा अंधांच्या दु:खी व निराश जीवनाला त्याचा केवढा उपयोग होऊ शकेल. अंधांप्रमाणे बधिरांचाही प्रश्न निकडीचा आहे, पण मला माझ्या मर्यादांची पूर्ण जाणीव आहे आणि म्हणून अंध व बधिर या दोहोसंबंधींच्या कामातून मी एकच काम निवडले आहे. माझे सर्व आयुष्य मी दृष्टिहीनांच्या सेवेसाठी समर्पण करणार आहे. मला खात्री आहे, एक काळ असा येईल की जेव्हा एकजण दु:ख भोगीत असता दुसरा मुळीच चैन करणार नाही. त्या सोन्याच्या क्षणी अंधांना दृष्टी

लाभेल आणि बधिरांना श्रवणशक्ती प्राप्त होईल!''

हेलन आपल्या ध्येयपूर्तीची अशी स्वप्ने रंगवीत होती खरी, पण त्यापूर्वी तिला व तिच्या बाईंना रेन्थॅम येथील आपल्या नव्या घरी जाऊन काही काळ संपूर्ण विश्रांती घेणे अत्यावश्यक होते. गेली चार वर्षे केलेल्या अतिरिक्त श्रमामुळे त्या दोघींनाही विलक्षण शारीरिक अन् मानसिक थकवा आला होता.

रेन्थॅम येथील घरात राहावयास गेल्यानंतर हेलन व अॅन या दोघींचेही पहिले काही महिने घर नीटनेटके व राहण्यास योग्य असे करण्यात गेले. आपल्या मालकीच्या घरातून हिंडताना हेलनला अर्थातच विलक्षण आनंद वाटत होता. पुढच्या दोन खोल्या एकत्र करून हेलनने ती आपल्या कामाची जागा म्हणून निश्चित केली होती. तेथून हिंडत असता तेथे ठेवलेल्या टाईपरायटवर बोटे फिरवीत ती हर्षभराने म्हणे, ''इथं बसून मी आता खूप लेखन करणार आहे.''

दुसऱ्या मजल्यावर हेलनची झोपण्याची खोली होती. त्या खोलीच्या एका खिडकीचे दारात रूपांतर केले होते. त्या दारातून बाहेरच्या भल्या-थोरल्या गच्चीवर जाता येई. गच्चीभोवती उंच कठडा होता. त्यामुळे हेलनला तेथे मोकळ्या हवेत फिरण्याची, व्यायाम वगैरे करण्याचीही चांगली सोय होती. घराबाहेर सभोवती जी विपुल मोकळी जागा होती तीत सर्वत्र कमरेइतक्या उंचीवर तारा आडव्या बांधलेल्या होत्या. त्यामुळे तेथेही हेलनला हवे तेव्हा भरपूर फिरता येणार होते व त्यासाठी तिला कोणाची मदतदेखील लागणार नव्हती. हे सारे जेव्हा अॅनने समजावून सांगितले तेव्हा हेलनला फारच आनंद झाला. एका तारेला धरून पावले टाकीत ती हर्षभराने म्हणाली, ''आता मी एकटीसुद्धा येथे हवी तशी फिरू शकेन. अहाहा!

'विस्टेरिया'चा आणि सफरचंदाच्या मोहराचा काय सुरेख वास दरवळतो आहे!'' फिझलाही तिच्यासारखाच आनंद झाला होता. तो एकसारखा तिच्याभोवती बागडत होता, उड्या मारीत होता व मधूनमधून भुंकत होता.

हेलन, अॅन व फिझ रेन्थॅमच्या घरात राहू लागली. काही दिवस गेले, काही आठवडे गेले. प्रारंभीचा काळ हेलनने व अॅनने संपूर्ण विश्रांती घेण्यात घालवला, पण त्यांचे मन व शरीर जसे ताजेतवाने झाले तशी त्यांना ती विश्रांती नकोशी वाटू लागली आणि काही तरी उद्योग करावा यासाठी त्या आतुर व अस्वस्थ झाल्या.

हेलनने लेखनाला प्रारंभ करावयाचे ठरवले. कॉलेजच्या शिक्षणामुळे तिची बुद्धी प्रगल्भ झाली होती आणि आपले विचार ती पूर्वीपेक्षा अधिक चांगल्या रीतीने व्यक्त करावयास शिकली होती. शिक्षणाच्या संस्कारामुळे तिचे जीवनविषयक तत्त्वज्ञानही तिच्यासमोर अधिकाधिक स्पष्टपणे साकार होऊ लागले होते. हे सारे भोवतालच्या जगाला सांगावयासाठी ती उत्सुक झाली होती आणि त्यासाठी लेखनाचे उत्कृष्ट माध्यम तिच्याजवळ होते.

हेलन दिवसातला बराच वेळ आपल्या टाईपरायटरवर लेखन करण्यात घालवू लागली. लेख तयार झाला की ॲन तो तिला वाचून दाखवी. त्यात काही दुरुस्त्या कराव्याशा वाटल्यास हेलन त्या करी आणि मग तो लेख मासिकाकडे धाडला जाई. जॉन मेसीही या कामी पुष्कळदा हेलनला साह्य करी.

हेलनचे बहुतेक लेखन स्वत:च्या अनुभवविश्वावरच आधारलेले असे. एक लेख तिने आपल्या हांतावरच लिहिला होता. तिचे हात हेच तिचे डोळे कसे होते, जे त्या हातांच्या द्वारा तिला पुरेसे कळत नसे ते कल्पनाशक्तीच्या साह्याने ती कसे जाणून घेई, इतरांच्या हातांचा स्पर्श तिला कसा वाटे, केवळ हस्तांदोलनानेही एखाद्याचा स्वभाव तिला कसा कळे– सारे तिने त्या लेखात सांगितले होते. बिशप ब्रुक्सच्या हातांविषयी लिहिताना तिने म्हटले होते, "ते हात सहानुभूतीने व आनंदाने तुडुंब भरल्यासारखे वाटतात." तर मार्क ट्वेनच्या भल्याथोरल्या पंजाचे वर्णन करताना तिने उद्‌गार काढले होते, "ते हात फार विनोदी आहेत. कितीतरी गमतीच्या गोष्टी ते आपल्याला सांगतातसे वाटतं!"

स्पर्शाप्रमाणे हेलनची वासाची संवेदनाही अतिशय तीव्र होती. तिच्यावरही एक लेख तिने लिहिला होता. त्यात तिने म्हटले होते, "वादळाच्या काहीही खुणा प्रकट होण्यापूर्वी कित्येक तास आधी नुसत्या हवेच्या वासावरून वादळ होणार आहे हे मी ओळखू शकते." त्याच लेखात पुढे तिने म्हटले होते, "तरुण माणसांचा वास मला आग, वादळ, खवळलेला समुद्र यांच्या वासासारखा वाटतो."

आपल्या स्वत:च्या व्यक्तिगत अनुभवांसंबंधी एकीकडे लिहीत असता दुसरीकडे हेलन अंध व त्यांचे प्रश्न यांविषयींही लेखन करीत होती. 'आउटलुक' मासिकासाठी तिने 'अंधांचे जीवन' हा लेख लिहिला. 'अंधांना साह्य कसे करावे ?' हा तिचा लेख 'पुटनॅम' मध्ये प्रसिद्ध झाला, तर 'हे अंधत्व टाळता आले असते!' आणि 'अंध बालकांचे शिक्षण' हे तिचे लेख 'लेडीज होम जर्नल' मासिकातून छापून आले.

रेन्थॅम येथे जवळजवळ बारा वर्षे हेलनचे वास्तव्य होते. या अवधीत तिने शेकडो छापील पानांचा मजकूर भरेल एवढे लेखन केले आणि अनेक प्रतिष्ठित व नामवंत नियतकालिकांनी त्या लेखनाला प्रसिद्धी दिली. या लेखनाचा हळूहळू पण निश्चित परिणाम होत गेलेलाही हेलनने पाहिला. अंधांचे जीवन व त्यांच्यापुढे असलेल्या समस्या यांविषयीच्या लेखांना मासिकांतून अधिकाधिक जागा दिली जाऊ लागली. त्या विषयांतल्या तज्ज्ञ व अधिकारी व्यक्ती यासंबंधी लेखन करावयास उद्युक्त झाल्या. अंधांसाठी उपचारगृहे, अंधांचे शिक्षण, अंधांची व्यवसायक्षेत्रे या विषयांवर जोराने विचारविनिमय होऊ लागला.

रेन्थॅम येथे राहावयास येऊन काही महिने लोटले न लोटले तो एक गोष्ट हेलन व ॲन यांच्या लक्षात येऊन चुकली; ती ही की हेलनने कितीही लेखन केले तरी

पैशाची त्यांना नेहमीच अडचण पडणार होती. त्यांनी फक्त दोन नोकर घरात ठेवले होते आणि बशा धुणे, बिछाने घालणे, केर काढणे, न्याहारी तयार करणे अशी कामे स्वत: हेलनही करावयास शिकली होती. कारण, शक्य तेवढ्या काटकसरीने राहणे त्यांना आवश्यक होते. तथापि, स्वत:चे घर असण्यात जास्त काम पडत असले तरी काही सुखकर गोष्टीही त्यामुळे शक्य होत होत्या. अशा गोष्टींपैकी एक गोष्ट म्हणजे घरी हवे तेवढे पाहुणे बोलावता येणे. हेलनच्या या नव्या घरी पाहुण्यांची नेहमीच वर्दळ असे. हेलनची आई व मिल्ड्रेड या दोघीजणी येऊन राहून गेल्या. आता सत्तराहून अधिक वय झालेले जॉन हिट्झही दर वसंतऋतूत त्यांच्याकडे येऊन राहत. सर्वांपेक्षा अधिक वरचेवर येणारा पाहुणा म्हणजे जॉन मेसी. तो हेलनला लेखनात मदत करी आणि मधूनमधून ॲनला पुस्तके वाचून दाखवी. लवकरच एक गोष्ट हेलनच्या ध्यानात आली. जेव्हा जेव्हा जॉन मेसी त्यांच्याकडे येई त्या वेळी वातावरणात एक चमत्कारिक तंगपणा निर्माण होई आणि तो निघून गेल्यावर बराच वेळ ॲन खिन्न, उदास होऊन बसे. हे ध्यानात आले तेव्हा हेलनची अवस्था मोठी चमत्कारिक झाली. तिला गोंधळल्यासारखे होऊन गेले. तिचे मन त्रस्त झाले आणि जीवनातल्या आपल्या स्थैर्याचा पायाच हादरत आहे की काय, असे तिला वाटू लागले. ती स्वत:शीच अंतर्मुख होऊन या सर्व परिस्थितीचा विचार करू लागली आणि सरतेशेवटी तिने निष्कर्ष काढला : जॉन मेसी आणि ॲन सलिव्हन ही दोघे परस्परांच्या प्रेमात पडली आहेत!

ॲन प्रथम तिला या बाबतीत काही सांगावयालाच तयार नव्हती, पण हेलननेच हळूहळू सर्व काही तिच्याकडून काढून घेतले. ॲन सलिव्हनचे जॉन मेसीवर प्रेम होते, पण ती त्याच्याशी विवाह मात्र करू इच्छित नव्हती आणि जॉन तर तिच्याकडून नकार घ्यावयासच तयार नव्हता. ॲन जॉनला नकार देत होती याचे कारण तिने आपले जीवन हेलनलाच समर्पण करून टाकले होते. ती हेलनची गुरू, सखी, सहचरी– सारे काही होती. हेलन सर्वस्वी तिजवर अवलंबून होती. त्या दोघींची जीवने परस्परांत इतकी गुंतून गेली होती की आता ॲनला तिजपासून दूर जाणे सर्वथा अशक्य होते.

ॲनच्या तोंडून या सर्व गोष्टी कळल्या तेव्हा हेलनचे मन विलक्षण व्यथित झाले. ती एकदम म्हणाली, "बाई, तुमचे जर जॉनवर प्रेम असेल आणि केवळ माझ्यासाठी म्हणून जर तुम्ही त्याला नकार देणार असाल तर तुमच्या सुखाआड मी आले या जाणिवेनं माझं मन मला जन्मभर खात राहील!"

"पण हेलन, जॉन माझ्यापेक्षा वयानंही लहान आहे." ॲन आपल्या नकाराचे लंगडे समर्थन करू लागली.

"असेना." हेलन म्हणाली, "तुमचं वय एकोणचाळीस वर्षांचं आहे अन् जॉनचे

वय अठ्ठावीस वर्षांचं आहे. तुम्ही दोघं जाणती आहात. तुमचं परस्परांवर प्रेम आहे. वयातला हा फरक अगदी लक्षात घेण्याजोगा मोठा आहे असं मला वाटत नाही!''

त्यानंतर हेलन जॉनशीही या विषयावर बोलली. त्या उभयतांनी सुखी व्हावे अशीच आपली मन:पूर्वक इच्छा असल्याचे तिने परोपरीने त्याला सांगितले आणि त्यांच्या सुखाआड येऊन आपण कधीही सुखी होऊ शकणार नाही, हेही तिने त्याला पटवून दिले. जॉन तिच्याशी सहमत होता. कारण हेलनसाठी ॲनने आपणास नकार द्यावा ही गोष्ट त्यालाही पटत नव्हती. ॲन आणि हेलन या दोघींना परस्परांपासून दूर करण्याची आपली मुळीच इच्छा नाही हे त्यानेही हेलनला स्पष्टपणे सांगितले. ॲनने आपले मन अनेकदा बदलले, पण सरतेशेवटी ती लग्नाला तयार झाली. दि. २, मे, एकोणीसशे पाच ही लग्नाची तारीख ठरविण्यात आली. लग्नसमारंभ रेन्थॅमच्या घरीच होणार होता आणि हेलनकडे अर्थातच मुख्य करवलीचे काम होते.

ॲन सलिव्हन व जॉन मेसी यांच्या लग्नासाठी सारी जिव्हाळ्याची मित्रमंडळी गोळा झाली. जॉन हिट्झ् तेथे आले, हेलनची आई अलाबामाहून आली आणि जॉनचे आईवडीलही आले. रेव्हरंड एडवर्ड एव्हरेस्ट हेल यांनी या विवाहाचे पौरोहित्य केले. लग्नसमारंभ आटोपल्यानंतर जॉन मेसी व त्याची नवपरिणीत पत्नी न्यू ऑर्लिन्सला मधुचंद्रासाठी गेली आणि हेलन आपल्या आईबरोबर टस्कंबियाला निघून आली.

काही दिवसांनी हेलन, ॲन व जॉन ही तिघेही रेन्थॅमला परत आली. ती तिघेही आता त्या घरात एकत्र राहणार होती. जॉन मेसीची 'दि यूथ्स् कम्पॅनियन' या मासिकाचा सहसंपादक म्हणून नेमणूक झाली. जॉनचा पगार आणि हेलनला लेखनावर मिळणारा मोबदला यावर आपणा तिघांचे चांगले चालू शकेल असे त्यांना वाटत होते.

त्यांचा तो अंदाज काही काळ खराही ठरला. प्रारंभीचे काही दिवस त्यांनी मोठ्या आनंदात घालवले. त्यांना पुरेसे काम मिळत होते. पोटापुरता पैसा मिळत होता आणि स्थैर्यामुळे व सुखामुळे मिळणारे मानसिक समाधान त्यांना लाभत होते. हेलनचे लेख मासिकातून नियमितपणे प्रसिद्ध होत होते आणि सार्वजनिक सभांच्या व्यासपीठांवरही ती वरचेवर जात होती. या प्रारंभीच्या काळात एकच दु:खदायक घटना घडली. ती म्हणजे फिझ् या हेलनच्या आवडत्या कुत्र्याचा मृत्यू. फिझच्या मरणाने हेलन इतकी व्यथित झाली की आपण आता पुन्हा केव्हाही कुत्रा म्हणून पाळणार नाही असे तिने जाहीर करून टाकले. तिचा तो निर्धार ऐकून जॉन व ॲन या दोघांनी परस्परांकडे अर्थपूर्ण कटाक्ष टाकून नुसते स्मित केले. हेलनचा निश्चय फार दिवस टिकणार नाही हे त्यांना पक्के माहीत होते. अन् झालेही पण तसेच. लवकरच 'कैसर' नावाचा एक 'फ्रेंच बुल टेरियर' जातीचा कुत्रा हेलनने पाळला.

त्याच्या पाठोपाठ थोरा नावाची एक कुत्रीही घरात आली. तिने आल्याबरोबर अकरा पिलांना जन्म दिला. दहा पिले हेलनने मित्रमंडळींत वाटून टाकली व एक पिलू स्वत:साठी ठेवले. तीच सिगलिंड ही तिची आवडती कुत्री. सिगलिंड खूप वर्षे जगली. मोठेपणी ती भलीथोरली, जबरदस्त, रेशमासारखी मऊ, केसाळ अशी दिसे. अतिशय उमदे, प्रेमळ, सौम्य जनावर होते ते. हेलनवर तिचा अतोनात जीव होता. हेलन आपले लेखन 'टाईप' करी तेव्हा सिगलिंड तासन् तास डोळे मिटून तिच्या पायांशी पडून राही.

त्या काळात हेलनने 'अंधत्व' या विषयावर खूपच वाचन केले. कारण, त्या विषयावर तिला सतत लिहावे लागे आणि व्याख्यानेही द्यावी लागत. या वाचनातून अंधत्वाविषयी तिला खूपच माहिती मिळाली. फार प्राचीन काळापासून अंधत्वाचे व्यंग मानवजातीला छळीत आहे. पूर्वीच्या काळी आंधळ्यांना अत्यंत तुच्छतेने व तिरस्काराने वागवले जाई. फाटक्या चिंध्या अंगावर घातलेले आंधळे रस्तोरस्ती भीक मागत हिंडत. माणसे त्यांचा उपहास करीत. त्यांना हिडिसफिडीस करीत. शिव्याही घालीत. मग कधी एखादे प्रार्थनामंदिर किंवा एखादा श्रीमंत माणूस या आंधळ्या भिकाऱ्यांना एकत्र गोळा करी आणि त्यांना अन्न व निवारा देई. तथापि, उपहास किंवा करुणा यांशिवाय दुसरे काहीच त्यांच्या वाट्याला येत नसे. आंधळे लोकही कर्तृत्वसंपन्न जीवन जगू शकतील किंवा समाजाला त्यांचा काही उपयोग होऊ शकेल याची जाणीव माणसांना होईपर्यंत शेकडो वर्षे तशीच निघून गेली. तरीही, आंधळ्यांना योग्य संधी लाभली तर ते किती कर्तबगार होऊ शकतात याचे प्रत्यंतर काही अंधांनी मधूनमधून समाजाला दिले होते. आंधळ्यांमधून कवी, संगीततज्ञ, विद्वान निर्माण झाले होते. पुढे मानवजात जसजशी प्रगत होऊ लागली, विशेषत: वैद्यकशास्त्राचा जसजसा विकास होत चालला तसतसे अंधत्वाविषयीचे माणसाचे ज्ञानही वाढत चालले. अंधत्व येण्याची निरनिराळी कारणे आहेत असे डॉक्टरांना कळून आले. देवी, 'जांभळा ताप', डोळ्यांच्या जखमा चिघळून दूषित होणे यामुळे माणसाचे डोळे जात. दारिद्र्य आणि अस्वच्छता यामुळेही अनेकांना अंधत्व येई. कधीकधी आजारी मातेच्या पोटी जन्मलेल्या मुलांचे डोळे बालपणीच दूषित होतात आणि लवकरच ही मुले आंधळी होत.

अंधत्वाची कारणे अशी कळू लागली तरी अंधांची काळजी घेतली जावी, हा विचार मात्र फार हळूहळू जनमनात पसरत होता. सतराशे एकोणपन्नास साली 'दिदरो'नावाच्या एका फ्रेंच लेखकाने अंधांना शिक्षण देता येणे शक्य आहे अशा आशयाचा एक लेख लिहून जेव्हा प्रसिद्ध केला, तेव्हा प्रथमच लोक या बाबतीत गंभीरपणे विचार करू लागले. दिदरोनंतर व्हॅलेंटिन हॉय या दुसऱ्या एका फ्रेंच माणसाने अंधांच्या प्रश्नाला पुन्हा चालना दिली. लोक रस्त्यात आंधळ्यांची हुर्यो

उडवीत आणि आंधळेही पोटासाठी विदूषकाप्रमाणे वेडेवाकडे हातवारे करून त्यांची करमणूक करीत. आंधळ्यांची ही विटंबना पाहून हॉयचे हृदय दु:खसंतापाने भरून गेले. तो आपला रिकामा वेळ आंधळ्यांना पुस्तके वाचून दाखवून त्यांची करमणूक करण्यात घालवी आणि त्यांचे प्रश्नही समजावून घेण्याचा तो प्रयत्न करी. एकीकडे दिदरोसारख्या लेखकांचे लेखन तो वाचीत होताच. एके दिवशी आबे द लेप्पी नावाच्या एका माणसाने चालवलेले कार्य त्याच्या निदर्शनास आले. काही मुक्या व बहिऱ्या मुलांना लेप्पीने खुणांची भाषा शिकवली होती व तिच्या साह्याने ती मुले एकमेकांशी 'बोलत' ते पाहून हॉयच्या मनात आले, मुक्या बहिऱ्यांना जर शिकवता येतं तर आंधळ्यांना का शिकवता येऊ नये ?

हा विचार मनात येताच हॉयने त्या दृष्टीने प्रयत्न करावयास सुरुवात केली. एका लहान आंधळ्या मुलावर तो प्रयोग करू लागला. लाकडातून कोरून काढलेल्या मोठमोठ्या अक्षरांच्या साह्याने त्या मुलाला त्याने शिकवण्यास प्रारंभ केला. त्या आंधळ्या मुलाची प्रगती फार झपाट्याने होऊ लागली. एके दिवसी त्या मुलानेच हॉयला उठावदार अक्षरे कागदावर छापण्याची कल्पना सुचवली. हॉयने त्याप्रमाणे मजकूर छापवून घेतला. कागदावरच्या उठावदार अक्षरांवर बोटे फिरवून शिकू लागल्यावर त्या मुलाची पूर्वीपेक्षाही अधिक वेगाने प्रगती होऊ लागली आणि लवकरच तो घडाघड वाचू लागला. हा पहिला प्रयोग यशस्वी झाल्यावर हॉयने आंधळ्या मुलांसाठी एक शाळा स्थापन केली आणि तेथे आंधळ्यांना तो शिकवू लागला. या शाळेतून बाहेर पडलेली मुले भीक मागत नसत, तर पोटासाठी ती इतरांप्रमाणेच काही व्यवसाय करून मानाने जगत. त्यांच्यापैकी कुणी चर्चमध्ये पियानो वाजवीत, कुणी गात, कुणी कारखान्यात, छापखान्यात किंवा कापडगिरणीत कामे करीत. हॉयने आंधळ्यांसाठी उठावदार अक्षरांची पुस्तकेही छापून प्रसिद्ध केली. कालांतराने हॉय मरण पावला, पण मृत्यूपूर्वी केवळ फ्रान्समध्येच नव्हे तर इतर देशांतही त्याने जनतेच्या मनात अंधांविषयी कुतूहल व सहानुभूती निर्माण करण्यात यश मिळवले होते. युरोपमध्ये आणि अमेरिकेमध्ये ठिकठिकाणी आंधळ्यांसाठी शाळा उघडल्या जाऊ लागल्या होत्या आणि अंधोपयोगी नवनव्या साधनांचेही शोध लागत होते.

हॉय पॅरिस येथे आंधळ्या मुलांसाठी आपली शाळा चालवीत असतानाच दुसरीकडे आणखी एक घटना घडून आली. फ्रान्समधील एका खेडेगावात एक चांभार चामड्याचे एक खोगीर बनवीत होता. त्याचा तीन वर्षांचा छोटा मुलगा जवळ बसून बापाचे काम लक्षपूर्वक बघत होता. एकाएकी चांभाराच्या हातातून अरी निसटली आणि तिचे टोक त्या लहान मुलाच्या डोळ्यात घुसले. त्या छोट्या मुलाचा तो डोळा तर गेलाच, पण त्या डोळ्याला झालेली जखम दूषित होऊन

दुसऱ्या डोळ्यापर्यंत चरत गेली आणि काही दिवसांनी त्याचा तो दुसरा डोळाही गेला. त्या बालकाला पूर्णपणे अंधत्व आले. या मुलाचे नाव लुई ब्रेल.

लुई ब्रेलच्या आईवडिलांनी लुईला हॉयच्या पॅरिसमधल्या अंधशाळेत आणून ठेवले. लुई ब्रेल प्रारंभी जरा मंद व जड बुद्धीचा वाटला, पण लवकरच त्याची झपाट्याने प्रगती होऊ लागली. थोड्याच दिवसांत तो त्या शाळेचा सर्वात बुद्धिमान विद्यार्थी बनला. त्याला साहित्याची आवड होती, यंत्रांबद्दल त्याला आकर्षण वाटे. ऑर्गनसारखे वाद्यही तो उत्तम रीतीने वाजवीत असे. लुई ब्रेल बारा-तेरा वर्षांचा झाला तेव्हाच त्याने ठरवून टाकले की अंधांसाठी जेवढे काही आपल्याला करता येईल तेवढे करावयाचे. अंधाच्या इतर कोणत्याही प्रश्नांपेक्षा त्यांना चांगल्या रीतीने वाचता कसे येईल, हा प्रश्न लुई ब्रेलला सर्वांत अधिक महत्त्वाचा वाटत होता व त्या प्रश्नाने त्याला सारखे सतावून सोडले होते. एके दिवशी त्याला कोणीतरी सांगितले की, सैनिकांना रणभूमीवर काळोखातही त्यांना आलेले हुकूम वाचता यावेत म्हणून कागदावर उचललेल्या टिंबांची एक सांकेतिक लिपी सैन्यात वापरली जाते. ही माहिती कळताच ब्रेलच्या कल्पनाशक्तीने एकदम खूप मोठी झेप घेतली आणि बराच विचार करून, बरेच प्रयोग करून त्याने दोन टिंबे रुंद व तीन टिंबे उंच अशा सहा टिंबांवर बसविलेली 'ब्रेल' लिपी शोधून काढली. या लिपीत संपूर्ण वर्णमाला या सहा टिंबांच्या भिन्न भिन्न रचनेवर बसविलेली आहे. आज सर्व जगभर आंधळ्यांची लेखी भाषा म्हणून 'ब्रेल' लिपीला मान्यता लाभली आहे.

जी ब्रेल लिपी ॲन सलिव्हनने हेलनला शिकविली होती आणि जिचे अस्तित्व एक साधी गोष्ट म्हणून तिने गृहीत धरले होते त्या 'ब्रेल' ची ही रोमांचकारक जन्मकथा वाचून हेलनचे हृदय भरून आले होते.

आंधळ्यांना ज्ञानाचा मार्ग जसा लुई ब्रेलने खुला करून दिला होता त्याप्रमाणे अंध-बधिर मुलांच्या बाबतीत 'सॅम्युएल ग्रिडले हो' नावाच्या माणसाने बहुमोल कामगिरी बजावली होती. सॅम्युएल ग्रिडले हो हा एक तरुण सामाजिक कार्यकर्ता होता. तो ग्रीसमधून नुकताच बोस्टन येथे परत आला होता. तेथील क्रांतीमध्ये भुकेलेल्यांना अन्न वाटण्याच्या कामी त्याने साह्य केले होते. इकडे आल्यावर त्याला समजले की मॅसॅच्युसेट्स् परगण्यात एक अंधशाळा सुरू करावयाचे घाटत होते आणि या शाळेचा पहिला व्यवस्थापक त्याने व्हावे अशी सर्वांची इच्छा होती. तथापि, सॅम्युएल होला तोपर्यंत अंधत्वाबद्दल फारसे काही ठाऊक नव्हते, म्हणून तो आधी एक वर्ष युरोपात जाऊन राहिला व तेथील अंधशाळेचे त्याने बारकाईने अवलोकन केले. अठराशे बत्तीस साली तो बोस्टनमध्ये परत आला आणि तेथे नव्यानेच उघडलेल्या आंधळ्यांच्या शाळेचे काम बघावयास त्याने सुरुवात केली. पहिल्याच वर्षांचे शाळेचे यश इतके घवघवीत होते की, तिच्याविषयी जनतेत खूप

उत्साह व कुतूहल निर्माण झाले. शाळेसाठी अधिक रक्कम मंजूर करण्यात आली. कर्नल टॉमस एच. पर्किन्स यांनी शाळेसाठी एक भलीमोठी इमारत देणगी म्हणून दिली आणि त्यांच्याविषयीच्या कृतज्ञतेची खूण म्हणून 'पर्किन्स अंधशाळा' असे नवे नाव शाळेला देण्यात आले.

पर्किन्स अंधशाळेचे मुख्याध्यापक या नात्याने डॉ. हो यांनी जवळजवळ पाच वर्षे काम केल्यानंतर एक नवी विद्यार्थिनी संस्थेत दाखल झाली. तिने डॉ. हो यांच्या सर्व शक्तींना आव्हान देऊन त्यांच्यासमोर एक भलेमोठे प्रश्नचिन्ह उभे केले. या नव्या विद्यार्थिनीचे नाव लॉरा ब्रिजमन. तिचे वय होते सात वर्षे. ती आंधळी आणि बहिरी होती. त्या छोट्या मुलीकडे पाहून डॉ. हो स्वत:शीच जोरजोराने विचार करू लागले. या मुलीला माणसात आणावयाला हवे होते. तिला शिकवायला हवे होते, पण हे कसे करावयाचे ? आजपर्यंत आंधळ्या आणि बहिऱ्या माणसाला कधीही शिकवले गेले नव्हते. ही अशक्य गोष्ट शक्यतेच्या कोटीत उतरवण्याचा डॉ. हो यांनी निर्धार केला, त्यांनी लॉरा ब्रिजमनला शिकवण्यास प्रारंभ केला. त्यांनी प्रथम उठावाच्या अक्षरांनी बनवलेले शब्द तिजपुढे ठेवून तिची बोटे त्यावरून फिरवावीत आणि मग त्या शब्दांनी सूचित होणाऱ्या वस्तूंवरून बोटे फिरवावीत. लवकरच लॉरा ब्रिजमनला शब्द म्हणजे काय ते कळू लागले. सुप्रसिद्ध लेखन चार्लस् डिकन्स हा अमेरिकेच्या दौऱ्यावर असता त्याने पर्किन्स अंधशाळेला भेट दिली. तेथे त्याने लॉरा ब्रिजमनला पाहिले. आपल्या 'अमेरिकन टिपणे' या पुस्तकात त्याने या अद्‌भुत मुलीचा उल्लेख केला. हेलन केलरच्या आईने ते पुस्तक, तो उल्लेख वाचला आणि पुढे हेलनचे भवितव्य त्यामुळेच पालटत गेले. घटनांचे दुवे जुळत जाऊन त्यांची साखळी तयार झाली.

तथापि, लॉरा ब्रिजमनच्या बाबतीत एक उणीव राहून गेली होती. डॉ. हो यांनी तिला बोलायला शिकवले नव्हते. हेलन केलर स्वत:शी म्हणे, "ही उणीव भरून काढण्याचं काम मला केलं पाहिजे. अंध-बधिर लोकांना बोलायलाही शिकवता येतं, हे मी जगाला सिद्ध करून दाखवीन."

हेलन केलरने तोंडाने बोलण्याचा सराव चालूच ठेवला होता, पण अजून तिला चांगले स्पष्ट बोलता येत नव्हते. अजूनही ज्या वेळी ती श्रोत्यांसमोर भाषण करी. तेव्हा तिचे बोलणे श्रोत्यांना समजावून देण्यासाठी दुभाष्याची जरूर लागे. आपल्या हातून आतापर्यंत घडून आलेल्या कार्याविषयी हेलन स्वत: असंतुष्टच होती, पण तरीही खूपच काही साधले होते यात शंका नव्हती. सर्वसामान्य माणसांच्या मनात आंधळ्यांविषयी दिवसेंदिवस कुतूहल व सहानुभूती निर्माण होऊ लागली असून त्यांचे प्रमाण सारखे वाढत होते. वृत्तपत्रे, महिलामंडळे, समाजकार्य करणाऱ्या संस्था आंधळ्यांच्या प्रश्नांत अधिकाधिक लक्ष घालू लागल्या होत्या. विधिमंडळे

अंधांसाठी शाळा उघडण्याचे विचार करीत होती. आंधळ्यांना वाचता यावे म्हणून ब्रेल लिपीत छापवून घेतलेले 'मॅटिल्डा झिगफील्ड मॅगेझिन' नावाचे एक मासिक निघाले होते त्याप्रमाणेच आंधळ्यांसाठी नियमितपणे काम करणाऱ्या सामाजिक कार्यकर्त्यांना उपयोगी पडावे म्हणून चार्लस कॅम्पबेल नावाच्या एका कार्यकर्त्याने 'अंधाविषयींचा दृष्टिकोन' नावाचे दुसरे एक मासिक सुरू केले होते.

हेलन केलर निरलसपणे आपले कार्य करीत होती. तिचे कौतुक करणाऱ्या व तिला सतत प्रोत्साहन देणाऱ्या चाहत्यांची अन् मित्रमंडळींची तिला कधीच वाण पडली नाही. डॉ. ब्रेल, मार्क ट्वेन, वेड, होम्स, कॅम्पबेल ही मंडळी तिच्या फार जिव्हाळ्याची होती. हल्ली तिने स्कॉटलंडमधील ग्लासगो या गावी असणारे एक शस्त्रवैद्य डॉ. जेम्स केर लव्ह यांच्याशीही पत्रमैत्री सुरू केली होती व हा एक नवा स्नेही तिला लाभला होता.

हेलन केलर ही आता एक विख्यात व्यक्ती झाली होती. ती कोठेही गेली तरी तिला बघण्यासाठी लोकांची झुंबड उडे. कधीकधी तर तिला नुसता स्पर्श करावा म्हणून माणसे तिच्यावर अशी लोटत की त्यांना दूर ठेवण्यासाठी पोलिसांची मदत घ्यावी लागे. रेन्थॅम येथील घरसुद्धा लोकांच्या वर्दळीपासून अलिप्त राहत नव्हते. हेलनविषयीचे लोकांचे कुतूहल एवढे होते की, माणसे तेथेही तिला बघायला येत. तिला हवे ते प्रश्न विचारीत. कधीकधी गरजू लोक तिच्याजवळ पैसेही मागत. हेलन केलर जेवढी प्रसिद्ध होती, तेवढीच ती श्रीमंतही असेल असे त्यांना आपले वाटायचे.

हेलन केलरचे मन सहानुभूतीने तुडुंब भरलेले होते. तिची वृत्ती विलक्षण संवेदनाशील होती. मानव जातीच्या दु:खाचे आणि व्यथांचे वर्तुळ केवढे मोठे आहे हे दिवसेंदिवस तिला अधिकाधिक तीव्रतेने जाणवू लागले होते. आपल्या कार्याची मर्यादा तिने जरी आखून घेतली होती तरी तेवढ्याने मुळीच भागत नव्हते. माणसांची दु:खे अशी एकांत एक गुंतून गेलेली होती की अमुक एका दु:खापुरतेच आपले कार्यक्षेत्र मर्यादित करावयाचे म्हटले तरी ते करता येणे शक्य नव्हते. अनेक लहान मुले जन्माला येतानाच आंधळी असत. पण ती तशी का जन्माला येत ? गरोदरपणी आयांना मिळावी तेवढी वैद्यकीय मदत मिळत नसे म्हणून! त्यांना ती मदत का मिळत नसे ? एक तर त्या दरिद्री असत आणि दुसरे म्हणजे पुरेशा इस्पितळांची आणि उपचारगृहांचीही वाण असे. पुष्कळशी माणसे प्रौढ वयात आपली दृष्टी गमावून बसत! का ? तर जेथे त्यांना काम करावे लागे त्या कारखान्यात कोंदट व काळोखे वातावरण असे म्हणून! याचा अर्थ असा की केवळ अंधत्व ही एक गोष्ट घेतली तरी तिची पाळेमुळे आर्थिक व सामाजिक परिस्थितीत खोलपर्यंत गेलेली दिसत. हे सारे नष्ट व्हायला हवे होते. दु:ख, दैन्य, गलिच्छ राहणी, घाणेरड्या

वस्त्या या सर्वांचा नायनाट करावयाला हवा होता. मानवजातीचे दु:ख केवढे विशाल आणि केवढे खोल होते! ते दूर करावयाचे म्हणजे प्रचंड कार्य करावयाला हवे होते! हे सारे विचार हेलनच्या मनात येत आणि तिची छाती दडपून जाई!

एकोणीसशे साठ साली 'माझे जग' हे आपले नवे पुस्तक हेलनने प्रकाशित केले. 'सेंच्युरी मॅगेझिन' मध्ये तिने वेळोवेळी लिहिलेल्या लेखांचा संग्रह होता तो. तिला वेगवेगळ्या विषयांवर लिहून पाहावेसे वाटे, पण लोकांना तिच्याविषयी, तिच्या जीवनाविषयीच कुतूहल वाटे आणि तिने स्वत:विषयीच लिहावे अशी त्यांची सतत मागणी असे. हेलनला वाटे, हे असे का ? तिच्या भोवती हे विशाल जग पसरले होते. मानवजात होती, तिची दु:खे, तिचे प्रश्न होते. सारे विश्व होते. याविषयी लिहावयाला हेलन उत्सुक होती.

एके दिवशी हेलन केलर आणि ॲन या घराबाहेर मोकळ्या हवेत हिंडत होत्या. रेन्थॅम येथील घराभोवती जी अकरा एकर जागा होती त्या जागेच्या कडेला एक दगडी गडगा बांधण्याचे काम चालू होते. हेलनला ही भिंत डोळ्यांनी दिसणे शक्यच नव्हते, पण बोटांनी तिने ती चाचपून पाहिली आणि तशी ती चाचपीत असतानाच एकाएकी एक कल्पना तिच्या मनात स्फुरू लागली. त्याच दिवशी दुपारी हेलन आपल्या टाईपरायटरपाशी बसली आणि आपली पहिली कविता लिहिण्यास तिने सुरुवात केली. कवितेचे नाव होते 'दगडी भिंत' आणि तिचा प्रारंभ असा होता–

''माझ्यासंगे याल तर, सांगेन तुम्हाला सारे कांहीं–
जे मी वाचले आहे या गूढ पाषाणलिपींत!''

कित्येक आठवडे, रोज कितीतरी तास खपून हेलनने ती कविता लिहिली. कविता लिहून संपली तेव्हा तिचे एक स्वतंत्र पुस्तक तयार होईल एवढी ती मोठी झाली होती.

हल्ली हेलन केलर खूपच लिहीत असे. काही काळ तरी तिने आपल्या टाईपरायटरला विश्रांती द्यावी आणि स्वत:ही सुटीचा आनंद उपभोगावा असे ॲनला आणि जॉन मेसीला फार तीव्रतेने वाटत असे, पण हेलन मुळी त्यांचे ऐकायलाच तयार नव्हती. त्या पतिपत्नींना हेलनच्या प्रकृतीची चिंता वाटू लागली, पण तितक्यात हेलनच्या विश्रांतीचा प्रश्न मोठ्या गंमतीदार रीतीने सुटला. मार्क ट्वेनचे हेलनला अकस्मात पत्र आले–

''माझी तुम्हा तिघांना आग्रहाची विनंती– नव्हे हुकूम आहे की, तुम्ही माझ्या 'स्टॉर्मफील्ड' या घरी काही दिवस पाहुणचार घेण्यासाठी यावे.''

कॉनेक्टिकट परगण्यातील रेडिंग या ठिकाणी मार्क ट्वेनने 'स्टॉर्मकील्ड' नावाचे आपले भले थोरले घर बांधले होते. त्याची पत्नी मागेच निधन पावली होती आणि एकुलत्या एका मुलीचे लग्न होऊन ती आपल्या पतीकडे निघून गेली होती.

तेव्हापासून त्या भल्या मोठ्या घरात मार्क ट्वेन एकटाच राहत होता.

एकोणीसशे नऊ साली, हेलन पाहुणी म्हणून आली तेव्हा मार्क ट्वेन सत्तरीच्या घरात होता, पण हेलनची पूर्वी त्याच्याशी भेट झाली होती तेव्हांचा त्याचा मनमोकळा, आनंदी, विनोदी स्वभाव आतादेखील जसाच्या तसा कायम होता. पहिल्याच दिवशी रात्री जेवणाच्या टेबलाशी हेलन व तिच्या बाई बसल्या होत्या त्या वेळी मार्क ट्वेनने अनेक विनोदी कथा सांगून हेलनला खूप हसविले. त्याने सांगितलेल्या कथा जॉन मेसी बोटांच्या खुणांनी हेलनला समजावून सांगे.

जेवण झाल्यावर ती सर्वजण पुन्हा गप्पा मारीत बसली. झोपण्याची वेळ झाली तेव्हा मार्क ट्वेनने स्वत: हेलनला तिच्या शय्यागृहात नेऊन पोहोचविले. तिचा निरोप घेता घेता तो थट्टेने तिला म्हणाला, "तुझ्या उशाशी सिगारेटची पेटी ठेवली आहे हं मी. हो, तुला ओढाव्याशा वाटल्या तर आपल्या असाव्यात म्हटलं!"

दिवसा मार्क ट्वेन हेलनला फिरावयाला घेऊन जाई आणि वाटेत दिसणाऱ्या प्रत्येक झाडाझुडपाची तो तिला माहिती सांगे. बिलियर्डस् खेळणे त्याला फार आवडे. एका सायंकाळी त्याने हेलनला म्हटले, "तूही माझ्याबरोबर बिलियर्डस् खेळायला ये."

"भलतेच काय बोलता ?" हेलन हसून म्हणाली, "बिलियर्डस् खेळायला माणसाला डोळे असावे लागतात म्हटलं."

"पण आम्ही खेळतो तो खेळ इतका वाईट असतो की आंधळं माणूससुद्धा तो याहून अधिक गलथानपणानं खेळणं शक्य नाही." मार्क ट्वेनने चटकन् उत्तर दिले.

हेलन 'स्टॉर्मफील्ड'हून परत आली तेव्हा तिचा थकवा पार गेला होता आणि ती चांगली ताजीतवानी झाली होती. तिच्यासमोर कामाचे डोंगर उभे होते आणि ती कामे उरकण्यासाठी हेलन अगदी अधीर झाली होती, पण तिच्या मार्गातला सर्वांत मोठा आणि अनुल्लंघ्य अडथळा अजूनही जसाच्या तसाच कायम होता. तिचे बोलणे अजूनही फार अस्पष्ट होते. चांगले बोलायला कसे शिकता येईल हे काही केल्या तिला कळेना. याच सुमाराला तिची व चार्लस् एम. व्हाईट या गृहस्थांची गाठ पडली. बोस्टन संगीतशाळेत ते संगीत विषयाचे प्राध्यापक होते. हेलनची अडचण त्यांना कळली तेव्हा ते म्हणाले, "तुला बोलावयास शिकवण्याच्या कामी मला जर थोडेसं उपयोगी पडता आलं तर मला फार समाधान वाटेल."

हेलनला त्यांची सूचना तत्काळ मान्य झाली आणि व्हाईट यांच्याजवळ बोलावयास शिकण्याचा आपला विचार तिने मेसी पतिपत्नींना बोलून दाखविला. प्रत्येक शनिवारी चार्लस् व्हाईट यांनी रेन्थॅमला यावे, हेलनला बोलण्याचा पाठ द्यावा आणि रविवारी बोस्टनला परत जावे असे ठरले. चार्लस् व्हाईट यांच्याजवळ बोलण्याचा अभ्यास सुरू करताना हेलनचे हृदय आनंदाने नुसते नाचत होते. तिच्या

मार्गातला एकमेव अडथळा आता दूर होणार होता. आपल्या एकुलत्या एका उरलेल्या व्यंगावर ती आता विजय मिळवणार होती. लवकरच ती व्यासपीठावर उभी राहणार होती आणि कोणाही मदतनिसाच्या साह्यावाचून आपले विचार श्रोत्यांना बोलून दाखवणार होती–

९. पंख उभारले

हेलनने बोलण्याचा अभ्यास खूप उमेदीने सुरू केला, पण लवकरच तिला कळून चुकले की चार्लस व्हाईट हे कितीही उत्कृष्ट शिक्षक असले तरी ते काही जादूगार नव्हते. ते हेलनवर भरपूर परिश्रम घेत होते. त्यांनी तिच्याकडून स्वर आणि व्यंजने चांगली घोटून घेतली. आवाजाची पट्टी वर किंवा खाली कशी करावी आणि केव्हा लावावी हे त्यांनी तिला समजावून दिले, पण तरीही हेलनचे 'बोलणे' अजून फार प्राथमिक अवस्थेत होते. बाळपणी आलेल्या बधिरत्वामुळे मानवी आवाज कसा असतो हेच तिला ठाऊक नव्हते, म्हणून स्वत: बोलावयास शिकणे हे तिच्या बाबतीत जवळजवळ अशक्य होऊन बसले होते. ती खोल घशातून आवाज काढी. व्हाईटनी तिला बोलण्यात कोणत्या अक्षरावर कोठे जोर द्यावा ते शिकवले. कोणते अक्षर ऱ्हस्व उच्चारावे आणि कोणते अक्षर लांबवावे ते त्यांनी तिला सांगितले. तालाचीही कल्पना त्यांनी तिला दिली. धड्यामागून धडे चालले होते. गुरू व शिष्या दोघेही आपापल्या परीने जीव तोडून काम करीत होती, पण अजूनही हेलनला बोलण्याची कला आत्मसात करता येत नव्हती. कधी कधी ती अगदी हताश होऊन जाई.

या बोलण्याच्या अभ्यासाचा तर तिच्या मनावर ताण पडत होताच, पण त्याशिवाय तिला सतावणाऱ्या इतरही अनेक गोष्टी होत्या. पैशाचा प्रश्न दिवसेंदिवस अधिकाधिक उग्र रूप धारण करून तिला भेडसावू लागला होता. रॉजर्स यांच्याकडून तिला जे वार्षिक उत्पन्न मिळत होते ते वाढत्या खर्चाला अपुरे पडत होते. नियतकालिके तिला लेखनाचा मोबदला देत, पण त्यांना फक्त तिने स्वत:वर लिहिलेले लेखच हवे असत. त्यामुळेही ती प्राप्तीही तुटपुंजीच असे. भरीस भर म्हणून की काय स्त्रियांना मताधिकार दिला जावा ही चळवळ हल्ली ऐन भरात आली होती. हेलनने या चळवळीत मन:पूर्वक भाग घेतला होता. स्त्रियांना अधिक स्वातंत्र्य हवे होते, त्यांना मताधिकार हवा होता, सरकारी राज्ययंत्रणेत त्यांना पुरुषांच्या बरोबरीने स्थान मिळावयाला हवे होते. स्त्रियांच्या स्वातंत्र्याचा प्रश्न हेलनला विलक्षण

जिव्हाळ्याचा व निकडीचा वाटत होता आणि म्हणूनच या चळवळीत ती हिरिरीने भाग घेत होती.

हेलनच्या मनात या वेळी आणखीही खळबळ चालू होती. गेल्या काही वर्षांपासून तिचा जगाकडे-जीवनाकडे पाहण्याचा दृष्टिकोन पूर्णपणे बदलत चालला होता. जगातली बहुसंख्य माणसे किती दैन्यावस्थेत दिवस काढतात, त्यांचे जीवन किती दु:खाने भरलेले असते आणि हे दैन्य व ही दु:खे किती अकारण आहेत हे तिला हळूहळू कळू लागले होते. तिचे स्वत:चे बाळपण सुखी निश्चिंत अवस्थेत आणि प्रियजनांच्या प्रेमळ सहवासात गेले असल्यामुळे जगातले दु:खदैन्य तिला अधिकच तीव्रतेने जाणवत होते.

ॲनला बरोबर घेऊन हेलन सर्वत्र हिंडे. ती घाणेरड्या वस्त्यांना भेट देई. गिरण्यांना व कारखान्यांना भेट देई. तेथील गलिच्छता, घाण, अनारोग्य तिला डोळ्यांनी बघता येत नसे, पण ॲन त्या सर्व दृश्यांचे प्रभावी अन् प्रत्ययकारी वर्णन करून तिला सांगे, त्यामुळे हेलनच्या मन:श्चक्षूसमोर ती ती दृश्ये साकार होत आणि तिच्या जीवाची तळमळ वाढे. हे सारे बदलले पाहिजे असे तिला अगदी तीव्रतेने वाटे. याच सुमाराला एच. जी. वेल्स या लेखकाचे 'जुन्या जगाबद्दल नवी जगे' नावाचे पुस्तक हेलनच्या वाचनात आले. त्या पुस्तकाने विचारांची एक नवी दिशा तिला दाखवली आणि समाजवादी विचारसरणीकडे ती कळत न कळत झुकू लागली. जॉन मेसी आधीच समाजवादी पक्षाचा सभासद होता. मेसी पतिपत्नींशी हेलन समाजवादावर खूप चर्चा करी. ॲनला त्या उभयतांची मते अतिरेकी वाटत. तथापि, हेलनला तसे वाटत नसे. समाजवादी समाजरचना हे केवळ ध्येयात्मक स्वप्न नसून ती एक व्यवहार्य अशी गोष्ट आहे आणि सामाजिक सुधारणांच्या द्वारा ती सहज वास्तवात उतरवता येईल असे तिचे मत होते. एच. जी. वेल्सने आपल्या पुस्तकात असेच म्हटले होते. माणसाने माणसाबद्दल सद्भावना बाळगणे ही सर्वांत महत्त्वाची गोष्ट होती. त्यानंतर दारिद्र्य आणि गलिच्छ वस्त्या यांचे समूळ उच्चाटन करण्यासाठी योजना आखावयाला हव्या होत्या. कामगारांच्या कामाचे तास कमी करणे व त्यांना जेथे काम करावे लागते तेथे स्वच्छता व निर्धोकपणा राखणे हेही करणे अवश्य होते. वेल्सची मते आग्रही किंवा अतिरेकी नव्हती. समाजवादामध्ये जे दोष किंवा उणिवा होत्या त्यांची त्यांनाही जाणीव होती. तथापि, ध्येयवादी विचारसरणीच्या कोणाही माणसाला समाजवादाबद्दल आकर्षण वाटणे अगदी अपरिहार्य होते आणि हेलन केलर ही एक ध्येयवादी स्त्री होती, तेव्हा तिचे मन समाजवादाकडे ओढले गेल्यास त्यात काही नवल नव्हते.

या सर्व गोष्टींचा ताण हेलनच्या मनावर पडत होताच, पण त्या साऱ्यांपेक्षा तिच्या जिवाला व्यथित करणारी गोष्ट वेगळीच होती. गेल्या कित्येक दिवसांपासून

एक सूक्ष्म भय हेलनच्या मनाला हळूहळू व्यापू लागले होते. ॲनचा सहवास लवकरच संपुष्टात येणार हेच ते भय होते. गेली कित्येक वर्षे ॲनवर इतका भयंकर ताण सतत पडत आला होता की यापुढे ती फार दिवस या जगात काढणे शक्य नाही, तिच्या संगतीचा लाभ इथून पुढे फार काळ आपणाला मिळणार नाही हे कटु सत्य हेलनच्या ध्यानी येऊन चुकले होते. ॲनचे वय तसे फार नव्हते. हे तिला सेहेचाळिसावे वर्षं चालू होते, पण तिची प्रकृती फार ढासळली होती आणि दृष्टीही झपाट्याने कमी होत चालली होती.

हेलन या वेळी फक्त बत्तीस वर्षांची होती. ती तारुण्याच्या ऐन भरात होती. तिचा कामाचा उत्साह आणि कार्यक्षमता जबरदस्त होती. ती महत्त्वाकांक्षी होती व प्रत्येक दिवशी अधिकात अधिक काम करता येईल तेवढे करण्याची तिची उमेद असे. ॲन ही हेलनची मदतनीस असल्यामुळे हेलन जे जे करी त्या प्रत्येक गोष्टीत तिलाही हेलनइतकाच भाग घ्यावा लागे. हेलन तिच्यावर सर्वस्वी अवलंबून होती आणि हेलन तिच्याकडून जास्तीत जास्त सहकार्य अपेक्षीत होती. हेलनसारखीची मदतनीस होणे म्हणजे स्वतःच्या इच्छा, स्वतःचे व्यक्तिमत्त्व, स्वतःच्या आवडीनिवडी पार पुसून टाकणे होते आणि गेली पंचवीस वर्षे ॲन हेलनसाठी हा अलौलिक त्याग करीत आली होती. पंचवीस वर्षांपूर्वी, अठराशे सत्याऐंशी साली टस्कंबिया येथे हेलनच्या घरी ॲन सलिव्हनने प्रवेश केला त्या क्षणापासून तो आतापर्यंत ती केव्हाही हेलनला विसंबली नव्हती. आपले सर्वस्व तिने हेलनसाठी समर्पण करून टाकले होते व तेही सक्तीने नव्हे तर खुशीने. अगदी स्वःच्या इच्छेने! तिला हेलनसाठी एवढा त्याग करावयाचाच होता!

डॉक्टरांनी जेव्हा ॲनला गंभीर स्वरूपाच्या शस्त्रक्रियेसाठी हॉस्पिटलमध्ये जाण्याचा हुकूम सोडला तेव्हा हेलन हताशपणाच्या काळोखात खोल बुडून गेली. ॲनवाचून ती सर्वस्वी असहाय असे. तिला एकटीला घरातदेखील राहता येणे शक्य नव्हते. तिला कोणातरी मित्रमंडळींच्या घरी जाऊन राहावे लागणार होते. त्या परक्या माणसांना तिची काळजी घ्यावी लागणार होती. हेलनच्या मनात आले, ''एखाद्या ठोकळ्यासारखं जिणं आहे माझे. दुसऱ्यांच्या मार्गातला ती एक अडथळा आहे. मी म्हणजे एक ओझेच होऊन बसले आहे जगाला!''

हा अनुभव हेलनला जेवढा हताश करणारा होता तेवढाच तो भीतिदायकही होता, पण त्याबरोबर तिला आणखीही एक गोष्ट प्रथमच उमगली. ॲनवर एवढे विसंबून राहण्यात आपलाही स्वार्थीपणाच आहे. आपण तिच्या स्वास्थ्याचा फारच थोडा विचार करतो हे तिला तीव्रतेने जाणवले. म्हणून शस्त्रक्रियेनंतर ॲन जेव्हा रेन्थॅमला परत आली तेव्हा हेलनने ठरवून टाकले होते की ॲनला दिवसातील काही वेळ तरी सक्तीने विसावा द्यावयाचाच. मग त्यासाठी आपणाला दुसऱ्या मदतनिसाची

मदत घ्यावी लागली तरी हरकत नाही आणि ॲनने निर्धार केला होता, आपण बरे व्हायचे! तिने आल्याबरोबर हेलनला सांगितले, "तुला लवकरच जाहीररीत्या भाषणे करता येतील असे व्हाइट म्हणतात. त्या वेळी मला तुझ्याबरोबर येता यावे म्हणून मी माझी प्रकृती पुन्हा चांगली धडधाकट करणार आहे!"

गेली दोन वर्षे हेलन व्हाईटजवळ बोलण्याचे पाठ घेत होती, पण अजूनही कुणातरी मध्यस्थाची मदत घेतल्यावाचून तिला आपले मनोगत इतरांपर्यंत पोहोचविता येत नसे. अगदी स्वतंत्रपणे आपण केव्हाच बोलू शकणार नाही. हे तिला एव्हांना कळून चुकले होते, पण तरीसुद्धा दोन वर्षांच्या अवधीत तिच्या बोलण्यात बरीच सुधारणा झाली होती.

हिवाळ्यापर्यंत ॲनच्या प्रकृतीत बराच पालट पडला आणि हेलनचे पहिले व्याख्यान न्यू जर्सी परगण्यातील मॉन्टक्लेअर गावी व्हावयाचे ठरले. एकोणीसशे तेरा सालच्या फेब्रुवारी महिन्याच्या सहा तारखेला हेलन व ॲन मॉन्टक्लेअर गावच्या 'हिल साईड स्कूल' शाळेच्या व्यासपीठावर उभ्या राहिल्या. हेलनच्या भाषणाचा विषय होता, "पंचेंद्रियांचा योग्य वापर."

हेलनला आपले श्रोते 'पाहता' किंवा 'ऐकता' येत नसत. तिच्या दृष्टीने श्रोतृवर्ग म्हणजे उष्ण व दमट श्वासोच्छ्वासांचा एक भला थोरला ढग असे. त्यातच तंबाखूचे, अत्तरांचे, पावडरींचे वास मिसळलेले असत. त्यांच्या टाळ्याही तिला ऐकू येत नसत, पण टाळ्यांच्या कडकडाटाने व्यासपीठाच्या फळ्या हादरून जात ते मात्र तिला कळे. मॉन्टक्लेअरला तिच्या भाषणासाठी खूपच जनसमुदाय गोळा झाला होता. हेलनला ती गर्दी जाणवली. श्रोत्यांचा उत्साह व कौतुकही तिला जाणवले, पण भाषणासाठी तिने व्यासपीठावर पाऊल ठेवले मात्र, तिचे धैर्य तिला सोडून गेले. आपल्या घशातले स्नायू गोठले आहेत असे तिला वाटू लागले. आवाजावरचा तिचा ताबा गेला. व्हाइटनी तिला जे शिकवले होते ते सारे ती पार विसरून गेली पण हेलन मोठी धीराची स्त्री होती. तिची इच्छाशक्ती जबरदस्त होती. क्षणभरातच तिने स्वत:ला सावरले. कसे तरी तिने आपले भाषण केले आणि मग लगेच तिने व्यासपीठावरून पळ काढला. तिचे मन संपूर्णपणे खचले होते आणि डोळ्यांतून अश्रू वाहत होते. "हे मला कधीच जमणार नाही," रडत रडत तिने आपल्या पराभवाची कबुली दिली, पण व्हाईटनी तिची समजूत घातली. ते म्हणाले, "जाहीर भाषण करताना ही अशी भीती सुरुवातीला प्रत्येकालाच वाटते. प्रत्येक वक्त्याला या संकटाला तोंड द्यावं लागतं, पण सरावाने हे भय नाहीसं झाल्याखेरीज राहत नाही. वरचेवर श्रोत्यांसमोर जाऊन भाषणं करणं, हा एकच उपाय आहे यावर."

हेलनने इतक्या सहजासहजी पराभव पत्करावा असे तिच्या गुरुजींना मुळीच वाटत नव्हते. केवळ त्यांच्याच आग्रहाखातर आणखी दोनच आठवड्यांनी हेलनने

आणखी एक जाहीर व्याख्यान द्यावयाचे ठरविले. न्यूयॉर्क शहरी 'पूर्व एकोणसाठ' या रस्त्यावर अंधांसाठी एक 'प्रकाशगृह' बांधले होते, त्याचा उद्‌घाटनसमारंभ अमेरिकेचे त्या वेळचे अध्यक्ष विल्यम हॉवर्ड टाफ्ट यांच्या हस्ते व्हावयाचा होता. मुख्य भाषण अर्थात त्यांचे होते आणि हेलन पाहुण्या म्हणून बोलावलेल्या वक्त्यांपैकी एक होती. अंधांना मदत करणाऱ्या वेगवेगळ्या चर्चांची व संस्थांची कार्यकारी मंडळी श्रोतृवर्गात होती. त्यामुळे येथे हेलनला बरेच मोकळे वाटत होते. थोड्या वेळाने कार्यक्रमाचे संचालक हेलनजवळ आले व ते तिला म्हणाले, "अध्यक्षांना यायला वेळ लागेल, म्हणून त्यांच्याजागी मी तुम्हालाच अध्यक्षीय खुर्चीवर बसवणार आहे. बसाल ना ?"

"बसेन की" गमतीने हसून हेलन म्हणाली, "थोड्या वेळापुरते का होईना, अमेरिकेच्या अध्यक्षपदाच्या खुर्चीवर मला– एका स्त्रीला– बसावयाला मिळतं हा मान काही लहानसहान नव्हे. अमेरिकेची मी पहिली स्त्री-अध्यक्ष खरं ना ?"

त्या दिवशी हेलनने आपले भाषण पुष्कळच चांगले केले. तिची भीड पहिल्यापेक्षा चेपली होती आणि अंधांसाठी सुरू केलेल्या एका उपक्रमासाठी आपण भाषण करीत आहोत या जाणिवेने तिच्या ठायी आत्मविश्वासही निर्माण केला होता.

हेन्री होल्ट या प्रकाशकाची मुलगी विनिफ्रेड होल्ड हिने एकोणीसशे पाच साली अंधांसाठी पहिले 'प्रकाशगृह' खोलले. त्या वेळी तिने अनेक तज्ज्ञांची मते मागवली होती. त्यात हेलन केलरचा सल्लाही तिने विचारला होता. हेलनने, क्षणाचाही विलंब न करता आपले मत तिला पत्राने लिहून कळवले होते. त्या पत्रात हेलनने म्हटले होते, "अंधांना अंधपणाचेही इतकं ओझं वाटत नाही, जेवढं त्यांना निष्क्रियतेचं वाटतं! अंधांना उद्योग द्या. त्यांना निरूद्योगात काळ कंठायला लावू नका!"

आणि विनिफ्रेड होल्टने अंधांसाठी 'प्रकाशगृह' सुरू केले होते. हे 'प्रकाशगृह' म्हणजे जेथे आंधळ्यांना काम व करमणूक दोहोंचाही भरपूर पुरवठा केला जाई अशा प्रकारची एक संस्था असे. तिचे स्वरूप काहीसे क्लबासारखे असावयाचे. तेथे वाचनालय असे. पोहण्याचा तलाव असे. पदार्थसंग्रहालय असे. वेगवेगळे खेळ असत. मधूनमधून तेथे पार्ट्याही झडत. याखेरीज विणकाम, शिवणकाम आणि इतर हस्तव्यवसाय आंधळ्यांना शिकवण्याचीही तेथे तरतूद केलेली असे. आज 'प्रकाशगृहे' सर्व जगभर पाहावयास सापडतात. अंधांना सामुदायिक उपयुक्त जीवन जगण्यासाठी त्यांचे फार साह्य होते.

शिकागो येथील प्रकाशगृहाच्या उद्‌घाटनसमारंभानंतर हेलनच्या लेखांचा आणखी एक संग्रह लगोलग प्रसिद्ध झाला. 'काळोखातून प्रकाशात' हे त्या लेखसंग्रहाचे नाव होते.

या वेळी हेलनला एक फार मोठा निर्णय घ्यावयाचा होता व त्यासाठी आपली

सर्व शक्ती, सारा आत्मविश्वास आणि सारे धैर्य तिला एकवटावयास हवे होते. तिने व्याख्यानांसाठी दौरा काढावयाचे ठरविले होते. व्यासपीठावर उभे राहताच आपल्याला दरदरून घाम फुटतो, आपल्या तोंडून शब्द निघेनासा होतो हे सारे तिला ठाऊक होते आणि व्याख्यानाच्या दौऱ्यात तर या भीतीला तिला पावलोपावली तोंड द्यावे लागणार होते. शिवाय प्रत्येक गावी अपरिचित ठिकाणी, अनोळखी जागात तिला राहावे लागणार होते, चाचपडत आपला मार्ग तिला शोधावा लागणार होता, अपरिचित स्पर्श, अपरिचित वास, अपरिचित हवामान– सारे तिच्याभोवती दाटून येणार होते, पण या सर्व गोष्टी ध्यानात घेऊनही हे साहस हेलन करणार होती. ॲन सलिव्हन अर्थात तिच्याबरोबर असणारच होती. जॉन मेसी येणार आहे की नाही, हा प्रश्न हेलनने विचारला नाही. ॲन व जॉन यांच्यामध्ये गेले काही दिवस दुरावा उत्पन्न होऊ लागला आहे, हे हेलनच्या ध्यानी येऊन चुकले होते आणि त्यांनी विवाहबंधनातून परस्परांना मुक्त करण्याचा निर्णय घेऊन टाकला होता हेही तिला माहीत होते. भिन्न स्वभाव, भिन्न आवडीनिवडी, भिन्न ध्येये यामुळे गेली कित्येक वर्षे ती दोघे एकमेकांपासून मनाने दूरदूर जात होती. त्या उन्हाळ्यात जॉन मेसी युरोपच्या सफरीवर एकटाच गेला आणि हेलन व ॲन या दोघींनी मिळून अमेरिकेतील वेगवेगळ्या शहरी व्याख्यानांसाठी दौरा काढावयाचे ठरविले.

हेलनच्या व्याख्यानाच्या प्रत्येक कार्यक्रमाच्या वेळी ती व ॲन या दोघीजणी व्यासपीठावर असत. प्रथम ॲन भाषण करी. अंध-बधिर माणसांपुढे कोणते प्रश्न, कोणत्या समस्या असतात, त्याची कशी काळजी घ्यावी लागते, त्याला बोलण्याचे कसे शिक्षण द्यावे हे सारे ती आपल्या भाषणात श्रोत्यांना प्रथम समजावून सांगे. त्यानंतर हेलन केलरसंबंधी थोडेसे ती बोले. हेलनचा इतिहास, तिचे शिक्षण, तिची बौद्धिक वाढ यासंबंधी श्रोत्यांना ती माहिती देई. एवढे झाले म्हणजे ती हेलनला आपल्या शेजारी उभी करी आणि आपण दोघी कशा संभाषण करतो हे ती श्रोत्यांना प्रत्यक्ष दाखवून देई. ॲन बोलू लागली म्हणजे हेलन तिच्या गालाओठांवर बोटे ठेवून बोलण्याचा अर्थ समजावून घेई. मग ती श्रोत्यांसमोरही भाषण करी. हेलन केलर या व्यक्तीविषयी श्रोत्यांना जबरदस्त कुतूहल असे. कमालीचे प्रेम व आदर असे. तिच्या भाषणाचे प्रात्यक्षिक पाहून त्यांना थरारून गेल्यासारखे वाटे. तिचे धैर्य, निर्धार आणि समर्पणवृत्ती पाहून त्यांच्या कौतुकाला पारावर उरत नसे.

एकोणीसशे तेरा-चौदा सालचा तो सबंध हिवाळा हेलनचा व्याख्यानांचा दौरा चालू होता. अमेरिकेचा सारा पश्चिम किनारा हिंडून व अनेक शहरी व्याख्याने देऊन हेलनने हा दौरा चांगलाच यशस्वी केला. या प्रवासात हेलनला मदत करण्यासाठी म्हणून तिची आईही या वेळी तिच्याबरोबर आली होती. हॉटेलमध्ये जागा रिझर्व करणे, गाडीची तिकिटे काढणे, हमाल करणे, सामानाची व्यवस्था ठेवणे, भेटीच्या

वेळा ठरविणे अशा कितीतरी गोष्टींची जबाबदारी हेलनच्या आईने स्वत: होऊन आपल्या अंगावर घेतली होती. हेलन केलर ही एक सार्वजनिक व्यक्ती होऊन बसली होती. लोक तिला भेटावयाला येत, तिजकडे मदतीची याचना करीत, तिला खाजगी स्वरूपाचे प्रश्न विचारीत, तिच्या वेळावर आणि शक्तीवर हवे तसे अतिक्रमण करीत. ॲनला आणि हेलनच्या आईला सारा वेळ हा उद्योग पुरवत असे.

त्या वसंतऋतूत हेलन, ॲन व हेलनची आई या तिघीजणी रेन्थॅम येथे परत आल्या तेव्हा त्या विलक्षण थकून गेल्या होत्या. हेलनच्या आईचे वय बरेच झाले होते. तिच्याने आता ही दगदग होत नव्हती. शिवाय तिला परत आपल्या घरी जाणे भाग होते. आई जी कामे करीत असे ती आता कोणाकडून करवून घ्यावीत असा हेलनपुढे मोठा प्रश्न पडला. शिवाय, त्या व्यक्तीला पैसे द्यावे लागतील ते कुठून आणावयाचे हा नेहमीचा प्रश्न होताच! ॲनची प्रकृती दिवसेंदिवस ढासळतच चालली होती. तिला जेवढा विसावा देता येईल तेवढा तिचा सहवास आपणास अधिक काळ लाभेल, हे आता हेलनला पक्के कळून चुकले होते.

वर्ष-दीड वर्षांपूर्वी अमेरिकेतील एक फार थोर गृहस्थ व त्याची पत्नी या उभयतांनी हेलनपुढे एक प्रस्ताव मांडला होता. तो गृहस्थ म्हणजे प्रसिद्ध अमेरिकन कोट्यधीश ॲण्ड्र्यू कार्नेजी. हेलनबद्दल त्यांना विलक्षण कौतुक वाटे. आपल्या अफाट संपत्तीचा थोडा तरी उपयोग तिला व्हावा अशी त्यांची मनीषा होती व दरवर्षी तिला काही ठरीव रक्कम नियमितपणे देण्याची आपली इच्छा त्यांनी तिला वारंवार बोलून दाखवली होती. हेलनने त्या वेळी आपल्या स्वावलंबी व स्वाभिमानी वृत्तीनुसार त्यांना नकार दिला होता. केवळ स्वकष्टार्जित पैशावरच आपण आपले व आपल्या बाईंचे पोट भरावे ही तिची मोठ्यांतली मोठी महत्त्वाकांक्षा होती. ॲण्ड्र्यू कार्नेजींना हेलनच्या निर्धाराचे फार कौतुक वाटले होते, पण तिच्या अडचणींचीही त्यांना पूर्ण जाणीव होती आणि म्हणून त्यांनी तिला म्हटले होते, ''माझी ही मदत तुमच्यासाठी सदैव तयार आहे असे समजा. ज्या क्षणी तुम्हाला ती हवीशी वाटेल त्या क्षणी ती तुम्ही हक्काने घेऊ शकता!''

तो सारा संवाद हेलनला आता आठवत होता. बराच विचार करून शेवटी तिने आपला स्वाभिमान निमूटपणे गिळून टाकला आणि मदत स्वीकारण्यास आपण तयार असल्याचे एक पत्र आभारपूर्वक तिने कार्नेजींना धाडून दिले. त्यांच्याकडून तिला मदतीच्या रकमेचा चेक आला. अन् त्याबरोबरच एक मोठे प्रेमळ व उमदे पत्रही त्या उदार धनिकाने तिला स्वत: लिहून धाडले.

आता ॲनसाठी मदतनीस शोधावयाचे काम उरले होते. हेलन कसोशीने त्या कामाला लागली. थोड्याच दिवसांनी एका स्त्रीने हेलनकडे या कामासाठी उमेदवार म्हणून अर्ज केला. हेलनने तिला मुलाखतीसाठी बोलावले. ही स्त्री तरुण, धडधाकट

होती आणि तिच्या बोलण्यात 'स्कॉच' वळणाचे शब्द विपुल होते. तिचे नाव होते पॉली थॉम्सन. ती स्कॉटलंडमधून नुकतीच अमेरिकेत आली होती. कारण कष्टाळू व महत्त्वाकांक्षी माणसाला नशीब काढावयाला अमेरिकेसारखा दुसरा देश नाही असे तिने ऐकले होते. हेलनने तिची मुलाखत घेताना आपले काम किती अवघड व गुंतागुंतीचे आहे याची तिला पूर्ण कल्पना दिली. खरे तर या कामासाठी पॉली थॉम्सन फारशी योग्य व्यक्ती नव्हती. तिला बोटांची लिपी येत नव्हती. आंधळ्या व बहिऱ्या माणसांजवळ काम करण्याचा पूर्वी केव्हाही तिला अनुभव नव्हता. अशा कामात किती अवघड व नाजूक जबाबदाऱ्या अंगावर पडतात याचीही तिला जाणीव नव्हती, पण तिच्याजवळ एकच गुण अतिशय चांगला होता व तो म्हणजे तिचा उत्साही आशावादी स्वभाव. ती कष्टाळूही होती. सेक्रेटरीचे ठरीव काम तर तिला येत होतेच; पण त्याच्या जोडीला शिवणकाम, घरकाम, स्वयंपाक, येणाऱ्या-जाणाऱ्यांची व्यवस्था ठेवणे हेही तिला चांगले करता येत होते.

हेलनने पॉली थॉम्सनला नेमून टाकले आणि आल्याबरोबर पॉली त्या घरात इतकी उत्तम रुळली की ईश्वरानेच ही एक अमोल देणगी आपल्याला धाडून दिली असे हेलनला वाटू लागले. नंतरच्या काळात तर पॉलीचा हेलनला इतका उपयोग झाला की पॉली ही खरोखरच आपल्याला लाभलेले एक ईश्वरी वरदान आहे असे हेलनच्या मनात सतत येई. घरकामापासून तो कुत्र्यांची काळजी घेण्यापर्यंत आणि बँकेचे व्यवहार बघण्यापासून तो हेलनच्या व्याख्यानांची जुळवाजुळव करण्यापर्यंत सर्व कामे पॉली मोठ्या सराईतपणे करू लागली.

एकोणीसशे चौदा ते पंधरा या वर्षांत हेलनने पुन्हा व्याख्यानांचा दौरा काढला, पण या वेळी गेल्या खेपेच्या दौऱ्यापेक्षा परिस्थिती फार बदलली होती. युरोपमध्ये पहिल्या जागतिक युद्धाचा वणवा पेटला होता. जेथे जेथे हेलन जाई तेथे तेथे वर्तमानपत्रे, संभाषणे, चर्चा सारे काही युद्धाने भरून गेलेले असे. सारे वातावरणच जणू युद्धमय झाले होते.

या युद्धाने हेलन व्यथित झाली. मानवाने स्वत: होऊनच जी दु:खे आपल्या शिरावर निष्कारण ओढवून घेतली आहेत त्यात युद्ध हे सर्वांत मोठे दु:ख आहे असे तिला वाटे. युद्धाच्या वार्ता ऐकून ती शहारून जाई. तिने पाहिलेले हे काही पहिलेच युद्ध नव्हते. अमेरिकन यादवी युद्धात तिच्या पित्याने स्वत: भाग घेतला होता. दक्षिण आफ्रिकेतील बोअर आणि स्पॅनिश अमेरिकन युद्ध हीही तिच्या स्मरणात होती. चालू युद्ध अर्थात या साऱ्यांहून मोठे होते आणि इतर युद्धांपेक्षा ते सामान्य माणसाच्या जीवनावर अधिक खोल व दूरगामी परिणाम करणारेही होते.

हेलनला स्वीडनबॉर्जच्या तत्त्वज्ञानाचे स्मरण झाले. त्याने शांततेचा पुरस्कार केला होता. दैन्य, दारिद्र्य, अन्याय यांचा नाश व्हावयाला हवा असेल तर मानवाने

शांततेचीच कास धरली पाहिजे असे त्यांचे मत होते. प्रेम, सौजन्य, सहानुभूती ही सारी ईश्वराची रूपे होती. अर्थात युद्ध करणे हे ईश्वराशी द्रोह करण्यासारखे होते. हेलनने शांततेचा पुरस्कार करावयाचे ठरविले. अंधांच्या समस्या, स्त्रियांचा मतदानाचा हक्क, सामाजिक सुधारणा हे तिचे भाषणाचे नेहमीचे विषय होते. त्यांच्या जोडीला 'जागतिक शांती' या विषयावरही ती आता भाषणे करू लागली. तिच्या काही अगदी जवळच्या मित्रमैत्रिणींनीही या कामी तिला तीव्र विरोध केला. आधी त्यांना तिचा समाजवाद पसंत नव्हता. आता तिने युद्धाविरुद्ध बोलावे हे तर त्यांना मुळीच आवडले नाही. हेलन केलर जी जी मते व्यक्त करी त्या साऱ्यांना वर्तमानपत्रांतून प्रसिद्धी दिली जाई. याचा फायदा घेऊन शांततावादी लोकांनी तिला उगीच भरीला घातले आहे, ते केवळ प्रसिद्धीसाठी तिचा उपयोग करून घेत आहेत असेही म्हणावयास काही लोकांनी कमी केले नाही, पण हेलनला कोणी भरीला घातलेले नव्हते. जगात शांतता नांदावी हे तिचे स्वत:चे प्रांजल मत होते. अमेरिकेचे अध्यक्ष वुड्रो विल्सन यांच्याकडे शांततावादी संदेश पाठविले जावेत असे शिगाको येथील 'हल हाऊस' च्या संस्थापिका जेन ॲडम्स यांनी जनतेला आवाहन केले तेव्हा हेलनने ताबडतोब वुड्रो विल्सनला पत्र पाठवले. त्यात तिने म्हटले होते–

"माझी आपणाला अशी आग्रहाची विनंती आहे की हे युद्ध थांबविण्यासाठी आपण प्रयत्नांची पराकाष्ठा करावी. न्याय, दया, विश्वबंधुत्व या उदात्त तत्त्वांवर आपली श्रद्धा आहे हे मी जाणते. देशाचे प्रमुख नेते या नात्याने शांततेची बोलणी सुरू करणे आपल्याच हाती आहे असे आम्ही समजतो. तटस्थ राष्ट्रांची एक परिषद भरवली जावी आणि हे युद्ध मिटवण्यासाठी जे जे काही करणे आवश्यक असेल ते ते या परिषदेने करावे."

या साऱ्या धांदलीत वर्ष केव्हा संपले ते कळलेसुद्धा नाही. पुन्हा वसंतऋतू आला. पॉली थॉम्सनला आपल्याकडे काम करावयास लागून वर्ष लोटले ही गोष्ट ध्यानी आली तेव्हा हेलन अगदी आश्चर्यचकित झाली. काळ किती भर्रकन संपला होता! पॉली काही दिवस रजा घेऊन विश्रांतीसाठी स्कॉटलंडमध्ये जाणार होती आणि ॲननेही काही दिवस पूर्ण विश्रांती घ्यावी, असा डॉक्टरांनी तिला सल्ला दिला होता. या दोघींशिवाय आपले कसे निभणार हा मोठाच प्रश्न हेलनसमोर उभा राहिला. पॉली काही आठवड्यांची रजा घेऊन स्कॉटलंडमध्ये गेली. ॲन 'लेक प्लॅसिड' या ठिकाणी जाऊन राहिली. हेलनला सोबत करण्यासाठी व तिच्या व्यक्तिगत कामांकडे लक्ष पुरवण्यासाठी हेलनची आई रेन्थॅमला येऊन राहिली आणि पीटर फॅगन नावाचा एक तरुण माणूस हेलनचा सेक्रटरी या नात्याने काम करण्यासाठी तिच्या घरी राहावयास आला. पीटर फॅगन हा एका वृत्तपत्राचा बातमीदार होता. तो बुद्धिवान, बहुश्रुत अन् सुस्वभावी होता. आपल्या आनंदी, मोकळ्या स्वभावाने त्याने हेलनचे

मन लवकरच जिंकून घेतले. लवकरच त्या दोघांचा चांगला जिव्हाळ्याचा स्नेह जमला.

एके दिवशी सायंकाळी हेलन फार बेचैन दिसत होती. "तुला आज फार उदास वाटते आहे. खरं ना ?" फॅगनने तिला विचारले. हेलन खरोखरच उदास झाली होती. तिला आपल्या बाईचे तीव्रतेने स्मरण होत होते आणि लवकरच त्यांचा चिरवियोग आपल्याला सहन करावा लागेल, उरलेले सारे आयुष्य एकाकी अवस्थेत आपणास कंठावे लागेल या कल्पनेने तिचे मन अतिशय व्यथित झाले होते. फॅगनने तिची मनोवृत्ती शब्दाशिवाय जाणली. तो तिच्याजवळ सरकला. तिचा हात आपल्या हाती घेऊन त्याने तिला म्हटले, "हेलन, तूं एक अतिशय मोहक स्त्री आहेस, हे तुला ठाऊक आहे ? हे आजवर कधीच कुणी तुला सांगितलं नाही का ?"

हेलन थरथरली. पण ती स्तब्ध राहिली. आजवर तिच्या रूपाचा कोणीच कधी उल्लेख केला नव्हता. आपण कशा दिसतो हे तिचे तिलाही ठाऊक नव्हते. कारण अंधत्वामुळे 'आरसा' या गोष्टीला तिच्या जीवनात कधी स्थानच मिळाले नव्हते.

"हेलन, लग्नाचा विचार कधीच तुझ्या मनात येत नाही ?" पीटर फॅगनने पुढचा प्रश्न विचारला.

हेलनला डॉ. बेलनी केलेला उपदेश आठवला. योग्य व्यक्ती प्रेमदानाला सिद्ध झाली तर तू प्रेमाचा अव्हेर करू नकोस असे त्यांनी तिला बजावून सांगितले होते. आता या सायंकाळच्या उदास एकांतात पीटर फॅगन हा तरुण तिला प्रेमाविषयी, लग्नाविषयी विचारीत होता. तो तिला मागणी घालीत होता–

पीटरने तिचा हात कुरवाळून म्हटले, "हेलन, तूं जर माझ्याशी विवाह करावयाला सिद्ध झालीस तर मला मोठा आनंद होईल. आपलं लग्न झालं म्हणजे मी सतत तुझ्याबरोबर असेन. मी सर्वतोपरी तुझी काळजी घेईन. एकाकीपणाचं भय तुला कधीच वाटणार नाही."

हेलनचे हृदय अननुभूत संवेदनेने थरारले. सुख आलेच तर त्याकडे पाठ फिरवू नकोस असे डॉ. बेलनी तिला सांगितले होते, नव्हे ? तर मग ती या सुखाचा धैर्याने स्वीकार करणार होती. तिच्या मनातला संशय व भीती क्षणार्धात मावळून गेली आणि तिने पीटर फॅगनला केव्हा रुकार दिला हे तिचे तिलाही समजले नाही. रुकार दिल्यानंतर तिचे मन आनंदाने, उल्हासाने तुडुंब भरून गेले. तिने पीटरला म्हटले, "आपण हे सर्वांना सांगून टाकूं या. साऱ्या जगाला ही गोष्ट कळली पाहिजे."

"थांब हेलन," पीटर फॅगन म्हणाला, "आपण या गोष्टी घाईनं करतां कामा नयेत. तुझ्या आईला, तुझ्या बाईंना हे कदाचित पसंत पडणार नाही. काही काळ आपण आपलं प्रेम गुप्त ठेवू. तुझ्या बाई आजारी आहेत. त्यांना या वार्तेनं एखाद्या वेळी धक्का बसेल आणि ही गोष्ट तर प्रथम त्यांनाच सांगितली पाहिजे!"

पीटर फॅगनचे म्हणणे हेलनला पटले व काही काळ आपले प्रेम गुप्त ठेवण्याच्या त्याच्या प्रस्तावाला तिने संमती दिली. पण त्यानंतर त्या दोघांचे संघटन साहजिकच वाढले. ती दोघे लांबलांब फिरायला जाऊ लागली. भविष्याबद्दल नाना तऱ्हेचे बेत, नाना तऱ्हेच्या योजना आखू लागली. शेवटी हेलन अस्वस्थ झाली. या फसवणुकीचा तिच्या मनावर ताण पडू लागला. एके दिवशी संध्याकाळी फिरून घरी परत येत असता ती पीटरला म्हणाली, ''आता नाही माझ्याच्यानं राहावत. उद्यां ही वार्ता मी बाईंच्या कानांवर घालणारच!''

पीटरलाही तिचे म्हणणे मान्य होते. त्यालाही ही फसवणूक बरी वाटत नव्हती. पण दुसऱ्या दिवशी हेलनने ही बातमी घरात सांगण्याच्या आधी सकाळच्या वर्तमानपत्रांनीच या वार्तेचा स्फोट केला. हेलन केलर आणि पीटर फॅगन यांच्या प्रेमकथेला सर्व वर्तमानपत्रांनी प्राधान्य दिले होते. त्यांचे लग्न ठरल्याचे जाहीर केले होते. एका जादा हुशार बातमीदाराने त्या उभयतांनी लग्नाच्या परवान्यासाठी केलेला अर्जच मुळी प्रत्यक्ष पाहिला होता. पीटर फॅगन व हेलन केलर या दोघांचे हस्ताक्षर आणि सह्याही त्याने ओळखल्या असल्यामुळे आता ही गोष्ट नाकारण्यात काहीच अर्थ नव्हता.

वर्तमानपत्रांत मुलीच्या विवाहाविषयीची ही बातमी वाचली तेव्हा हेलनच्या आईला मोठाच धक्का बसला. पीटर फॅगनकडे बघण्याची तिची दृष्टी अधिक वस्तुनिष्ठ, अधिक व्यावहारिक होती. तिने हेलनला सर्व गोष्टींचा खुलासा विचारला तेव्हा हेलन भयंकर घाबरली, गांगरली आणि तिने गडबडीने सर्वच काही नाकारले. ती म्हणू लागली, ''छे! छे!! आमचं प्रेम जमलं नाही, लग्न ठरलं नाही– काही नाही!''

हेलनच्या बाई या वेळी परत आलेल्या होत्या. त्यांनी हेलनकडे जाऊन तिला खोदून खोदून विचारले. पण घाबरलेली हेलन सारे काही नाकारीतच राहिली.

हेलनची आई तावातावाने पीटर फॅगनच्या खोलीत गेली व तिने त्याला ताबडतोब घर सोडून जावयाचा हुकूम केला. पीटर फॅगन भयंकर शरमिंदा झाला होता. विशेषत: हेलनने सारे काही नाकारल्यामुळे त्याची परिस्थिती मोठी विचित्र होऊन बसली होती. तथापि, तो पुरुष असल्यामुळे त्याने उमदेपणाने हेलनचीच बाजू उचलून धरली. आपले प्रेम तिने नाकारले असेल तर आपणही तसेच म्हणत राहिले पाहिजे एवढा सभ्यपणा त्याच्या ठिकाणी होता. तो लगेच फ्लॉरिडा परगण्यात निघून गेला. जाताना त्याने हेलनला निरोपाचे एक पत्र 'ब्रेल' मध्ये लिहून ठेवले होते.

अशा रीतीने हेलनच्या जीवनातल्या या एकुलत्या एका प्रेमप्रकरणाचा शेवट झाला. पीटरचा व तिचा पत्रव्यवहार काही काळ चालू होता, पण प्रत्यक्ष भेटीच्या व निकट सहवासाच्या अभावामुळे त्यांची प्रीती फार काळ टिकाव धरू शकली नाही. हेलनचे काळीज दु:खाने फुटून गेले. आजवर ती आपल्या बाईंशी कधीच खोटे

बोलली नव्हती. दुसऱ्यांना तिने कधीही मन:स्ताप दिला नव्हता. आता मात्र खोटे बोलण्याचे पाप तर तिने केले होतेच; पण तिच्यामुळे अनेकांना दु:ख झाले होते, त्या जाणिवेने हेलनचे मन पुन्हापुन्हा व्यथित होई.

एवढे सारे झाल्यावर हेलनला रेन्थॅम येथे राहणे काही काळ तरी अशक्यच होते. म्हणून तिच्या आईने तिला हवापालटासाठी आपल्या धाकट्या मुलीच्या मिल्ड्रेडच्या घरी काही दिवसांपुरते घेऊन जाण्याचे ठरविले. पॉली व ॲन या दोघीजणीही प्रवासासाठी निघून गेल्या.

या प्रेमभंगाने हेलनच्या मनावर फार मोठा आघात झाला आणि त्या घटनेने तिच्या जीवनाचा सारा ओघच जणू बदलून टाकला. ती स्वत:, ॲन आणि पॉली या तिघीजणी पुन्हा जेव्हा एकत्र आल्या तेव्हा त्यांनी एकंदर परिस्थितीचा एकदा नीट आढावा घेतला. रेन्थॅम येथील घरी आता राहावयाचे नाही हा निर्णय त्यांनी प्रथम घेऊन टाकला. त्या घराने त्यांना फारसे सुख दिले नव्हते. ॲनचे वैवाहिक जीवन तेथेच अयशस्वी झाले होते आणि हेलनने प्रेमभंगाचे दारुण दु:ख तेथेच अनुभवले होते. त्या घराची व्यवस्था ठेवणे महाग पडत होते. शिवाय कोणीही परका माणूस सहज तेथे येऊ शके. हेलनला तेथे पुरेसा एकांत कधीच मिळाला नव्हता. आपणाला यापेक्षा अधिक खाजगी आणि शिवाय कमी खर्चाची जागा हवी असा त्यांनी निर्णय घेऊन टाकला. रेन्थॅम येथील घर हेलनने विकून टाकले आणि 'लाँग आयलंड' येथे फॉरेस्ट हिल्स या ठिकाणी तिने एक छोटेसे घर खरेदी केले. 'फॉरेस्ट हिल्स' आज जसे गजबजलेले आहे तसे ते त्या वेळी नव्हते. त्यामुळे तेथे हेलनला हवा तसा निर्वेध एकांत मिळण्याची शक्यता होती.

ॲण्ड्र्यू कार्नेजी आणि रॉजर्स यांच्याकडून दर महिन्याला ठराविक रकमेचे चेक अद्यापही हेलनला येत होते. युद्धजन्य परिस्थितीमुळे वस्तूंच्या किंमती आभाळाला भिडू लागल्या होत्या. त्यामुळे घरखर्च निभावणे अत्यंत बिकट होऊन बसले होते. हेलनच्या घरात आता नेहमीच तीन माणसे असणार होती. कारण ॲन यापुढे बरी केव्हाच होणे शक्य नव्हते. त्यामुळे पॉलीची त्या दोघींनाही गरज लागणार होती. ॲन आजारी, पॉली घरकाम करणार, त्यामुळे पैसे कमावून घर उभे ठेवणे हे जबाबदारी एकट्या हेलनवरच पडणार होती.

"आम्हा तिघींनाही पुरेल एवढा पैसा आता मलाच मिळवावयाला हवा!" हेलनने निर्धार केला, "आजवर बाईंनी मला संभाळलं, यापुढे त्यांना सांभाळण्याची माझी पाळी आहे."

❖

१०. चित्रपट आणि रंगभूमी

पैसे मिळविण्याचा प्रश्न असा आहे की त्याला प्रत्येकालाच तोंड द्यावे लागते आणि प्रत्येकजण आपापल्या परीने हा प्रश्न सोडवतोही. हेलनलाही त्या प्रश्नाचे विशेष भय वाटले नाही. तथापि त्यापूर्वी इतर कितीतरी कामे उरकावयाची होती. घराच्या भिंतींना कागद डकवावयाचे होते. लाकूडकामावर रंगाचा हात द्यायचा होता. इतरही किरकोळ दुरुस्त्या करावयाच्या होत्या. नव्या घरात आपण नीट रुळेपर्यंत पैसे मिळवण्याचा काही मार्ग निश्चित सुचेल असे हेलन म्हणे आणि तिचे हे भाकित खरेही ठरले. एके दिवशी पोष्टातूनच एक कल्पना तिच्याकडे चालत आली. कॅलिफोर्नियाचा शिक्का असलेले एक पत्र तिला आले. अमेरिकन यादवी युद्धाचा इतिहासकार म्हणून मान्यता पावलेल्या फ्रॅन्सिस ट्रिव्हेल्यन मिलर या लेखकाचे ते पत्र होते. त्याने त्या पत्रात म्हटले होते–

"मी हल्ली जगाचा इतिहास लिहीत आहे. तो लिहीत असता एक विलक्षण कल्पना मला सुचली आहे. आपल्या स्वत:च्या जीवनावर चित्रपट काढण्याचा विचार कधी तुमच्या मनात येऊन गेला आहे का ? चित्रपट हे एक असे माध्यम आहे की त्याच्या द्वारा अंधांसंबंधी तुम्हाला जे काय सांगावयाचे आहे ते तुम्ही लक्षावधी लोकांपर्यंत नेऊन पोहोचवू शकाल. आज अनेक लोक युद्ध आणि हानी यांच्या विचारात गढले आहेत. अशा वेळी हे जग माणसाला जगण्यासाठी अधिक सुखाचे कसे करता येईल याचा मार्ग त्यांना दाखवून देता येणे हे केवढे श्रेष्ठ वरदान ठरेल!"

चित्रपट! चित्रपटावर लोक अफाट पैसा कमावीत होते. त्यामुळे हेलनच्या आर्थिक समस्या कायमच्या सुटल्या असत्या. तिने जर आपल्या जीवनावर चित्रपट काढला तर त्यात घालण्यासाठी प्रथम तिला मोठ्या रकमेची आवश्यकता लागली असती हे खरे, पण त्या भांडवलावर जो पैसा पुढे मिळाला असता त्यावर तिला, बाईंना व पॉलीला उरलेले सारे आयुष्य सुखात काढता आले असते. शिवाय डॉ. मिलरनी तिला म्हटले होते त्याप्रमाणे व्याख्यानांना न जाणाऱ्या हजारो लोकांपर्यंत

आपला संदेश पोहोचविण्याचीही केवढी दुर्मीळ संधी तिला लाभणार होती.

झाले. त्या वेळेपासून हेलन केलरचे घर सभा, पत्रव्यवहार, फोनवरून येणारे निरोप यांचे एक मोहळच बनले. तिच्यावर प्रेम करणाऱ्या मित्रमैत्रिणींनी नाना तऱ्हेच्या प्रश्नांचा तिजवर भडिमार सुरू केला. ती भांडवल कुठून आणणार होती ? तिला मित्रांकडून देणग्या हव्या होत्या काय ?

हेलनने देणग्यांची कल्पना मुळातच मोडून काढली. मित्रमंडळींकडून देणग्या स्वीकारून त्या भांडवलावर चित्रपट काढणे व्यवहार्य ठरले नसते. तथापि, पैसा उभा करावयाला हवा होता ही गोष्टही तितकीच खरी होती. हेलनपुढे पेचप्रसंग उभा राहिला, पण याच वेळी तिचा एक श्रीमान चाहता पुढे होऊन म्हणाला, "मी देतो चित्रपटाला भांडवल!"

"वा! छान!" हेलन आनंदून म्हणाली, "मग तुमचे दातृत्व केवढे थोर आहे तेही जगाला सांगण्याची मला संधी मिळेल!"

पण त्या चाहत्याला गुप्त दान करावयाचे होते. हेलनला जर भांडवल हवे असेल तर आपल्या नावाचा तिने चुकूनसुद्धा उल्लेख करता कामा नये, अशी त्याने मुळी तिला अटच घातली आणि त्या अटीवरच त्याने तिला पैसे देऊ केले. हेलनने निरुपायाने संमती दिली. अशा रीतीने भांडवल उभे झाले. हॉलिवूडमधील 'ब्रेन्टन' हा स्टुडिओ आणि जॉर्ज फॉस्टर हे दिग्दर्शक यांच्याबरोबर चित्रपटासंबंधीची सर्व प्रारंभीची बोलणी झाली. करारही ठरला. हेलनच्या चित्रपटाची पटकथा व संवाद डॉ. मिलर स्वत: लिहिणार होते.

हेलनला आता हॉलिवूडला जावयास हवे होते. चित्रपटासाठी चाचणी परीक्षा द्यावयास हॉलिवूडला प्रथमच जाणाऱ्या एखाद्या तरुण अननुभवी मुलीची जशी धांदल उडून जाते, तशीच हेलनची मन:स्थिती या वेळी झाली होती. हेलन, पॉली व ॲन या तिघीजणी हॉलिवूडला जावयास निघाल्या. सबंध खंड ओलांडून हा प्रवास त्यांना करावयाचा होता आणि पुढचे सहा महिने आजवर कधीही अनुभवला नसेल एवढा ताण त्यांच्यावर पडणार होता. तेव्हा त्या तिघींची वृत्ती विलक्षण उत्तेजित पण बावरलेली अशी असल्यास त्यात नवल काहीच नव्हते. गाडीतून प्रवास करताना एकाच गोष्टीबद्दल हेलन पुन्हा पुन्हा समाधान व्यक्त करीत होती. तो मूक चित्रपटांचा जमाना होता. तेव्हा हेलनच्या आवाजाची काही अडचण पडणार नव्हती.

हॉलिवूड हे एक विलक्षण अद्‌भुत स्थळ होते. कृत्रिमता आणि खोटेपणा यांचा तर तेथे कळसच झाला होता. तेथे दगडाच्या दिसणाऱ्या भिंती पुठ्ठ्याच्या असत आणि तेथील हिमकण वितळतच नसत. त्या वस्तू चाचपून बघताना हेलनचे हात कापू लागत. कचकडे, ग्रीस, पेन्ट, कॅन्व्हास, अग्निप्रतिबंधक द्रव्ये या साऱ्यांच्या अपरिचित वासांनी तिचे डोके भणाणून जाई.

हॉलिवूडमध्ये स्वतंत्र कथालेखकांचे एक खातेच असते. या कथालेखकांबरोबर हेलन, ॲन व पॉली या तिघींची मिळून एक बैठक व्हावी आणि हेलनच्या कथेची चर्चा करण्यात यावी असे ठरले होते. या चर्चेच्या वेळी हॉलिवूडच्या कथालेखकांनी हेलनच्या जीवनकथेबद्दल फार नापसंती व असमाधान व्यक्त केले. ती कथा फारच सपक आहे असे त्यांचे मत होते. तीत भडक, रंगतदार, अद्‌भुत असे काहीच नव्हते. त्यात प्रेमाचा गुलाबी रंगदेखील कधी उमटला नव्हता. (हेलन आणि ॲन दोघींनाही पीटर फॅगनचे स्मरण झाले, पण त्यांनी त्याचा उल्लेख करावयाचे कटाक्षाने टाळले!) या अशा साध्यासुध्या जीवनकथेतून चित्रपट कसा तयार करावयाचा?

''आपण काही काल्पनिक घटनांचा मालमसाला या कथेत भरला तर–'' एका कथालेखकाने सुचवून पाहिले.

''छे!'' ॲनने ती सूचना ताबडतोब फेटाळून लावली.

''मला माझी जीवनकथा जशी वास्तवात घडली तशीच ती पडद्यावर यावयास हवी आहे!'' हेलननेही निश्चयपूर्वक म्हटले.

पुष्कळ बैठकी झाल्या, विपुल चर्चा झाली, कधीकधी त्या चर्चेचे भांडणात पर्यवसानही होई. तथापि कथालेखन शेवटी सुरू झाले. चित्रपटाचे नाव 'मुक्ती' असे ठरविण्यात आले. कारण हेलनची जीवनकथा हा तिने आपल्या शारीरिक आणि मानसिक व्यंगातून मिळवलेल्या मुक्तीचाच इतिहास होता. कथेचे तीन भाग पाडण्यात आले होते. शैशव्य, बाल्य, आणि तारुण्य. चिमुकल्या हेलनचे काम एडना रॉस या बाल अभिनेत्रीने करावयाचे होते. दुसऱ्या भागात हेलन बोलावयास कधी शिकली त्याचा स्फूर्तिदायक वृत्तांत येणार होता. शेवटच्या भागातल्या तरुण हेलनचे काम हेलन केलर स्वतःच करणार होती.

तिसऱ्या भागाच्या चित्रीकरणाला प्रारंभ झाला. चित्रपटात काम करणे हा अनुभव हेलनला सर्वस्वी नवा होत, त्यामुळे तिला विलक्षण बावरल्यासारखे वाटत होते. आपण कॅमेऱ्यासमोर उभ्या आहोत अन् आपली प्रत्येक हालचाल कॅमेरा टिपून घेत आहे या जाणिवेने तर ती अतिशय गोंधळून जाई, पण या वेळी दिग्दर्शक प्लॅट यांनी तिला फार चांगल्या रीतीने सांभाळून घेतले. हेलन आंधळी व बहिरी असल्यामुळे दिग्दर्शकाने तिला कशा सूचना द्यावयाच्या हा एक प्रश्न होता, पण तो प्रश्न दिग्दर्शक प्लॅट यांनी मोठ्या गंमतीदार रीतीने सोडविला. प्रथम ते हेलनच्या तळहातावर बोटाने लिहून दिग्दर्शनाच्या सूचना देत व त्याप्रमाणे हेलन अभिनय करी. तिच्या हालचालींविषयी तिला काही सांगावयाचे असेल तर प्लॅट जमिनीवर पाय आपटीत. त्यामुळे जमीन हादरली की हेलनला त्यांचा आशय कळे व त्याप्रमाणे ती अभिनय करी. हे सारे काम अर्थातच फार कष्टाचे, जिकीरीचे आणि

वेळ खाणारे होते. हेलन तर इतकी थकून जाई की काही विचारू नये. आपला अभिनय अगदी भिकार होतो आहे असेही कित्येकदा तिला वाटे, पण तिच्या दिग्दर्शकांनी आणि इतर सहकाऱ्यांनी मात्र तिल्या कामाचे तोंड भरून कौतुक केले. चित्रपटातील शेवटच्या दृश्याचे आज आपल्याला हसू येईल, पण त्या वेळच्या प्रेक्षकांना आवडेल असाच तो देखावा होता. चित्रपटाच्या शेवटी हेलन एका भल्या थोरल्या पांढऱ्या शुभ्र घोड्यावर बसून तोंडाने तुतारी फुंकीत जाते आणि माणसांचा एक खूप मोठा घोळका तिच्यामागून जात असतो असे दाखवले होते. हेलन केलर मानवजातीला मुक्तीचा मार्ग दाखवीत आहे असे या प्रतिकात्मक चित्रपटाच्या द्वारे प्रेक्षकांच्या मनावर ठसवण्याचा दिग्दर्शकाचा हेतू होता.

चित्रपटाचे काम संपले. हेलन, ॲन आणि पॉली या तिघीजणी थकलेल्या शरीरांनी, आशायुक्त मनाने फॉरेस्ट हिलला परतल्या. तो एकोणीसशे अठरा सालचा डिसेंबर महिना होता. त्या तिघीजणींना एक प्रकारची मानसिक शांती लाभली होती. आपल्या भवितव्याबद्दल आता आपणास कसलीही काळजी करावयास नको असे त्यांना वाटत होते.

घरी येताच हेलनने आपला निर्धार जाहीर केला; ''चित्रपटात जे पैसे आपण घातले आहेत त्यातून भरपूर व कायमचे उत्पन्न आपणास मिळत राहील. हा सर्व पैसा मी अंध व बधिर लोकांचे प्रश्न सोडविण्यासाठी खर्च करणार आहे'' आणि खरोखरीच त्या बाबतीत कितीतरी करण्यासारखे अद्याप शिल्लक होते. अंध-बधिर लोकांबद्दल जनतेच्या मनात सहानुभूती निर्माण करावयाला हवी होती. अंधांना स्वतंत्र व स्वावलंबी जीवन जगता यावे म्हणून त्यांना हस्तव्यवसाय शिकवावयास हवे होते. 'ब्रेल' लिपीच्या वेगवेगळ्या पर्यायाचे संकलन करून त्यातून एकच एक निश्चित पद्धती तयार करावयास हवी होती. कारखान्यात आणि इतर व्यावसायिक ठिकाणी होणाऱ्या अपघातांची संख्या आटोक्यात आणावयास हवी होती. अंधांना दिल्या जाणाऱ्या शिक्षण पद्धतीसंबंधी अधिक संशोधन व्हावयास हवे होते. देशात वेगवेगळ्या ठिकाणी वेगवेगळ्या संस्था अंधांसाठी स्वतंत्रपणे कामे करीत होत्या. त्यामुळे काही कामे दुबार होत होती व बरीच शक्ती वाया जात होती. या फुटीर प्रयत्नांचे एकीकरण व्हावयास हवे होते! हे सारे हेलन केलर करणार होती व त्यासाठी हवे असणारे आर्थिक स्वास्थ्य सुदैवाने आता तिला प्रथमच लाभणार होते !

हेलनचे सबंध घर या वेळी गोड अपेक्षेच्या एका गुलाबी मेघावर अलगत तरंगत होते म्हणा ना!

चित्रपटाचे चित्रण संपले होते, पण त्यावर अद्याप शेवटचे काही तांत्रिक संस्कार व्हावयाचे होते. हा मधला काळ युद्धात अंध झालेल्या अमेरिकन सैनिकांना

भेटी द्यावयाच्या कामी खर्च करावा असे हेलनने ठरविले व त्याप्रमाणे हेलन आणि ॲन या दोघीजणी मेरीलॅण्ड परगण्यातील बाल्टिमोर या गावी गेल्या. तेथे 'यू एस. जनरल हॉस्पिटल' मध्ये असे अनेक सैनिक ठेवलेले होते.

हेलन आणि ॲन या दोघींनी इस्पितळात प्रवेश केला. तेथील सैनिक पाहताच ॲनच्या शरीरातून सभय आश्चर्याची लाट थरथरत गेली. ॲन आणि हेलन या दोघींच्या मनाचे एवढे तादात्म्य झालेले होते की केवळ स्पर्शानेही एकमेकींचे सूक्ष्म विचार, सूक्ष्म संवेदना त्या जाणून घेऊ शकत. हेलनने ॲनला म्हटले, "तुम्हाला इथं जे सैनिक दिसतात त्यांचे संपूर्ण वर्णन तुम्ही मला करून सांगायला हवे. मला ते सारं कळले पाहिजे!"

इस्पितळातले ते सैनिक आंधळे तर होतेच; पण अंधपणाच्या जोडीला इतरही अनेक जखमा, व्यंगे ते आपल्या शरीरांवर वागवीत होते. कुणाचे हात तुटले होते, कुणाचे पाय तुटले होते. कुणाच्या शरीरांची जखमांनी चाळण झाली होती. नाना दुःख, नाना विपत्ती तेथे त्या उद्ध्वस्त सैनिकांच्या रूपाने जणू साकार झाल्या होत्या !

ॲन वर्णन करू लागली. प्रभावी भाषेत शब्दचित्रे रेखाटू लागली. ॲन इस्पितळातून फिरत होती. सैनिकांच्या खाटांच्या रांगांमधून जात होती. कोणाच्या अंगावरून हात फिरव, कोणाशी हस्तांदोलन कर– अशा रीतीने आपली सहानुभूती ती त्या सैनिकांपर्यंत पोहोचवीत होती. होता होता ती एका बिछान्याजवळ आली. तेथे असलेल्या सैनिकाला अंधत्व आले होते आणि त्यामुळे विलक्षण चिडून, संतापून तो आरडाओरडा करीत होता. आपल्या या नव्या व्यंगाशी त्याच्या मनाने अद्याप तडजोड केली नव्हती. हेलनने त्याचा हात हाती घेतला. त्याचे सांत्वन केले. अंधत्वाच्या आपत्तीमुळे आपणही एके काळी अशाच चिडत संतापत होतो, आपल्या व्यंगाविरुद्ध आपणही असेच बंड करीत होतो असे तिने त्या सैनिकाला समजावून सांगितले. हेलनसारखा समदुःखी जीव पाहून त्या सैनिकाला स्वतःच्या दुःखाचा क्षणमात्र विसर पडला. दुसऱ्या एका अंध सैनिकाला 'ब्रेल' लिपी अद्याप अंगवळणी पडली नव्हती. म्हणून तो हताश झाला होता. कालांतराने त्याला 'ब्रेल' अगदी सोपी वाटू लागेल असे सांगून हेलनने त्याला धीर दिला. हेलनच्या या भेटीमुळे इस्पितळातल्या सैनिकांना फार समाधान वाटले. तिच्या प्रेमळ स्पर्शातून तिची सहानुभूती, तिचे सांत्वन त्यांच्या हृदयाच्या थेट गाभ्यापर्यंत जाऊन पोहोचले आणि तिच्या चिवट आशावादी वृत्तीमुळे आपल्या दुर्दैवाशी झगडण्यासाठी त्यांना अधिक उमेद लाभली.

'मुक्ती' चित्रपटाचे प्रथम प्रकाशन न्यूयॉर्क येथील 'लिरिक थिएटर' मध्ये झाले. हेलन, ॲन व पॉली या कार्यक्रमाला मुद्दाम हजर राहिल्या होत्या. थिएटर माणसांनी तुडुंब भरले होते. प्रेक्षकांना चित्रपट फार आवडला. दुसऱ्या दिवशी वृत्तपत्रातून

अभिप्रायही फार चांगले आले आणि 'मुक्ती' चित्रपटाची कथा तेथेच संपली. पुढे तो चित्रपट मुळीच चालला नाही. चित्रपटाच्या धंद्यात अनेकदा जे घडते तेच या वेळीही घडले होते. कलादृष्ट्या 'मुक्ती' हा एक उत्कृष्ट चित्रपट होता आणि व्यावहारिक दृष्ट्या त्याचे अपयश तेवढेच मोठे होते. 'मुक्ती' चित्रपट साफ पडला होता.

या अपयशाचा हेलनच्याही मनाला मोठाच धक्का बसला. मध्यंतरीच्या काळात सारे घर ज्या गुलाबी मेघावर तरंगत होते तो मेघ बघता बघता विरून गेला आणि सर्वांचे पाय पुन्हा एकदा वास्तवाच्या कठोर अन् खडबडीत भूमीवर टेकले. हेलनची वृत्ती विलक्षण खिन्न, उदासीन झाली. आपले मन पूर्णत: खचून जाऊ नये म्हणून या वेळी तिला कठोर आत्मसंयमन करावे लागले. ती स्वत:च स्वत:ला सांगू लागली, "तुझा देवावर विश्वास आहे, तुझा माणसाच्या कर्तृत्वावर विश्वास आहे आणि आत्म्याच्या अमर सामर्थ्यावरही तुझी श्रद्धा आहे. खरं ना ? तूच तर एके काळी हे लिहून ठेवलं आहेस. आजही तुझी या सर्व गोष्टींवर पूर्वीइतकीच अढळ श्रद्धा आहे ना! मग झालं तर, या पुढेही तशीच श्रद्धा ठेवून तुला पुन्हा एकदा उभारीनं कामाला लागलं पाहिजे."

हेलनचा आत्मविश्वास खचू बघत होता. आर्थिक दृष्ट्याही ती या वेळी फार बिकट परिस्थितीत होती. तेवढ्यात देवाने पुन्हा एक नवा मार्ग तिला दाखवून दिला. एके दिवशी हॅरी वेबर नावाचा एक गृहस्थ तिच्या भेटीला आला. ॲनच्या द्वारा त्याने आपल्या येण्याचे कारण हेलनला समजावून सांगितले. तो एक नाटकाचा कंत्राटदार होता. हेलनचा 'मुक्ती' हा चित्रपट त्याने पाहिला होता आणि हेलनची तयारी असल्यास तिला अभिनेत्री म्हणून रंगभूमीवर प्रेक्षकांपुढे उभे करण्याची उमेद बाळगून तो तिच्या भेटीला आला होता.

त्याचा तो धाडसी प्रस्ताव ऐकून हेलनला हसू आले. "आमची मुख्य अडचण पैशाची आहे." तिने वेबरला म्हटले, "ती तुम्ही सोडवू शकाल काय ?"

"ते मी आताच कसं सांगू ?" वेबरने उत्तर दिले. "हा बोलून चालून जुगार आहे, पण मला असे निश्चित वाटते की करमणुकीचे विविध कार्यक्रम ठेवून त्यात जर प्रमुख आकर्षण म्हणून तुम्हाला उभे केले तर लोकांचा भरपूर प्रतिसाद आपणाला मिळाल्याखेरीज राहणार नाही."

"माझी मुख्य भूमिका ठेवून चित्रपट निर्मात्यांनी चित्रपट काढला त्याचे काय झाले माहीत आहे ना तुम्हाला ?" हेलनने धोक्याची सूचना दिली, पण वेबर काही केल्या ऐकायला तयार होईना. शेवटी त्या तिघी स्त्रियांचे मन वळविण्याच्या कामी त्याला यश आले. हेलन केलर हे प्रमुख आकर्षण ठेवून गावोगावी करमणुकीचे विविध कार्यक्रम करीत फिरावयाचे अशी वेबरची योजना होती. त्यासाठी त्या तिघांना

वेबरबरोबर हिंडावे लागणार होते. वेबरने त्यांना यशाची अपेक्षा बोलून दाखवली, पण त्या यशाचे भडक चित्र मात्र त्याने त्यांच्यापुढे रंगविले नाही आणि हेलननेही आपल्या अपेक्षा वाजवीपेक्षा अधिक वाढविल्या नाहीत. गुलाबी ढगावर तरंगून पुन्हा खाली जमिनीवर आदळावे, हे तिला आता नको होते!

वेबरच्या कार्यक्रमात नाचगाण्याचा आणि करमणुकीच्या विविध प्रकारांचा जरी अंतर्भाव केलेला असला तरी त्यात कोणत्याही प्रकारचा उथळपणा वा थिल्लरपणा येऊ न देण्याची त्याने काळजी घेतली होती. हेलनचे रंगभूमीवरचे पदार्पण तिच्या व्यक्तिमत्त्वाला साजेसे, गंभीर आणि मानाचे असावे याबद्दल त्याने दक्षता बाळगली होती. हेलनचा कार्यक्रम सुरू होण्यापूर्वी ॲनने रंगभूमीवर यावे व त्यानंतर हेलनने कोणाचीही मदत न घेता स्वत: रंगभूमीवर चालत यावे असे ठरले होते. तसे येणे तिला कठीण जाऊ नये म्हणून पडदे आणि विंगा यांची चातुर्याने रचना करण्यात येणार होती.

हेलनचा हा कार्यक्रम प्रथम 'माउंट व्हर्नान' येथे व्हावयाचे ठरले होते. त्या वेळची फिरत्या करमणुकीच्या कार्यक्रमातली एक प्रसिद्ध अभिनेत्री सोफी टकर हिने हेलनला वेषभूषेच्या व रंगभूषेच्या कामी आपण होऊन साह्य करण्याचे अभिवचन दिले. एकोणीसशे वीस सालच्या फेब्रुवारी महिन्याच्या सोळा तारखेला हेलन केलर रंगभूमीवर पदार्पण करण्यासाठी प्रथमच पडद्याआड पॉलीच्या खुणेची वाट बघत उभी राहिली. तिचे हृदय धडधडत होते. ठराविक क्षण येताच पॉलीने तिला सूचना दिली. हेलनने दोन्ही हातांनी पडदा बाजूला सरकवला व ती पुढे स्टेजवर आली. कार्यक्रमाला साजेशा संगीताचे गंभीर स्वर उमटले. प्रेक्षकांनी टाळ्यांचा कडकडाट केला. पायांखालच्या लाकडी फळ्यांतून तो कडकडाट हेलनला जाणवला. क्षणभर ती विलक्षण घाबरून गेली. तिला घाम फुटला. घसा कोरडा झाला. जीभ टाळूला चिकटून बसली, पण दुसऱ्याच क्षणी तिचे गेलेले धैर्य परत आले. 'मला सर्व काही शिकून घ्यायचे आहे' म्हणणारी ती कित्येक वर्षांपूर्वीची छोटी हेलन– तीच या वेळी पुढे झाली. हेलन केलर निर्धाराने स्टेजवर आली आणि आपल्या बाईंशेजारी येऊन उभी राहिली.

लोकांच्या श्वासांची ऊब तिला जाणवली. त्यातच तंबाखूचे आणि विविध अंगरागाचे वास मिसळून गेले होते. ती धीर करून बोलू लागली. लोकांचा आनंद आणि उत्साह तिला जाणवला. व्याख्यानांना येणाऱ्या श्रोत्यांपेक्षा करमणुकीच्या कार्यक्रमाला येणारे श्रोते अधिक मोकळे, खिलाडू, उदार वृत्तीचे असतात, त्यांचे मन जास्त गुणग्राहक असते हे हेलनला तीव्रतेने जाणवले. माउंट व्हर्नानच्या श्रोत्यांपुढे भाषण करताना तिचे हृदय सुखाच्या एका विलक्षण लाटेने अगदी तुडुंब भरून आले!

माउंट व्हर्नान येथे एक आठवडाभर सतत हेलनचा कार्यक्रम होत होता. त्यानंतर न्यूयॉर्क शहरातील 'पॅलेस थिएटर' मध्ये तिचा कार्यक्रम झाला. न्यूयॉर्कच्या प्रेक्षकांनी तिच्यावर प्रेमाचा व कौतुकाचा मुक्त वर्षाव केला आणि तेथे तिला आपला मुक्काम आणखी एक आठवडा वाढवावा लागला. वेबरचा अंदाज खरा ठरला. त्याने मोठ्या उत्साहाने कार्यक्रमांची आखणी केली.

"या सीझनमध्ये आपण पूर्व किनाऱ्यावर कार्यक्रम करू" त्याने हेलनला सांगितले "आणि पुढल्या हिवाळ्यात मी सर्व देशभर तुमचे कार्यक्रम ठेवणार आहे."

अशा रीतीने हेलन रंगभूमीवरची एक मोठी अभिनेत्री बनली. नंतर चार वर्षे अमेरिका आणि कॅनडा येथे वेगवेगळ्या थिएटरांत माणसांनी तुडुंब भरलेल्या थिएटरात तिने कितीतरी कार्यक्रम केले आणि प्रेक्षकांनीही त्या कार्यक्रमांना अंत:करणपूर्वक प्रतिसाद दिला.

❖

११. एक नवी उपयुक्त संस्था

हेलनच्या रंगभूमीवरच्या कार्यक्रमात ॲनला फक्त एकच वर्ष तिची साथ करता आली. रंगभूमीवरच्या कामाचा ताण तिला सहन होईना आणि तेथील प्रखर प्रकाशाने तिचे डोळे अधिकच बिघडू लागले, पण हेलनबरोबर गावोगावी प्रवास करणे मात्र तिने सोडले नाही. फरक एवढाच झाला की एक वर्षानंतर तिच्या ऐवजी पॉली रंगमंचावर हेलनची साथ करू लागली.

या चार वर्षांत इतरही काही महत्त्वाचे फरक भोवतालच्या जगात घडून आले. हेलनच्या खाजगी जीवनातही तशाच काही घटना घडल्या. हेलनने रंगभूमीवर पदार्पण केल्यानंतर थोड्याच दिवसांनी अमेरिकेच्या घटनेला एकोणिसावे दुरुस्तीवजा कलम जोडले गेले व त्या कलमाअन्वये अमेरिकन स्त्रियांना मतदानाचा हक्क मिळाला. ही झाली बाह्य जगातली महत्त्वाची घडामोड. हेलनच्या व्यक्तिगत जीवनातही फेरफार होत होतेच. बावीस सालच्या हिवाळ्यात लॉस अँजेलिसमध्ये हेलनचे कार्यक्रम चालू असता एके दिवशी ॲन नेपथ्यगृहात आली व तिने हेलनच्या खांद्यावर हलकेच हात ठेवला. त्या हळूवार स्पर्शाने हेलन चमकली. काही तरी विपरीत घडले होते खास. तिने आपले मन घट्ट केले आणि ॲनने ती दुर्वार्ता तिच्या तळहातावर लिहून तिला कळवली.

मॉन्टगॉमेरी परगण्यात मिल्ड्रेडच्या घरी हेलनच्या आईला अकस्मात मृत्यू आला होता!

त्याच वर्षाच्या वसंतऋतूंत शिकागो येथे हेलनचे कार्यक्रम झाले. तिच्या एका कार्यक्रमाला सुप्रसिद्ध अमेरिकन कवी कार्ल सॅण्डबर्ग हा हजर होता. तथापि त्या वेळी हेलनला ती गोष्ट कळली नाही. त्या प्रसंगानंतर बऱ्याच दिवसांनी कार्ल सँडबर्गकडून तिला एक पत्र आले. तिचा कार्यक्रम पाहून सँडबर्ग इतका प्रभावित झाला होता की घरी गेल्याबरोबर ते पत्र त्याने तिला लिहिले होते, पण ऐन वेळी त्याला संकोच वाटला होता व ते पत्र पोस्टात टाकावयाचे त्याने तहकूब केले होते. नंतर बऱ्याच दिवसांनी पत्र पोस्टात टाकण्याचा त्याला धीर झाला होता. . कार्ल

सँडबर्गने हेलनला धाडलेल्या पत्रात लिहिले होते, ''तुझ्या कार्यक्रमातला सर्वांत आकर्षक विशेष म्हणजे तुझा अकृत्रिम आणि उत्कट जीवनोत्साह. तुझ्या व्यक्तिमत्त्वातून या उत्साहाचे अन् चैतन्याचे किरण सर्वत्र फाकत आहेत, पसरत आहेत असे वाटते-''

रंगभूमीवर चार वर्षांच्या कालावधीत हेलनच्या दृष्टीने सर्वांत महत्त्वाची व आनंदाची घटना म्हणजे अंधांसाठी कार्य करणाऱ्या 'अमेरिकन फाउन्डेशन फॉर दी ब्लाइण्ड' या मध्यवर्ती संस्थेची स्थापना. अंधांसाठी कार्य करणाऱ्या कार्यकर्त्यांच्या समितीने आयोवा परगण्यात व्हिंटन येथे एकतीस साली भरलेल्या वार्षिक सभेत या संस्थेच्या स्थापनेचा संकल्प सोडला. अंधांसाठी काम करणाऱ्या अशा एखाद्या मध्यवर्ती संस्थेची गेल्या कित्येक वर्षांपासून अगदी निकडीने गरज भासत होती. ती गरज या 'ए. एफ. बी.' संस्थेने पुरी होणार होती. या संस्थेच्या स्थापनेची बातमी वाचून हेलनला फार आनंद झाला. अंधांसाठी देशात अनेक ठिकाणी कार्य चालू होते, पण हे सर्व प्रयत्न फुटीर आणि विस्कळित असत. 'ए. एफ. बी.' संस्थेमुळे त्या प्रयत्नांना संघटित स्वरूप लाभणार होते. अंधांसाठी जी जी कार्ये चालू होती. त्या सर्वांचा या संस्थेतर्फे अभ्यास केला जाणार होता आणि त्यानंतर अंधांना साह्य करण्याची सर्वोत्कृष्ट उपाययोजना आखण्यासाठी संशोधनही सुरू होणार होते.

या संस्थेच्या स्थापनेपूर्वी निदान वीस वर्षांपासून तरी अंधांसाठी अशी एखादी मध्यवर्ती कार्यकारी राष्ट्रीय संस्था असावी म्हणून अनेक कार्यकर्त्यांची आणि विचारवंतांची खटपट सुरू होती. चार्लस एफ. एफ. कँपबेल यांना हा विचार सर्वप्रथम सुचला होता आणि त्यांनी या क्षेत्रातल्या धंदेवाईक कार्यकर्त्यांसाठी 'अंधांसंबंधींचा दृष्टिकोन' नावाचे एक मासिक सुरू केले होते. आयोवामध्ये भरलेल्या वार्षिक सभेत 'ए. एफ. बी.' संस्थेच्या स्थापनेचा संकल्प सोडण्यात आला. मेजर एम. सी. मिगेल यांची संस्थेच्या अध्यक्षपदी नेमणूक करण्यात आली. मेजर मिगेल हे रेशमाचे कारखानदार व व्यापारी होते आणि न्यूयॉर्कमधील अंधांच्या संस्थेचे ते प्रमुख होते. ए. एफ. बी. च्या प्रारंभीच्या काळात त्यांनी संस्थेला पैशाची भरपूर मदत केली. ए. एफ. बी. च्या संशोधन शाखेचे प्रमुख म्हणून डॉ. रॉबर्ट इर्विन यांची नेमणूक करण्यात आली होती.

हेलन केलर व ॲन या दोघीजणी ए. एफ. बी. संस्थेच्या प्रारंभापासून तिची प्रगती मोठ्या लक्षपूर्वक पाहत आल्या होत्या. हेलन केलरसारख्या नामांकित व्यक्तीचा संस्था कधी तरी उपयोग करून घेतल्याशिवाय राहणार नाही असा त्यांचा अंदाज होता आणि झालेही तसेच. एके दिवशी फॉरेस्ट हिलमधल्या हेलन केलरच्या घरी मेजर मिगेलच्या सेक्रेटरीचा फोन आला. ॲनने फोन घेतला. फोनवर संभाषण झाल्यावर ॲनने हेलनजवळ येऊन तिला म्हटले,

“मेजर मिगेलचा निरोप आहे तुला–”

“काय म्हणताहेत ते ?”

“आपल्या ‘ए. एफ. बी.’ संस्थेसाठी फंड गोळा करण्याकरिता तू दौरा काढावास अशी फार इच्छा आहे त्यांची.”

“तुम्ही काय सांगितलं मग ?”

“मी त्याच्या सेक्रेटरीला म्हटले, हेलन केलरला सध्यातरी या कामासाठी वेळ मिळणं कठीणच दिसतं. रंगभूमीवर कार्यक्रम चालू आहेत ना तिचे ?”

“अस्सं ? मग सेक्रेटरीने काय उत्तर दिलं ?”

“ती कसची उत्तर देते ?” ॲन हसून म्हणाली, “तुझे रंगभूमीवर कार्यक्रम चालू आहेत ही वार्ता ऐकून तिला एवढा धक्का बसला की काही वेळ तिच्या तोंडातून मुळी शब्दच फुटेना!”

हेलनला खूप हसू आले. तिच्यासारख्या एवढ्या महत्त्वपूर्ण व्यक्तीने फिरत्या रंगभूमीवर काम करावे या गोष्टीचे अनेकांना मोठे नवल वाटे. ते या कल्पनेला नाकेही मुरडीत, पण यावर हेलनचे प्रत्युत्तर असे असे, “पोट भरण्यासाठी मग मी काय करावं ते तरी सांगा.” या तिच्या उत्तराने विरोधकांची तोंडे तत्काळ बंद होत.

हेलन कार्यक्रम करू लागल्यापासून चौथ्या वर्षाच्या अखेरीस ए. एफ. बी. संस्थेने तिला पुन्हा एकदा आपल्यासाठी काम करण्याची विनंती केली. अर्थात हेलनला रंगभूमीवर काम करण्याबद्दल जेवढा मोबदला मिळे तेवढा मोबदला देणे ए. एफ. बी. ला परवडण्याजोगे नव्हते, पण हेलनच्या पोटाला पुरेसा मोबदला तो होता हे निश्चित. दुसरी महत्त्वाची गोष्ट म्हणजे आपल्या कार्यक्रमासाठी ॲनलाही सारखा प्रवास करावा लागतो व त्याचा तिच्या प्रकृतीवर ताण पडतो हे हेलनच्या मनाला सारखे खात होते. त्यामुळे तिने रंगभूमीवर काम करणे सोडून ए. एफ. बी. साठी काम करावयाचा स्वत:च्या मनाशी निर्णय घेऊन टाकला. अगदी लहानपणापासून हेलनची वृत्ती स्वतंत्र अन् आग्रही होती. आता वयाच्या चव्वेचाळिसाव्या वर्षी तिची ती वृत्ती अधिकच तीव्र झाली असल्यास त्यात नवल ते काय ?

हेलनने स्वत:च्या मनाशी हा निर्णय घेऊन टाकला एवढेच नव्हे तर तो तिने तत्काळ जाहीरही केला. हॅरी वेबरला ही बातमी कळली तेव्हा त्याला अतोनात वाईट वाटले, पण हेलनने आपली बाजू त्याला नीट समजावून सांगितली. तिच्या जीवनाचे एक विशिष्ट कार्य होते. तिजवर एक जबाबदारी होती. अंधत्वामुळे जे जे कोणी दु:ख, यातना भोगीत असतील त्यांच्या सेवेला तिने आपले जीवन फार पूर्वीच वाहून टाकले होते. रंगभूमीवरच्या आपल्या कार्यक्रमांच्या द्वारा तिने जनतेला अंधांच्या बाबतीत जागरूक केले होते. आता तिला पुढचे पाऊल टाकणे अवश्य होते. अंधांना सर्व प्रकारे साह्य करण्यासाठी ए. एफ. बी. सारखी मध्यवर्ती संस्था स्थापन

झाली होती व त्या संस्थेकडे लोकांच्या सहानुभूतीचा व मदतीचा ओघ वळवणे जरूर होते. हेलन आता हे कार्य करणार होती. ए. एफ. बी. साठी फंड जमा करण्याकरिता ती गावोगाव दौरा काढणार होती.

हेलनने धडाडीने पुढे पाऊल टाकले खरे, पण एकांतात बसून ॲनबरोबर या बाबतीत चर्चा करताना आपल्या कार्याचे खरे स्वरूप तिला अकस्मात जाणवले. ती घरोघर जाऊन द्रव्याची अक्षरश: याचना करणार होती. म्हणजे एखाद्या अंध भिकारणीची भूमिकाच खरोखरी तिला वठवावी लागणार होती. हेलनला कसेसेच वाटले. आपल्या बाईंचा हात हाती घट्ट धरून ती कळवळून म्हणाली, ''मी नाही हे काम करणार. मला ते विलक्षण मानहानिकारक वाटते. अंधांना कुणापुढे तोंड वेंगाडण्याची पाळी येऊ नये म्हणून तर इतके दिवस मी झटले. अन् आता नेमके तेच आपल्यालाही करावे लागणार म्हणजे कसंसंच वाटतं–''

''पण हे भीक मागणं भिकेचा शेवटी नाश करण्यासाठी आहे.'' ॲनने तिची समजूत घालीत म्हटले.

''अन् मला अजून चांगले बोलताही येत नाही.''

''ते खरे आहे, पण पूर्वीपेक्षा आता तुझी पुष्कळच प्रगती झाली आहे. हेलन, माणसाला केवढ्या प्रतिकूल परिस्थितीवर विजय मिळवता येतो, केवढ्या व्यंगांना तो जिंकू शकतो याचे आज सबंध जगात तुझ्याइतके प्रभावी उदाहरण दुसरे सापडणार नाही. माणसे वाटेल त्या उणिवेवर मात करू शकतील हे तुझ्याइतके चांगले दुसरे कोण जगाला पटवून देऊ शकेल बरं ?''

हेलनचे मन क्षणभर डळमळले आणि मग लगेच तिने हे नवे काम करण्याचा निश्चय केला. ती व तिच्या बाई दोघींनाही माघार घेणे कधी माहीतच नव्हते. हेलनने आतापर्यंत अनेक व्यवसाय, अनेक उद्योग केले होते, पण त्या सर्वांच्या मुळांशी एक गोष्ट तिच्या मनात नेहमी तीव्रतेने जागी असावयाची. बधिर आणि अंधबधिर यांना बोलायला शिकवता येते, तसे ते त्यांना शिकविले पाहिजे हीच ती जाणीव. हेलन तर स्वत: बोलण्यासाठी जिवापाड धडपडत होतीच. केव्हा तरी एकदा व्यासपीठावर उभे राहून आपण भाषण करू आणि कोणाच्याही मदतीशिवाय त्यातला शब्द न् शब्द श्रोत्यांपर्यंत पोहोचवू हे एक असंभाव्य, पण उत्कट स्वप्न तिने आपल्या मनाच्या एका कोपऱ्यात दीर्घ काळ जोपासून ठेवले होते. आपल्या अडखळत्या भाषणाचे तिला स्वत:ला जेवढे वाईट वाटे तेवढे श्रोत्यांना त्यात विपरीत वाटत नसे. हेलन कोठेही गेली तरी तिच्या केवळ दर्शनानेच लोक विलक्षण प्रभावित होत. दिपून जात. ए. एफ. बी. संस्थेसाठी दहालक्ष डॉलर गोळा करावयाचा संकल्प. हेलन जेव्हा दौऱ्यावर निघाली तेव्हा अनेकांची सहानुभूती आपल्या कार्याकडे तिने वळविली. न्यूयॉर्क शहरातील उद्योगपतीकडे जाऊन तिथल्या बड्या बड्या

लोकांकडून तिने भरगच्च मदत मिळवली. शिकागो शहरात कॅरी जेकब्ज बॉण्ड या नामांकित संगीतकाराकडून उदार देणगी मिळविण्याच्या कामी तिने यश संपादन केले. डेड्राईटमध्ये मोटरचे सुप्रसिद्ध कारखानदार हेन्री फोर्ड यांच्याकडे, तर कुटुंबातील अन्य मंडळींकडूनही तिला देणग्या मिळाल्या. शिवाय हेन्री फोर्ड यांनी आपल्या मोटरकारखान्यात त्र्याहत्तर आंधळ्या कारागिरांची नेमणूक केल्याचे तिला सांगितले. आंधळ्यांची बोटे विलक्षण संवेदनशील असल्यामुळे नेमके व बिनचूक काम जेथे हवे असेल तेथे त्यांचा फार उपयोग होतो असे फोर्डनी तिला सांगितले. ती बातमी ऐकून हेलनला फार आनंद झाला. येथे आंधळ्यांवर केवळ दया दाखवली जात नव्हती तर त्यांना इतरांप्रमाणे कष्ट करून पोट भरण्याची संधी दिली गेली होती. ए. एफ. बी. संस्थेने अंधांसाठी करावयाचे जे कार्य आपल्या डोळ्यांपुढे ठेवले होते. त्यात जनतेचा अंधांकडे बघण्याचा दृष्टिकोन बदलणे हे एक प्रमुख काम होते.

अंधांचे एक अंधत्व सोडले तर इतर सर्व बाबतीत ते सामान्य माणसांसारखेच असतात. हे सांगताना हेलनने एकदा लिहिले होते, ''प्रिय वाचक, तुमचा एखादा अंध शेजारी असेल तर त्याची एकंदर परिस्थिती तुम्ही नीट जाणून घ्या एवढीच विनंती मी तुम्हाला करीत आहे. रस्त्यात तुम्ही त्याला अनेकदा पाहिले असेल. पावसात किंवा उन्हात, हातातल्या काठीने सावधपणे रस्ता चाचपीत भोवतालच्या लोकांचे वेगवेगळे आवाज टिपून घेत आणि त्यावरून गर्दीचा अंदाज बांधीत गर्दीतून वाट काढताना तो तुम्हाला नेहमी दिसत असेल. तुम्ही त्याची कीव केली असेल आणि त्याचे विचार, त्याच्या भावना आपल्यापेक्षा कितीतरी वेगळ्या असल्या पाहिजेत असे म्हणत तुम्ही दुसऱ्याच क्षणी त्याला विसरूनही गेला असाल! प्रिय वाचक, थोडेसे अंतर्मुख व्हा आणि या बाबतीतले कठोर सत्य जाणून घ्या एवढेच मला तुम्हाला सांगावयाचे आहे. तुमच्याप्रमाणेच त्या अंधाचेही हृदय संवेदनशील असते. हर्ष, खेद, महत्त्वाकांक्षा, प्रीती या जाणिवा तुमच्याप्रमाणेच त्यालाही असतात. तुम्हाला जे जे हवेसे वाटते ते सारे त्यालाही हवेसे वाटते. तुमच्याप्रमाणेच तोही प्रेमाची, यशाची, सुखाची स्वप्ने बघतो. असे न होवो– पण समजा, उद्या तुम्ही एखाद्या अपघातात सापडला अन् आपली दृष्टी गमावून बसला तरी तुमचे मन, हृदय, आशा, आकांक्षा, अभिलाषा त्यामुळे बदलतील का ? नाही ना ? अंधांच्याही बाबतीत हेच घडलेले असते!''

ए. एफ. बी. संस्थेसाठी हेलनने दोन वर्षे सतत दौरा काढला होता. या अवधीत सॅन्टा रोझा येथे राहणाऱ्या लूथर बरबँक या वनस्पतिसृष्टीच्या विलक्षण जादूगाराला ती भेटली आणि विविध प्रयोग करून त्याने निर्मिलेली नवी विस्मयकारक फुले-फळे तिने चाचपून पाहिली. रॉकफेलरच्या थोरल्या मुलाने तिला सर्वांत मोठी देणगी दिली. हॉलिवूडमध्ये ती गेली तेव्हा प्रसिद्ध अभिनेत्री मेरी पिकफर्ड व तिचे पती डग्लस

फेअरबँक्स यांनी तिचा उत्तम पाहुणचार केला आणि आपले वजन खर्ची घालून चित्रपटव्यवसायातील अनेकांकडून तिला मोठमोठ्या देगण्या मिळवून दिल्या. फंड गोळा करण्याचे हेलनचे काम जसजसे वाढत चालले तसतशी तिची लोकप्रियताही वाढू लागली आणि तिला अधिकाधिक देणग्याही मिळू लागल्या. शाळेतली मुले नाणी गोळा करून ती तिला मदत म्हणून धाडू लागली. प्रार्थनामंदिरांकडून पैसे येऊ लागले. ए. एफ. बी. संस्थेने फंड गोळा करण्यासाठी हेलनवर दौऱ्याची जबाबदारी सोपवण्यात तिजवरचा जो विश्वास प्रकट केला होता, तो किती योग्य होता, हे या देणग्यांच्या वैपुल्याने आपोआपच सिद्ध झाले.

या दोन वर्षांत हेलनवर ताण मात्र खूपच पडला आणि त्यामुळेच प्रत्येक सीझनच्या शेवटी येणाऱ्या उन्हाळ्याच्या सुटीचे तिला अतिशय महत्त्व वाटे. या सुटीत हेलनला विश्रांती तर मिळेच, पण त्याबरोबरच तिला अंतर्मुख होऊन विचार करता येई. केल्या कामाचा आढावा घेता येई, पण या सर्वांच्या मुळाशी तिच्या मनात भावना असे ती तृप्तीची; एका शांत सात्त्विक समाधानाची. आपण इतरांसाठी काही तरी करीत आहोत या भावनेचे सुख एवढे असे की त्या सुखाच्या भरात आपल्या स्वत:च्या शारीरिक व्यंगांचाही हेलनला घडीभर पार विसर पडे. शारीरिक व्यंगामुळे अगतिक व हतबल झालेल्या सर्व लोकांना भविष्यात आशा आहे हे हेलनला मनोमन ठाऊक झाले होते. अंध असोत, बधिर असोत की अंध-बधिर असोत, शारीरिक व्यंगामुळे त्यांच्या प्रगतीस अडथळा येत नाही, निराशा, हताशपणा हेच माणसाच्या प्रगतीला रोखून धरणारे एकमेव व्यंग आहे याची हेलनला साक्ष पटली होती आणि म्हणूनच अंधांसंबंधीचे आपले कार्य ती एवढ्या उत्साहाने करीत होती. त्यातूनही क्वचित कधी तिचे मन डळमळू लागले तर ॲन सलिव्हन तिला धीर देई. तिच्या ठिकाणी पुन्हा आशा व श्रद्धा निर्माण करी.

कामाच्या या साऱ्या रगाड्यात एक विचार मात्र हेलनच्या मनात सदैव तीव्रतेने जागृत असावयाचा व तो म्हणजे ॲनच्या प्रकृतीसंबंधीचा. ॲन आता पूर्वीपेक्षा अधिक वयस्कर झाली होती. एवढेच नव्हे तर ती फार आजारीही होती. ती आपल्या ताकदीबाहेर काम करीत होती. आपले आयुष्य संपण्यापूर्वीच आपल्या बाई त्यातून निघून जातील, त्यांची जीवनयात्रा लवकरच संपुष्टात येईल हे आता हेलनला कळून चुकले होते आणि म्हणून बाईंना जपता येईल तेवढे ती जपत होती. त्यांना देता येईल तेवढे सुख ती देत होती. फंड गोळा करावयास लागून दोन वर्षे झाली तेव्हा ॲनने आता प्रवास करता कामा नये, तिने घरी राहून विश्रांती घ्यावी असे हेलनने ठरवून टाकले. ॲनही त्या गोष्टीला निमूटपणे कबूल झाली.

ए. एफ. बी. ची कार्यकर्ती म्हणून हेलन पुढेही सतत काम करीत राहिली. एकोणीसशे सव्वीस साली अंधांच्या या संस्थेसाठी राष्ट्रीय सभेचे साह्य मिळवावे

आणि अमेरिकेचे त्या वेळचे अध्यक्ष कॉल्व्हिन कूलिज यांचीही सहानुभूती संपादन करावी आणि मग त्यांच्याकडून मदत मिळवून अंधांसाठी एक वाचनालय स्थापन करावे या हेतूने पॉली व हेलन या दोघीजणी राजधानीच्या शहरी गेल्या. अध्यक्ष कूलिज हे थंड प्रवृत्तीचे व सहसा भावनावश न होणारे आहेत असा हेलनला इशारा दिला गेला होता, पण तिने त्यांच्याशी हस्तांदोलन केले त्या वेळी त्या हस्तस्पर्शांतून तिला प्रेमळपणाची ऊब जाणवली. अंधांसाठी जे कार्य चालले आहे. त्यासंबंधी आपणास अत्यंत सहानुभूती आहे एवढेच सांगून कूलिज थांबले नाहीत तर त्या कामी आपणास देता येईल तेवढे साह्य आपण देऊ असे त्यांनी नि:संदिग्ध शब्दात हेलनला आश्वासन दिले. राष्ट्रीय सभेच्या सदस्यांनी तर एकमुखाने उद्गार काढले, "हेलन केलरला जर एखादी गोष्ट हवी असेल तर ती आम्ही ताबडतोब दिलीच म्हणून समजावे!" त्यांच्या या अनुकुलतेमुळे हेलनचे काम फारच सोपे झाले. तिला हवे असलेले सरकारी अनुदान तत्काळ मंजूर करण्यात आले आणि अंधांसाठी ब्रेल लिपीतली पुस्तके छापून ती वाचनालयाला पुरवण्याचे काम सरकारकडून झपाट्याने व फार मोठ्या प्रमाणावर सुरू करण्यात आले.

एवढे होईतो एक वर्ष उलटून गेले आणि आपल्या वार्षिक सुटीसाठी अन् विश्रांतीसाठी हेलन पुन्हा फॉरेस्ट हिलला आली. पॉलीने आल्याबरोबर घरकामाचे ओझे खांद्यावर घेतले. रोज सकाळी ती हेलनला दैनिक वृत्तपत्रे वाचून दाखवी. मग त्यांची न्याहारी होई. त्यानंतर आपल्याला आलेल्या पत्रांची उत्तरे हेलन टाईपरायटरवर टाईप करीत बसे.

मध्यंतरीच्या काळात डबलडे प्रकाशन संस्थेने हेलनला एक पुस्तक लिहिण्याची विनंती केली होती. या पुस्तकामध्ये हेलनने आपल्या जीवनांतील घटनांचे अगदी चालू काळापर्यंतचे वर्णन करावे म्हणजे तिच्या आत्मचरित्राला अद्ययावत् स्वरूप येईल असे त्या संस्थेचे म्हणणे होते, पण हे नवे पुस्तक हाती घेण्यापूर्वी सध्या चालू असलेले दुसरेच एक पुस्तक हेलनला हातावेगळे करावयाचे होते. 'माझा धर्म' हे या पुस्तकाचे नाव होते. हे पुस्तक 'स्वीडेनबॉर्ज' तर्फे प्रकाशित व्हावयाचे होते. ॲनची दृष्टी आता अगदी झपाट्याने क्षीण होत चालली होती, पण तरीही 'माझा धर्म' पुस्तकाच्या लेखनाच्या कामी हेलनला ती साह्य करीत असे. हेलनने ॲनचे मन कामाखेरीज अन्य गोष्टीत गुंतवण्याचा प्रयत्न करावा तर ॲनने आपले डोळे किती खराब झाले आहेत हे हेलनपासून शक्य तो लपवून ठेवण्याची खटपट करावी असे त्या दोघींचे सारखे चाललेले असावयाचे.

एकोणीसशे सत्तावीस सालच्या ऑक्टोबर महिन्यात 'माझा धर्म' पुस्तक प्रकाशित झाले. याच सुमाराला हेलनने 'माझी जीवनकथा' या आपल्या आत्मचरित्राचा उत्तरार्ध 'प्रवाहामध्ये' या नावाने लिहावयास सुरुवात केली होती. ॲनने तिला मदत

करण्याचा, तिच्याबरोबर काम करण्याचा मनापासून प्रयत्न केला, पण हेलनने तिला काम करू देण्याचे साफ नाकारले. कारण ॲनचे डोळे किती बिघडले आहेत याची तिला आता पूर्ण कल्पना आली होती. पण, तिला स्वत:ला एकटीला पुस्तकाचे लेखन करणेही फार अवघड जात होते. आपली अडचण तिने प्रकाशक फ्रँक डबलडे यांच्या कानी घातली, त्यांनी एक उपाय ताबडतोब शोधून काढला. 'प्रवाहामध्ये' हे महत्त्वाचे पुस्तक असून त्यांचे लेखन वेगाने होणे जरूर होते. म्हणून फ्रँक डबलडे यांनी आपल्या संस्थेतील मिस नेला ब्रॅडी या तरुण मुलीला हेलनची मदतनीस म्हणून काम करण्यास धाडले. नेला ब्रॅडीची केली गेलेली ही निवड अगदी बिनचूक व योग्य होती हे लवकरच सिद्ध झाले. नेला हेलनच्या घरात चांगली रुळली आणि, हेलन आणि ॲन या दोघींनाही वाचनाच्या कामी ती म्हणजे मूर्तिमंत त्यांचे डोळेच होऊन बसली! दोनच वर्षांत 'प्रवाहामध्ये' हे पुस्तक प्रकाशित झाले.

हेलन आणि ॲन या दोघींनाही आपल्या आयुष्यात आता प्रथमच थोडीशी विश्रांती मिळत होती. या विश्रांतीच्या काळाचा पुरेपूर फायदा करून घेण्याचे हेलनने ठरवले आणि ॲनने कुठेतरी परगावी जाऊन विश्रांती घ्यावी असा तिने तिच्यामागे तगादा लावला. एकोणीसशे एकोणतीस सालच्या त्या वसंतऋतूत हेलन व ॲन या दोघीजणी 'लाँग लेक' विभागातील डोंगराळ भागात एका निवांत स्थळी जाऊन राहिल्या, ॲनच्या उजव्या डोळ्यावर नुकतीच शस्त्रक्रिया करण्यात आली होती आणि शस्त्रक्रियेनंतर बाईंना पूर्ण विसावा मिळून त्यांना लवकर बरे वाटावे म्हणून हेलनने ही स्थलांतर करण्याची योजना आखली होती.

आपल्या प्रिय शिक्षिकेचा व प्राणाधिक सहचरीचा– ॲनचा-सहवास यापुढे फार काळ आपणाला लाभणार नाही हे हेलनला केव्हाच कळून चुकले होते व त्या जाणिवेचा कडू घोट तिने मोठ्या धैर्याने पचवलाही होता. या नव्या ठिकाणी हेलन आपल्या बाईंसह जेव्हा राहावयास आली तेव्हा अशा तऱ्हेने आपणास एकत्र सुटी क्वचितच घालवता येईल हा विचार तिच्या मनात सतत जागृत होता. विशेषत: पोहावयाला जाताना आपले एकटेपण हेलनला तीव्रतेने जाणवे. तलावावर पोहावयास जाताना तलावाच्या कडेला बांधलेला दोर हाती धरून चाचपडत अडखळत हेलन जेव्हा पाण्यात पाऊल टाकी तेव्हा पाण्याचा तो बर्फासारखा थंड स्पर्श तिच्या पायांना जसा झोंबे तशी एकाकीपणाच्या भयाची थंडगार बोटे तिच्या मनावरूनही फिरत. जन्मभर ज्या ॲनचा व आपला अंतरिक जिव्हाळा जडला होता ती आपणांस यापुढे कायमची अंतरणार या कल्पनेने हेलनला इतके दु:ख होई की तिचे काळीज जणू फुटून जाई. काही दिवसांनी तिच्या ध्यानात आले की भावी चिरवियोगाचे दु:ख तिच्याइतकेच ॲनलाही तीव्रतेने व्याकुळ करीत होते.

हिवाळ्यामध्ये त्या दोघीजणी फॉरेस्ट हिल येथे परत आल्या. हेलनचे ए. एफ.

बी. संस्थेचे काम पूर्ववत सुरू झाले, पण आता पूर्वीइतका तिच्यावर कामाचा ताण पडत नसे. त्यामुळे दुपारच्या वेळी हेलन व ॲन दोघीजणी निवांतपणे गप्पा मारीत बसत. त्यांच्या या गप्पा अगदी स्वैर असत. धर्म, राजकारण, समाजकारण कितीतरी विषय त्यात सहजगत्या येऊन जात. स्वीडेनबॉर्जची मतप्रणाली ॲनला अद्याप मान्य झाली नव्हती, पण त्याच्या शिकवणीचा हेलनच्या मनावर किती परिणाम झाला आहे व त्यातून तिने केवढे मानसिक सामर्थ्य मिळविले आहे याची ॲनला जाणीव होती. राजकारणात मात्र हेलनची मते आता पूर्वीइतकी एकांतिक राहिली नव्हती. एकदा बोलता बोलता ती ॲनला म्हणाली, ''आता मला जाणीव होत आहे की एच. जी. वेल्सनी आपल्या ग्रंथात लिहिले आहे तेवढे समाजाला सुधारण्याचे काम सोपे वा सुकर नाही. तथापि, अजूनही आदर्शाचा मोह मला पडतोच. जिथे दारिद्र्य नाही, जिथे कोणतेही शारीरिक व्यंग प्रगतीला पायबंद घालू शकत नाही अशा आदर्श जगाची स्वप्ने मी बघतेच!''

''दारिद्र्य!'' ॲन उद्गारली, ''दारिद्र्य नसतं तर मला आंधळेपण कधीच आलं नसतं!''

''दारिद्र्यामुळे तुम्हाला आंधळेपण आलं ?'' हेलनने विस्मयचकित होऊन प्रश्न केला. ''खरंच, हे तुम्ही मला कधी सांगितलेच नाही! तुम्ही फक्त तुमच्या वडिलांकडून ऐकलेल्या आयरिश लोककथा तेवढ्या मला सांगितल्या होत्या आणि मॅसॅच्युसेट्स् परगण्यात आपल्या धाकट्या भावंडांबरोबर आपण कसे सुखात दिवस काढले ते सांगितले होते. बाकी मला तुमच्या पूर्वजीवनाची काहीच माहिती नाही!''

''या गोष्टी मी तुझ्याजवळ मुद्दामच बोलले नाही'' ॲन म्हणाली, ''तुझी शिक्षिका म्हणून मी तुमच्या घरी आले होते. तुला अधिक सुखी करणं हे माझं कर्तव्य होतं. माझ्या दुःखाची कहाणी ऐकवून तुला आणखी उदास करण्यात काय अर्थ होता बरं ?''

''ते झालं ते झालं!'' हेलन म्हणाली, ''पण आता तर आपण दोघीही चांगल्या प्रौढ जाणत्या झालो आहोत ना ? आता तुमची हकीगत ऐकावयाला काय हरकत आहे! सांगा सारं मला!''

आणि मग ॲनने आपली सर्व जीवनकथा हेलनला निवेदन केली. ती जितकी अकल्पनीय तितकीच ऐकणाऱ्याच्या अंगावर शहारे आणणारी होती. ॲन सलिव्हनचे आईबाप मूळचे आयर्लंडचे रहिवासी. तेथे भयंकर दुष्काळ पडल्यामुळे अमेरिकेसारख्या सुखी व समृद्ध देशात ते राहावयास आले होते. पण तेथेही त्यांचा मुळीच जम बसला नव्हता. स्प्रिंगफील्डनजीक 'फिडींग हिल्स' या खेडेगावी अनेक आयरिश कुटुंबे वस्ती करून राहिली होती म्हणून ॲनच्या आईवडिलांनीही तेथेच आपले घर केले होते. ॲनचा बाप हा एक अशिक्षित मजूर होता व अशा कामगारांची अमेरिकेत

मुळीच वाण नव्हती. त्यामुळे बऱ्याच वेळा ॲनच्या बापाला बेकारीतच दिवस काढावे लागत. सलिव्हन कुटुंब अमेरिकेत आल्यानंतर ॲन व तिची भांवडे यांचे जन्म झाले. सर्वांत मोठी मुलगी ॲन. तिच्या पाठीवर एलन नावाची दुसरी मुलगी जन्मली आणि या दोन बहिणींच्या जन्मानंतर जिमीचा जन्म झाला. दरम्यानच्या काळात ॲनच्या आईला क्षयाची बाधा झाली. लवकरच रोगाने तिला इतके घेरले की घरकाम उरकणेही तिला अशक्य होऊन बसले. सलिव्हन कुटुंबाची आर्थिक परिस्थिती तर केव्हाच समाधानकारक नव्हती. शेजारीपाजारी या कुटुंबाला करता येईल तेवढी मदत करीत, पण या कुटुंबासारखी अनेक कुटुंबे तेथे दारिद्र्यात दिवस कंठित असल्यामुळे कुणी कुणाला किती मदत करावी हा एक प्रश्नच होता. याच वेळी ॲनचे डोळे बिघडले. 'ट्राकोमा' नावाचा नेत्ररोग तिला झाला आणि डोळ्यांच्या कडा लाल लाल दिसू लागल्या. वाढते दारिद्र्य आणि पौष्टिक अन्नाचा अभाव यामुळे ॲनची धाकटी बहीण एलन आधीच खंगली होती. ती चार दिवसांच्या तापाचे निमित्त होऊन अकस्मात मरण पावली. त्यानंतर लगोलग ॲनची आईही जग सोडून गेली. जिमीचे वय या वेळी पाच वर्षांचे होते, पण इतक्या लहान वयातच त्याच्याही कमरेच्या हाडाला क्षयाची बाधा झाली होती व म्हणून त्याला कुबड्यांच्या आधाराखेरीज चालणे अशक्य होऊन बसले होते. आठ वर्षांची ॲन तर आताच जवळजवळ अर्धवट आंधळी झाली होती. परिस्थिती या थराला आली तेव्हा काही कनवाळू मित्रमंडळी या दुर्दैवी कुटुंबाच्या साह्याला धावून आली. त्यांनी या उपेक्षित बालकांना ताब्यात घेतले आणि ट्यूक्सबरी येथील एका अनाथालयात नेऊन ठेवले.

ॲन आपली जीवनकथा हेलनच्या तळव्यावर बोटांच्या साह्याने भराभर लिहून तिला निवेदन करीत होती. हेलन विस्मयाने व दुःखाने भारावून ते सारे समजावून घेत होती. मनात साठवत होती.

ॲन आपली कहाणी पुढे सांगू लागली. तिला व तिच्या भावाला ज्या ठिकाणी नेऊन ठेवले होते तेथील परिस्थितीदेखील समाधानकारक नव्हतीच. ॲन व जिमीसारखे कित्येक दुर्दैवी जीव तिथे दाटीवाटीने राहत असत. स्वच्छता तर तेथे अभावानेच नांदत होती. त्या जागी राहावयाला आल्यानंतर थोड्याच दिवसांनी जिमीही मरण पावला. आता ॲन जगात एकटीच राहिली होती. एकटी आणि आंधळी!

"त्यानंतर मग तुम्ही पर्किन्स अंधशाळेत आलात होय ना ?" हेलनने विचारले.

"होय." ॲन म्हणाली, "मी तेथे आले तेव्हा माझं वय चौदा वर्षांचं होतं."

"त्याच वर्षी माझा जन्म झाला." हेलन मध्येच म्हणाली.

"होय ना! तर काय सांगत होते ?" ॲनने निवेदनाचे सूत्र जोडून घेत म्हटले, "दरम्यानच्या काळात माझ्या डोळ्यावर डॉक्टरी उपचार चालूच होते, पण म्हणावा तसा गुण काही येत नव्हता. तथापि मी जातिवंत आयरिश मुलगी होते. आयर्लंड

ज्याविषयी प्रसिद्ध आहे तो चिवट आशावाद माझ्या नसानसातून वाहत होता. त्यामुळे मी अद्याप माझ्या दृष्टीबद्दलची आशा सोडली नव्हती आणि ट्यूक्सबरीतल्या वातावरणामुळे मी फार खोडकर, धीट, गुंड मुलगी बनले होते. त्या घाणेरड्या जागेतून स्वत:ची सुटका करून घेण्याचा मी अगदी निकराने प्रयत्न करीत होते. दरम्यानच्या काळात, ट्यूक्सबरी येथील अनाथालयाबद्दल समाजधुरीणांच्या मनात असमाधान निर्माण होत होते. शेवटी त्या जागेची नीट पाहणी करण्यात यावी असे ठरले. मला आपली सुटका करून घेण्यास ही एक चांगली संधी मिळाली होती. तिचा मी चांगला उपयोग करून घेतला. अनाथालयाची पाहणी करण्यासाठी माणसे आली तेव्हा मी चाचपडत चाचपडत त्या घोळक्याजवळ येऊन उभी राहिले. फ्रँकलिन सॅन्बर्न हे त्या पाहणी-मंडळाचे प्रमुख होते. मी अंदाजाने त्यांच्याजवळ गेले व त्यांच्या अंगावर स्वत:ला झोकून देत रडत रडत म्हणाले, ''माझी इथून सुटका करा तुम्ही. मला शाळेत जायचंय! शिकायचंय!''माझी सुटका झाली. त्यानंतर लवकरच माझी पर्किन्स अंधशाळेत रवानगी करण्यात आली. तेथे मी एक वर्ष काढले. कालांतराने एका डॉक्टरांनी माझ्या डोळ्यांवर शस्त्रक्रिया केली आणि माझी गेलेली दृष्टी मला पुन्हा मिळाली.''

ॲनने आपले निवेदन पुरे केले. हेलन बराच वेळ निश्चल बसून राहिली. नंतर तिने बाईंना विचारले, ''या साऱ्या कष्टदायक अनुभवांतला सर्वात असह्य अनुभव कोणता वाटला तुम्हाला ?''

''माझ्या भावाच्या-जिमीच्या-मरणाचा.'' ॲन म्हणाली, ''माझं त्याच्यावर अतोनात प्रेम होतं. तो माझं सर्वस्व होता. तो गेला अन् मला वाटलं, मी आता अगदी एकटी राहिले या जगात.''

हेलनने बाईंना आणखी प्रश्न विचारले नाहीत. पण त्याच क्षणी तिने आपल्या मनाशी निर्णय घेऊन टाकला: आपल्या बाईंची जीवनकथा आपण लिहून काढायची. हेलनने आपल्या जीवनाची कथा लिहिली होती आणि त्यात आपण स्वत:च्या व्यंगांवर कसा विजय मिळवला होता हे तिने निवेदन केले होते. पण ते पुस्तक लिहिताना तिने आपल्या बाईंवर फार मोठा अन्याय केला नव्हता काय ? बाई जर तिच्या जीवनात आल्या नसत्या तर एवढे साध्य करता आले असते काय ? तिची एकटीची थोडीच कर्तबगारी होती? बाईंनी त्या पुस्तकात हेलनला स्वत:चा निर्देश न करण्याबद्दल निक्षून बजावले होते खरे, पण हेलनने बाईंचे ऐकायला नको होते. आता हेलन आपल्या बाईंची जीवनकथा लिहून काढणार होती व त्यांच्या बाबतीत आपल्या हातून घडलेल्या चुकीचे ती परिमार्जन करणार होती. या निर्धाराबरोबरच आणखी एक निर्धार हेलनने केला. बाईंच्या आयुष्याचे अखेरचे दिवस करता येतील

तेवढे सुखाचे करावयाचे असे तिने ठरवले आणि त्यासाठी आपल्या मनाशी ती योजना आखू लागली. गेली कित्येक वर्षे, केव्हा तरी एकदा सर्व युरोपचा प्रवास करावयाचा ही इच्छा हेलनने आपल्या हृदयाशी जोपासून ठेवली होती. आता तिने बाईंचे काहीसुद्धा चालू दिले नाही. पॉलनेही तिच्या बेताला तत्काळ रुकार दिला. या प्रवासासाठी हेलनला रजा घेणे अवश्य होते. ए. एफ. बी. ने तिची रजा आनंदाने मंजूर केली. मग काही दिवस प्रवासाच्या तयारीची एकच धांदल उडून गेली. सरतेशेवटी प्रवासाला निघण्याचा दिवस उजाडला. एकोणीसशे तीस सालच्या एप्रिल महिन्याच्या पहिल्या तारखेला पॉली थॉमसन, ॲन सलिव्हन आणि हेलन केलर या तिघीजणी 'प्रेसिडेंट रूझवेल्ट' या बोटीने युरोपच्या प्रवासास निघाल्या.

❖

१२. ब्रिटिश बेटे आणि युरोप

हेलनचा बोटीवरचा काळ फार आनंदात गेला. त्या भल्या थोरल्या आगबोटीच्या डेकवर, बोटीच्या हेलकाव्याबरोबर तोल साधून पावले टाकताना तिला फार मौज वाटे. डेकवरच्या आरामखुर्च्यांवर अंग टाकून ती, ॲन व पॉली तिघीजणी शांतपणे पडून राहत तेव्हाही तो अनुभव तेवढाच सुखकर असे. रात्रीच्या वेळी सागराच्या विशाल पृष्ठभागावर बोट एखाद्या पाळण्यासारखी मंदपणे आंदोलत राही आणि अंथरुणावर अंग टाकल्याबरोबर हेलनच्या डोळ्यांत चोरपावलांनी झोप अशी चटकन् येई की ते तिचे तिलादेखील समजत नसे.

युरोपमध्ये गेल्यावर हेलनला व ॲनला पूर्ण विश्रांती घ्यावयाची होती. म्हणून आपले मुक्कामाचे ठिकाण त्यांनी मुद्दामच गुप्त राखले होते. कॉर्निश किनाऱ्यावरील लू या गावी पॉलीच्या बहिणीने हेलनसाठी एक बंगला मुद्दाम शोधून ठेवला होता.

बोटीवर विश्रांती घेताना हेलनच्या समाधानाला पारावार उरला नाही. एवढा मोकळेपणा, जबाबदारीपासून अशी मुक्तता आपण पूर्वी कधीच अनुभवली नसेल असे तिला वाटू लागले. जीवन एकाएकी फार सहज, सोपे, सुंदर होऊन बसले. पण तसाच विचार केला तर एका दृष्टीने हेलनचे सारेच जीवन असेच सोपे, असेच चिंतांपासून मुक्त नव्हते काय ? फार मोठी शारीरिक व्यंगे तिच्या वाट्याला आली होती हे खरे, पण तिच्यावर अंतःकरणपूर्वक प्रेम करणाऱ्या माणसांनी ती सतत वेढलेली होती व त्यांनी तिला जिवापाड जपले होते. तिला जे मित्र लाभले होते तेही असेच उदार व सहृदय होते. तिने जेथे जेथे काम केले होते तेथेही तिला सहानुभूतीचा, प्रेमाचाच लाभ झाला होता. सर्वसामान्य माणसाला बऱ्यावाईट, प्रामाणिक-अप्रामाणिक, स्वार्थी-उदार अशा सर्व प्रकारच्या लोकांबरोबर मिसळून जसे पोटाचे व्यवसाय करावे लागतात ती पाळी हेलनवर कधीच आली नव्हती. मानवी दुःखाची, दुर्दैवाची हेलनला जाणीव होती. ते दुःख व दुर्दैव आपल्या परीने कमी करावे म्हणून ती सतत झटलीही होती. पण तिचे व्यक्तिगत जीवन तसे म्हटले तर सुखासीनच होते. भयानक दारिद्र्य तिने कधी अनुभवले नव्हते. गरिबांच्या

वस्तीत तिने कधी दिवस काढले नव्हते. त्यामुळे तिच्या लेखनात कधी कधी वाजवीपेक्षा अधिक गोडवा, मानवजातीवरचा भाबडा तृप्त विश्वास दिसून येतो. पण ते हेलनचे खरेखुरे विचार आहेत. तिच्या सर्वच लेखनात आणि विचारातही 'लॉर्ड फॉन्टलरॉय' चा आढळ होतो हे खरे.

बोटीचा प्रवास संपल्यानंतर हेलन, ॲन व पॉली या तिघींचा मोटरीचा प्रवास सुरू झाला. मोटर मैलामागून मैल मागे टाकू लागली आणि पॉली व ॲन दोन्ही बाजूंना दिसणाऱ्या विविध दृश्यांची शब्दचित्रे रेखाटून त्यांचे वर्णन हेलनला सांगू लागल्या. समुद्र किनाऱ्यावर वसलेली छोटी छोटी मासेमारी गावे, पांढरी स्वच्छ पुळण, किनाऱ्यावरील खास 'कॉर्निश' पद्धतीने बांधलेली बैठी घरे, त्यांच्या भोवतालच्या रेखीव टुमदार बागा, त्यात फुललेली जांभळट 'फ्यूशिया', पांढरी शुभ्र 'कॅमेलिया' आणि लालभडक 'जिरेनियम' ही फुले या साऱ्यांचे शब्दद्वारा यथातथ्य चित्र रेखाटून दाखवले जाई. त्यातल्या त्यात ॲनने केलेली वर्णने हेलनला अधिक आवडत. कारण ॲनची दृष्टी अजून थोडीतरी शाबूत आहे याचे त्यामुळे तिला प्रत्यंतर येई. असा काही काळ प्रवास केल्यानंतर त्या तिघीजणी आपल्या मुक्कामाच्या जागी येऊन पोहोचल्या. हे त्यांचे घर लू नदीच्या किनाऱ्यावर डोकावून बघणाऱ्या एका उंच कड्याच्या अगदी टोकाशी बांधलेले होते. तेथे ॲन व हेलन यांनी दोन महिने अगदी निश्चिंत निरामय अवस्थेत काढले. ॲनला तेथे भरपूर विश्रांती मिळाली.

त्या तिघीजणी आयर्लंडविषयी अनेकदा बोलत. हेलन आणि पॉली या दोघींना आयर्लंड बघावेसे वाटे. पण ॲनला तेथे जाण्याची मुळीच इच्छा नव्हती. ज्या दारिद्र्यामुळे आपल्या आईवडिलांना आयर्लंड सोडून परदेशी जाणे भाग पडले ते दारिद्र्य तिला पुन्हा डोळ्यांनी बघायलासुद्धा नको होते. तथापि, हेलन व पॉली या दोघींच्या हट्टापुढे तिचा इलाज चालला नाही आणि त्या तिघी जून महिन्याच्या शेवटी वॉटरफोर्ड येथे बोटीने जावयास निघाल्या.

बोट आयर्लंडच्या दिशेने प्रवास करू लागली तसतशी ॲनची खिन्न वृत्ती बळावू लागली. पाण्याच्या कडेपर्यंत हिरवेगार गवत तुऱ्यातुऱ्यांनी दाटून उगवले होते. दूर हिरव्या रसरशीत टेकड्या क्षितिजाशी उभ्या होत्या. हजारो वर्षांपूर्वीचा इतिहास मूक नि:शब्द भाषेत सांगत उद्‌ध्वस्त किल्ल्यांचे अवशेष जागोजाग विखुरलेले दिसत होते. जुन्या खेड्यांतून शेतकऱ्यांच्या बायका मोठमोठे काळे झगे घालून वावरत होत्या. शेतकरी गुरांचे कळप वळवून घराकडे आणीत होते- या सर्व देखाव्यांचे वर्णन ॲन हेलनला ऐकवीत होती. हेलनला ते सारे विलक्षण सुंदर व नाविन्यपूर्ण वाटत होते. ॲनला मात्र त्यात काही सौंदर्याचा किंवा नाविन्याचा प्रत्यय येत नव्हता. हेलनलादेखील ते सारे सौंदर्य जाणवूनसुद्धा त्यात एक अनामिक कारुण्य भरून राहिले आहे असे वाटे. ही भावना इंग्लंडमध्ये तिने केव्हाच

अनुभवली नव्हती. त्यामुळेच की काय, आयर्लंड सोडताना हेलनला फारसे वाईट वाटले नाही. उरलेला काळ त्यांनी एसेक्स परगण्यातील एका छोट्या गावी घालवला. पण आता त्या तिघींनाही घरची, तेथील कामाची ओढ जाणवू लागली होती. पुन्हा घरी जावेसे वाटू लागले होते. ए. एफ. बी. संस्थेतर्फे अंधांसाठी कार्य करणाऱ्यांची पहिली जागतिक परिषद भरवण्यात येणार होती आणि त्यासाठी संस्थेकडून हेलनला बरीच पत्रे येत होती. काय वाटेल ते झाले तरी हेलनला या परिषदेला हजर राहणे अत्यावश्यक होते. म्हणून त्या तिघीजणी न्यूयॉर्कला यावयास निघाल्या.

तो हिवाळा कामाच्या व घटनांच्या ऐन गर्दीत गेला. फेब्रुवारी महिन्यात टेम्पल युनिव्हर्सिटीने 'डॉक्टर ऑफ ह्यूमेन लेटर्स' ही सन्माननीय पदवी आपण होऊन हेलनला बहाल केली. त्याच महिन्यात 'गुड हाउसकीपिंग' या मासिकाने अमेरिकेतील बारा श्रेष्ठ महिलांची यादी दिली होती. या महिलांमध्ये हेलनचेही नाव अंतर्भूत केलेले होते.

एप्रिल महिन्यात न्यूयॉर्क शहरातील 'इंटरनॅशनल हाऊस' मध्ये परिषदेचे प्रतिनिधी गोळा झाले. अंधांना साह्य करण्यासाठी कार्यन्वित झालेल्या सर्व संस्थांची ही पहिलीच जागतिक परिषद भरविलेली होती. अर्थात् तिच्याविषयी सर्वांनाच मोठे कुतूहल आणि औत्सुक्य वाटत असल्यास त्यात नवल नव्हते. हेलन केलर ॲनसह सभास्थानी आली तेव्हा तिचे मन बावरून गेले होते. माणसांच्या ऊबेने ती जागा व्यापलेली होती. सगळीकडून माणसांचे अस्तित्व जाणवत होते. हेलनने भराभर तेथील मंडळींशी हस्तांदोलन केले. या परिषदेसाठी सदतीस देशांनी आपापले प्रतिनिधी पाठविलेले होते. अमेरिकेचे अध्यक्ष हर्बर्ट हूव्हर यांच्या निमंत्रणाला मान देऊन हे प्रतिनिधी परिषदेला उपस्थित राहिले होते. या सर्व मंडळींच्या कुतूहलाचे आपण केंद्रस्थान आहोत याची हेलनला जाणीव होती. हेलन केलर हे मानवी इतिहासातील एक आश्चर्य होते आणि म्हणून केवळ तिला पाहण्याच्या हेतूने अनेक लोक तेथे आले होते. हेलनच्या मनात आले: माझे खरे कार्य हेच आहे. अंधांच्या प्रश्नांकडे, त्यांच्या गरजांकडे लोकांचे लक्ष माझ्यामुळे वेधले जाते. हेही श्रेय थोडके नव्हे!

अंधांसाठी वेगवेगळ्या देशात, वेगवेगळ्या मार्गांनी अनेक प्रयत्न चालू होते. या परिषदेत या साऱ्या विस्कळित व फुटीर प्रयत्नांना सुसंघटित, एकसंघ स्वरूप कसे देता येईल, याचाच प्रामुख्याने विचार केला जाणार होता. वेगवेगळ्या कल्पनांची देवघेव होणार होती आणि कामाच्या प्रचंड स्वरूपामुळे ज्यांचा धीर खचला होता त्यांच्या आशेला येथे पुनरुज्जीवन लाभणार होते.

परिषदेचे काम चालू असता दक्षिण आफ्रिकेतर्फे आलेले प्रतिनिधी रे. आर्थर

विल्यम ब्लॅक्सॉल यांनी हेलनशी बोलता बोलता तिला म्हटले, ''मला अशी आशा आहे की आपण दक्षिण आफ्रिकेला केव्हा तरी भेट द्याल!''

''मलाही आवडेल तुमच्या देशात यायला.'' हेलनने उत्तर दिले, ''पण, तूर्त ते अशक्य आहे. माझ्या बाईंची प्रकृती बरी नाही आणि त्यांना सोडून मी कुठंच जाऊ शकत नाही.''

वर्ष संपले. उन्हाळा आला. एकावन्न वर्षे वयाची हेलन केलर आणि पासष्ट वर्षांच्या तिच्या बाई यांना कामाचा खूपच ताण पडला होता. म्हणून पुन्हा एकवार युरोपचा दौरा काढावयाचे हेलनने ठरविले. ही सुटी त्या दोघींनी फ्रान्सच्या किनाऱ्यावर कॉंकार्नो या सहलीच्या ठिकाणी घालविली. तेथे समुद्रकिनाऱ्यावरील रेतीत तासन् तास पडून राहताना किंवा विविध आकारांचे नाजूक शिंपले गोळा करताना हेलनच्या मनात तृप्तता, समाधान भरून राहिलेले असे. पण हा सुखाचा काळ फार दिवस टिकला नाही. युगोस्लाव्हियाच्या सरकारकडून हेलनला तातडीचे आमंत्रण आले. तिने आपल्या देशाला भेट द्यावी व तेथील अंधांच्या मदतीसाठी फंड गोळा करण्याच्या कामी तिने सहकार्य द्यावे, अशी युगोस्लाव्हियाच्या सरकारतर्फे तिला विनंती करण्यात आली होती.

हेलनने प्रथम त्या कल्पनेचा विचारही करण्याचे नाकारले. ॲनच्या ढासळलेल्या प्रकृतीमुळे तिला आता कुठेही प्रवास करावयाचा नव्हता. दौऱ्यावर जाणे तर तिला अगदीच नको होते. पण आपल्यामुळे हेलन या आमंत्रणाला नकार देऊ इच्छित आहे या गोष्टीची ॲनलाही पुरती जाणीव होती. तिने हेलनचे मन वळवून तिला ते आमंत्रण स्वीकारावयास लावले आणि मग जुलै महिन्यात त्या तिघीजणी बेलग्रेडला जाणाऱ्या गाडीत बसल्या. युगोस्लाव्हियाचा राजा ॲलेक्झांडर याने आपल्या राजवाड्यात हेलनची उतरण्याची सोय केली व तिचा त्याने उत्कृष्ट पाहुणचार केला, इतकेच नव्हे तर हेलनने या दौऱ्यात ज्या ज्या शाळांना, संस्थांना, ठिकाणांना भेटी दिल्या, ज्या सभांतून तिने भाषणे केली त्या प्रत्येक वेळी राजा अलेक्झांडर तिच्याबरोबर हजर राहिला. कार्यक्रमांच्या गर्दीने थकून गेलेल्या हेलनला त्याने डॅन्यूब नदीवर बोटीने फिरवून आणले. लहानपणी भूगोलाच्या पुस्तकातून आणि नकाशातूनच परिचित झालेल्या या प्रसिद्ध नदीच्या पृष्ठभागावर विहार करताना हेलनला एका अननुभूत आनंदाचा प्रत्यय आल्यावाचून राहिला नाही. हेलनने युगोस्लाव्हिया सोडण्यापूर्वी राजा ॲलेक्झांडरने 'सेन्ट सावा तिसरा क्रमांक' हा सन्माननीय किताब हेलनला अर्पण केला. ॲनला व पॉलीला अनुक्रमे 'तिसरा व चौथा' क्रमांक त्याने बहाल केला.

गेल्या दोन उन्हाळ्यांप्रमाणे या तिसऱ्या उन्हाळ्यातही हेलनला युरोपचा प्रवास घडावा असा दैवयोग होता. कारण बत्तीस सालच्या हिवाळ्यात ग्लासगो युनिव्हर्सिटीकडून

हेलनला तार आली. ही युनिव्हर्सिटी हेलनला 'डॉक्टर ऑफ लॉज' ही बहुमोलाची पदवी अर्पण करणार होती. अंधांसाठी आणि स्त्रियांच्या उन्नतीप्रीत्यर्थ हेलनने आतापर्यंत केलेल्या कार्याबद्दल युनिव्हर्सिटी तिचा गौरव करणार होती. ग्लासगो युनिव्हर्सिटीने ही सर्वोच्च पदवी आतापर्यंत एकाही स्त्रीस दिलेली नव्हती. हेलनलाच तो मान प्रथम मिळणार होता. त्यानंतर लगोलग स्कॉटलंडमधील सुप्रसिद्ध शस्त्रवैद्य डॉ. जेम्स केर लव्ह यांचेही हेलनला पत्र आले. गेली काही वर्षे तिचा त्यांच्याशी पत्रव्यवहार सुरू होता. हेलनचा स्कॉटलंडमध्ये मुक्काम असताना तिने आपल्या घरी उतरावे अशी डॉ. लव्ह यांनी तिला विनंती केली होती.

ॲन आणि पॉली या दोघीही हेलनबरोबर स्कॉटलंडला जाणार होत्या आणि नंतर त्या तिघीजणी तो वसंतऋतु ब्रिटिश बेटावरच काढणार होत्या. बाईंना विश्रांती मिळणार होती आणि पॉलीला आपल्या कुटुंबातील मंडळींना भेटता येणार होते.

पुन्हा एकदा हेलनच्या घरात प्रवासाची तयारी उत्साहाने सुरू झाली आणि बत्तीस सालच्या एप्रिल महिन्याच्या सत्तावीस तारखेला त्या तिघीजणी बोटीने इंग्लंडला जावयास निघाल्या. प्रथम त्या 'लू' येथे एक छोटा बंगला भाड्याने घेऊन तेथे राहिल्या. पण या खेपेला हेलन केलरची प्रसिद्धी तिच्या विश्रांतिसुखाआड आली. वृत्तपत्राचे बातमीदार, भेटीला येणारे लोक, चहाची व जेवणाची आमंत्रणे यांचा तिच्यावर तेथे एकसारखा भडिमार होऊ लागला. हेलनला ग्लासगो युनिव्हर्सिटीकडून डिग्री मिळणार असल्याचे एव्हाना सर्वांना ठाऊक झाले होते.

-आणि या साऱ्या गडबडीत कार्यक्रमांच्या गर्दीत ॲनची प्रकृती दिवसेंदिवस अधिकाधिक ढासळत होती!

'लू' येथे होणारे कार्यक्रम म्हणजे स्कॉटलंडमध्ये पुढे होणाऱ्या कार्यक्रमांची जणू नांदीच होती. डॉ. लव्ह व त्यांची पत्नी यांनी हेलनची चांगली व्यवस्था केली. ते 'वेस्ट किल्ब्राइड' या ठिकाणी राहत होते. त्यांनी हेलनसाठी एक स्वतंत्र जागा भाड्याने घेऊन ठेवली होती. ग्लासगोपासून ही जागा थोड्याच अंतरावर होती. रेल्वेच्या तासाभराच्या प्रवासात तेथून ग्लासगोला जाता येई. तथापि, येथेही हेलनला विश्रांती मिळणे मुश्किल होते. एकतर कामचुकारपणा तिच्या वृत्तीतच नव्हता आणि दुसरे म्हणजे अनेकांना तिच्या भेटीची उत्सुकता वाटत होती. त्यामुळे हेलनने अंध व बधिर यांच्या शाळांना भेटी दिल्या. भाषणे केली. चहाच्या व जेवणाच्या आमंत्रणांना मान देऊन अनेकांचा तिने परिचय करून घेतला. हे सारे तिला करणेच जरूर होते. अंध व बधिर यांच्याविषयी सर्वसामान्य जनतेची व अधिकारी व्यक्तींची मिळवता येईल तेवढी समानुभूती मिळवणे हे तिला आपले कर्तव्य वाटत होते. तिला रुखरुख एवढीच वाटत होती की या साऱ्या कार्यक्रमाचा ॲनवर फार मोठा ताण पडत होता.

शेवटी पदवीदानाचा दिवस येऊन ठेपला. जून पंधरा तारखेला ग्लासगो येथील बूट हॉलमध्ये हेलन जेव्हा आपली पदवी घेण्यासाठी आली तेव्हा नेहमीप्रमाणेच क्षणभर तिचे काळीज भीतीने धडधडले. पॉलीने खूण केली तेव्हा ती पायऱ्या चढून व्यासपीठावर गेली. तेथे एका मखमली उशीवर गुडघे टेकून ती बसली. लॉ फॅकल्टीच्या डीननी पदवीदानसूचक टोपी तिच्या मस्तकावर ठेवली तिचा स्पर्श तिला जाणवला. डीननी लॅटिनमध्ये भाषण करून तिला पदवी दिल्याचे जाहीर केले. त्यानंतर हेलनने आपले आभाराचे भाषण केले. भाषणाच्या अखेरीस तिने म्हटले, ''ग्लासगो युनिव्हर्सिटीने दिलेली पदवी मी कृतज्ञतापूर्वक स्वीकारते. काळोख आणि नि:शब्दता हे कितीही मोठे अडथळे असले तरी आत्म्याच्या प्रगतीला त्यांच्यामुळे बाध येण्याचे काही कारण नाही!'' त्याच दिवशी सायंकाळी 'क्वीन मार्गरिट कॉलेज' मध्येही हेलनचे भाषण झाले. दोन्ही वेळा ॲनने तिचे भाषण श्रोत्यांना समजावून सांगण्याचे काम केले.

आपल्या स्कॉटलंडमधील मुक्कामात आणखी एक गोष्ट हेलनला आवर्जून करावयाची होती. इमॅन्युएल स्वीडनबॉर्जने प्रस्थापित केलेल्या 'न्यू चर्च'-ला तिला भेट द्यावयाची होती. स्वीडनबॉर्जच्या शिकवणीने तिच्या नि:शब्द जीवनात आशेचा दीप उजळला होता. त्याने दिलेल्या ध्येयदृष्टीमुळे आपला अवघड मार्ग आक्रमणे तिला सुकर झाले होते. स्कॉटलंडमधील मुक्कामात हेलनचे स्कॉटलंडवर फार मन जडले होते. पण प्रथम तिला इंग्लंडमध्ये दोन आठवड्यांचे नियोजित कार्यक्रम उरकणे जरूर होते. शक्य झाल्यास पुन्हा स्कॉटलंडला भेट देण्याचे अभिवचन डॉ. लव्ह व त्यांची पत्नी यांना देऊन हेलन इंग्लंडला गेली. लंडन येथील मुक्कामात 'पार्क लेन' नावाच्या हॉटेलमध्ये पहिले तीन दिवस हेलन, ॲन व पॉली या तिघींना भरपूर विश्रांती घ्यावयास मिळाली. कारण त्यांचे इंग्लंडमधील आगमन अगदी गुप्त ठेवण्यात आले होते. इंग्लंडमधील 'नॅशनल इन्स्टिट्यूट फॉर दि ब्लाइंड' या संस्थेचे संचालक आणि पॉलीची बहीण मार्गरिट या उभयतांनाच हेलन लंडनमध्ये आली आहे हे माहीत होते. बाकी कुणालाही या गोष्टीचा पत्ता नव्हता.

तीन दिवस हेलनने पूर्ण विश्रांती घेतली आणि मग झंझावाती वेगाने तिचे कार्यक्रम सुरू झाले. दिवसातून चार-चार पाच-पाच ठिकाणी हेलनला जावे लागे आणि त्या सर्व ठिकाणी ती मोठ्या उत्साहाने जात असे. या मुक्कामात अनेक बुट्या लोकांशी तिचा परिचय होण्याचा योग आला. गेली कित्येक वर्षे तिला पुस्तके पाठवणाऱ्या सर आर्थर व लेडी पियर्सन या दांपत्याशी प्रथमच तिची ओळख झाली आणि आपणास पाठवलेल्या पुस्तकांबद्दल तिने व्यक्तिश: त्यांचे आभार मानले. लेड ॲस्टर, बर्नार्ड शॉ या विख्यात व्यक्तींनाही ती पहिल्यांदाच भेटली आणि त्यांचा परिचय तिला मोठा कुतूहलजनक वाटला.

लंडन येथील कामे आटोपल्यानंतर हेलनने कँटर्बरी या ऐतिहासिक महत्त्वाच्या शहराला भेट दिली. त्या शहराविषयी तिने खूप वाचले होते व तेथील सुप्रसिद्ध कॅथीड्रलबद्दल तिला मोठेच कुतूहल होते. आपली बऱ्याच वर्षांची इच्छा पुरी होण्याचा योग आल्यामुळे हेलनला फार आनंद झाला. त्या पुरातन कॅथीड्रलची भव्यता व सौंदर्य तिला प्रत्यक्ष डोळ्यांनी पाहता आले नाही, पाहता येणे शक्यच नव्हते. पण ती आत जाताच फडफडत खाली उतरून तिच्या भोवती गोळा होणारी तेथील माणसाळलेली कबुतरे तिला फार आवडली आणि आपल्या हाताने तिने त्यांना पावाचे तुकडे भरवले.

हेलनचा मुक्काम कँटर्बरीत असताना एक अगदी अनपेक्षित घटना घडली. एके दिवशी दुपारी ती बाहेरून हॉटेलमध्ये आली तेव्हा हॉटेलच्या चालकांनी तिला सांगितले, "लंडनमधल्या अमेरिकन वकिलातीतून तुम्हाला एक तातडीचा निरोप आला आहे. एकवीस जुलैला बकिंगहॅम राजवाड्यातील बागेत एक मोठी पार्टी होणार आहे. त्या पार्टीला तुम्ही हजर राहावे असे राणीसाहेबांचे तुम्हाला आग्रहाचे निमंत्रण आहे!"

"पण," हेलन आश्चर्याचकित होऊन म्हणाली, "मला तर दुपारी महत्त्वाचं काम आहे, एका मोठ्या सभेला हजर राहायचं आहे मला!"

"मिस् केलर, राणीसाहेबांचं निमंत्रण म्हणजे आज्ञाच होय. तुम्हाला बाकीचे सारे कार्यक्रम रद्द करायला हवेत."

"पण एकवीस तारीख तर उद्याच आहे" हेलनने गोंधळून जाऊन म्हटले, "आता खुलासा करायला तरी कुठं वेळ आहे!"

"मिस् केलर, राणीसाहेबांचं आमंत्रण म्हटल्यावर इंग्लंडमध्ये कुणाकडे कसला खुलासा करण्याची आवश्यकता उरत नाही. तुम्हाला पार्टीला जायलाच हवं!"

आणि मग हेलनची एकच धांदल उडाली. दुसऱ्या दिवशी सकाळच्या गाडीने हेलन, ॲन व पॉली या तिघीजणी लंडनला आल्या. 'हॅम्पस्टीड' विभागात पॉलीच्या बहिणीचे घर होते तेथे त्या उतरल्या. हेलनचे स्नान आटोपेपर्यंत पॉलीच्या बहिणीने कपड्याना इस्त्री केली आणि मग एकाएकी हेलनला आठवण झाली. बागेतल्या पार्टीसाठी वापरण्याची विशिष्ट टोपी ती घरीच विसरली होती. आता काय करायचे ? पण पॉलीच्या बहिणीने तिला धीर दिला. पार्टीला जाताना वाटेत दुकानात हवी तशी टोपी खरीदता येईल असे तिने सुचवले. सर्वांचे पोषाक आटोपल्यावर ॲन, पॉली व हेलन तिघीजणी गाडीत बसून बकिंगहॅम राजवाड्याकडे निघाल्या. वाटेत पॉलीने हेलनसाठी एक भली मोठी सुंदर टोपी खरेदी केली. गाडी राजवाड्याच्या दिशेने भरधाव दौडत असता हेलनचे मन अगदी बावरून गेले होते. ॲनही म्हणाली, "राजेसाहेब व राणीसाहेब यांच्या भेटीच्या वेळी कसे बोलावे, कसे वागावे याचे

काही खास नियम असतील. आपल्याला तर ते मुळीच माहीत नाहीत. हा प्रसंग कसा काय निभावेल कोण जाणे!''

पण त्या अडचणीचे आपोआप निवारण झाले. ही मंडळी राजवाड्यात जाऊन पोहोचताच राजभेटीची रीत त्यांना खुलासेवार समजावून सांगण्यात आली. प्रथम हेलनच्या आगमनाची वर्दी राजदांपत्याला देण्यात येणार होती आणि मग ते हेलनला भेटीला बोलावणार होते.

''राजाराणी या वेळी कुठं आहेत ?'' हेलनने कुतूहलाने विचारले, ''काय करीत आहेत ते ?''

''राजेसाहेब अन् राणीसाहेब या वेळी एका लाल सोनेरी छताच्या तंबूत उभी आहेत. ती दोघे येणाऱ्या पाहुण्यांचे स्वागत करीत आहेत. राणीसाहेबांनी रेशमी पोषाक केला आहे आणि तशाच प्रकारच्या कापडाची छत्री त्यांच्या हातात आहे.'' पॉलीने तिला सांगितले.

''खूप माणसे पार्टीला आली आहेत का ?''

''होय तर ?'' पॉली म्हणाली, ''हजारो लोक जमले आहेत आणि राजवाड्यासमोरची बाग तऱ्हेतऱ्हेच्या फुलांनी नुसती डवरून गेली आहे! फार सुंदर देखावा दिसतो आहे.''

त्यांचे असे बोलणे चालले आहे तोच त्यांना राणीसाहेबांकडून बोलावणे आले. हेलन, ॲन व पॉली तिघीजणी धडधडत्या अंतःकरणाने तंबूत गेल्या. हेलनने ॲनच्या मध्यस्थीने राजाराणींशी संभाषण केले. राजाराणींच्या वागण्यात खानदानी ऐटीबरोबरच एक प्रकारचा आकर्षक साधेपणाही होता आणि हेलनबद्दल त्यांना विलक्षण कौतुक व कुतूहल वाटत होते. हेलन व ॲन एकमेकींशी बोटांच्या साह्याने कसे बोलतात ते पाहावयाची राजेसाहेबांनी इच्छा दर्शविली. म्हणून त्या दोघींनी आपल्या संभाषणाचे प्रात्यक्षिक त्यांना करून दाखविले.

''तुम्हाला इंग्लंड आवडलं का ?'' राणीने हेलनला प्रश्न केला.

''हो. फार आवडलं'' हेलनने उत्तर दिले. ''फार सुंदर देश आहे हा. विशेषतः इथल्या बागा फारच सुंदर आहेत!''

''तुम्हाला फुलं दिसू शकत नाहीत,'' राणीने विचारले, ''मग त्यांचा आनंद कसा काय घेता येतो तुम्हाला ?''

''फुलं दिसली नाहीत म्हणून काय बिघडलं ?'' हेलनने हसून म्हटले, ''मला त्यांचा सुवास येतो ना ? अन् त्यांचे वेगवेगळे आकार, त्यांचा मृदूपणा मी स्पर्शानं अनुभवू शकते!''

हेलनचा लंडनमधील कार्यक्रम आटोपल्यावर इंग्लंडच्या दक्षिण भागातील केन्ट परगण्यात एक छोटेखानी बंगला भाड्याने घेऊन त्या तिघीजणी तेथे राहिल्या.

काही काळ त्यांनी त्या शांत निसर्गरम्य ठिकाणी विश्रांती घेण्यात घालवला. फ्रान्समध्ये जाऊन पॅरिसलाही एकदा भेट देऊन यावे असे पॉलीने हेलनला सुचवले. पण ॲन फारच थकली असल्यामुळे तो विचार हेलनने तात्पुरता मनातून काढून टाकला. पॉलीने स्कॉटलंडमधील डोंगराळ विभागात काही दिवस राहून यावे अशी आणखी एक सूचना मांडली. ती मात्र ॲन व हेलन या दोघींनाही तत्काळ पसंत पडली. डॉ. लव्हच्या कुटुंबात काही दिवस घालवल्यापासून त्या तिघींच्याही मनात स्कॉटलंडविषयी मोठा जिव्हाळा निर्माण झाला होता. त्यामुळे तेथे परत काही काळ घालविण्याची कल्पना त्यांना अतिशय आवडली. विमानाने त्या एडिंबराला परत आल्या. आणि तेथे प्रिन्सेस स्ट्रीटवरील कॅलेडोनियन हॉटेलमध्ये त्यांनी मुक्काम ठोकला. या वेळी हेलनच्या मागे कसल्याही कार्यक्रमाची गर्दी नव्हती. डोक्यावर कसल्याही जबाबदाऱ्यांचे ओझे नव्हते. त्यामुळे या खेपेला आपल्या मनाला येईल तसे वागायचे, सगळीकडे हिंडायचे, खूपखूप मौज करावयाची असे तिने ठरवले. रॉबर्ट लुइ स्टिव्हनसन, सर वॉल्टर स्कॉट, स्कॉटलंडची राणी मेरी अशा सुप्रसिद्ध नावांशी निगडित असलेल्या त्या इतिहासप्रसिद्ध शहरात त्या तिघी मनमुराद भटकल्या. शहराच्या ऐन मध्यभागी असलेला ग्रॅनाइटचा प्रचंड खडक व त्यावर उभा असलेला पुरातन किल्ला पाहून त्यांना मोठा विस्मय वाटला. त्या शहरात बघण्याजोगे होते ते सारे काही पाहिल्यानंतर त्यांनी रेल्वेने स्कॉटलंडच्या उत्तर विभागात दौरा काढला. थॉमसन दांपत्याच्या एका मित्राने दक्षिण आर्कन प्रांतात, स्कॉटलंडच्या ऐन डोंगराळ विभागात, रॉस परगण्यात असलेला आपला शेतावरचा सुंदर बंगला हेलनला या मुक्कामात वापरण्यासाठी मोकळा करून दिला. दक्षिण आर्कनमधल्या छोट्या छोट्या टेकड्या, भली थोरली मैदाने, गुरचराईची विस्तीर्ण हिरवीगार कुरणे हे सारे मोठे शांत आणि रम्य होते. तेथील रात्री तर अधिकच शांत, नि:शब्द असत आणि हवा विरळ धुक्याने भरून गेलेली असे. निसर्गाची अशी रम्यता, अशी संथ नि:शब्दता, सर्व प्रकारच्या जबाबदाऱ्यांपासून अशी मुक्तता हेलनने आपल्या उभ्या आयुष्यात कधीच अनुभवली नव्हती. दक्षिण आर्कन विभागात त्या तिघींनी जवळजवळ दोन महिने घालवले आणि त्यांचा हा सर्व काळ विलक्षण आनंदात, सुखात गेला! जीवन एखाद्या स्वप्नाप्रमाणे रमणीय वाटू लागले.

पण स्वप्ने कितीही सुंदर असली तरी ती फार काळ टिकत नाहीत. हेलनलाही हाच अनुभव आला. तिची सुटीची मुदत संपली. सप्टेंबरच्या अखेरच्या महिन्यात हेलन, ॲन व पॉली या तिघींनी जड अंत:करणाने दक्षिण आर्कनचा निरोप घेतला आणि बोटीने त्या न्यूयॉर्कला परत आल्या. थंडगार, उदासवाणा हिवाळा जवळ आला होता आणि हेलनसाठी ए. एफ. बी. चे बरेचसे काम साचून राहिले होते ते तिला उरकावयाला हवे होते.

ॲन तर आता काहीच काम करू शकत नव्हती. तिची दृष्टी पार गेली होती आणि तिची शारीरिक शक्तीही झपाट्याने संपुष्टात येत होती. तिच्या अन्तर्भागात काही तरी गंभीर स्वरूपाचा बिघाड झाला होता व त्या दुखण्याने तिचा बरा होण्याचा मार्ग कायमचाच बंद करून टाकला होता. आपण हेलनला मदत करू शकत नाही याची तिला विलक्षण खंत वाटत असे. ही तिची खंत अधिक वाढावी असा एक प्रसंग लौकरच घडला. ताकेओ इवाहाशी हे जपानी गृहस्थ हेलनची भेट घेण्यासाठी मुद्दाम जपानहून फॉरेस्ट हिल येथे तिच्या घरी आले. डॉ. इवाहाशी हे स्वत: अन्ध होते आणि जपानमध्ये अंधांसाठी जे कार्य चालू होते त्यातला सर्वांत मोठा वाटा त्यांचा होता. ओसाका शहरी त्यांनी अंधांसाठी एक 'प्रकाशगृह'ही उघडले होते. ते हेलनला जपानला येण्याचे आमंत्रण देण्यासाठी आले होते. हेलनने तेथे यावे आणि तेथे अंधांसाठी चालू असलेल्या कार्याला तिने चालना द्यावी, अशी त्यांनी तिला विनंती केली.

जपानला जाण्याच्या कल्पनेने हेलनचे मन क्षणभर आनंदाने उचंबळून आले. पण क्षणभरच. दुसऱ्याच क्षणी तिने आपले मन आवरले व ती निश्चयाने म्हणाली, ''माझ्या बाई आजारी आहेत आणि त्या बरोबर असल्याखेरीज मी कुठंच जाऊ इच्छित नाही.''

आपल्यामुळे हेलनने जपानला जाण्याचा बेत रद्द करावा याचा ॲनला फार खेद झाला. हेलनने पॉलीला बरोबर घेऊन जपानला जावे म्हणून तिने तिला खूप आग्रह केला. पण हेलनने या बाबतीत ॲनचे काही चालू दिले नाही. ॲनला सोडून क्षणभरही दूर न जाण्याचा तिचा निर्धार अढळ राहिला.

पस्तीस साली हेलनने ॲनला जवळच्याच एका ठिकाणी सुटी घालवण्यासाठी म्हणून नेले. त्याच्या पुढच्या उन्हाळ्यात त्यांना त्याहूनही जवळचे ठिकाण निवडावे लागले. शेवटी तर ॲन जवळजवळ बिछान्यालाच खिळली. दिवसाचा काही वेळ ती बिछान्यात पडून घालवी, तर काही वेळ अंगावर पांघरूण ओढून ती आरामखुर्चीत पडून राही. एके दिवशी पॉलीने दुपारचा चहा आणला असता तो पिता पिता ॲन म्हणाली, ''पुढच्या वसंतऋतूत आपण स्कॉटलंडला जाऊ या. मला वाटतं, तिथं माझ्या मनाला शांती लाभेल.''

''हो. आपण नक्की जाऊ या'' हेलनने तिला अभिवचन दिले. पण त्याच वेळी तिच्या मनात आले, बाई काही पुढचा वसंतऋतू पाहणार नाहीत!

ऑक्टोबर महिन्यात ॲन मरण पावली. हेलनने या घटनेसाठी आपल्या मनाची चांगली पूर्वतयारी करून ठेवली होती. तथापि, प्रत्यक्ष ती घटना घडली तेव्हा ती अगदी हादरून, चुरडून गेली. ॲन नव्हे तर आपल्या देहाचाच एक भाग आपल्याला सोडून गेला आहे असे तिला वाटू लागले. ती विलक्षण हतबल, एकाकी होऊन

गेली. पूर्वीच्या आत्मविश्वासाने तिला घरात वावरता येईना. काही काम करता येईना. लिहावयासाठी ती टाईपरायटरपुढे बसली तर तिला लिहावयालाही काही सुचेना. आपले सर्व सार्वजनिक कार्यक्रम तिने रद्द करून टाकले. तिच्या प्रामाणिक बाई तिला सोडून गेल्या होत्या. जीवनातली एकमेव, अत्यंत इमानी, अत्यंत प्रेमळ सहचरी तिला सोडून गेली होती. हेलनला आता आपले म्हणायला कोणी राहिले नव्हते.

पण खरेच तिला कोणी नव्हते का ? पॉली थॉमसन सतत तिच्या सेवेला सादर असे. हेलनने असहायतेने आपले हात पुढे केले की पॉली जवळ येऊन तिचे हात आपल्या हाती घेई: हेलन घरात चाचपडत फिरू लागली की पॉली तत्काळ येऊन तिला आधार देई. ती हेलनला फुलासारखे जपत होती. तिच्याजवळ सतत राहत होती. तिची बारीकसारीक कामे करीत होती. तिची पत्रे वाचून त्यांना उत्तरे लिहीत होती!

पॉलीचा हेलनला मोठाच आधार वाटू लागला. पण ॲन सलिव्हन गेली होती- ॲनइतके निकटचे यापुढे दुसरे कोणीही तिला मिळणार नव्हते!

ॲनच्या मरणानंतर एक आठवडा लोटला असेल नसेल तो पॉलीने प्रवासाची तयारी करण्यास सुरुवात केली. हेलनने त्याविषयी विचारले तेव्हा पॉली म्हणाली, ''तुम्हाला आता इथं चैन पडणार नाही. मी माझ्या भावाला पत्र पाठवून सारं काही ठरवलं आहे. तो स्कॉटलंडमध्ये ग्लासगो येथे असतो. त्याच्याकडे आपण लांब मुदतीच्या पाहुणचारासाठी जाणार आहोत.''

हेलनने पॉलीच्या प्रवासाला संमती दिली. ती स्कॉटलंडला जावयास सिद्ध झाली. कुणी सांगावे. तिला हवे असणारे सांत्वन आणि शांती कदाचित तेथेच तिला मिळावयाची असेल!

❖

※
१३. इतर देशांतील अंध
※

पॉलीचा भाऊ रॉबर्ट जे. थॉमसन हा चर्चमध्ये उपाध्याय होता. त्याने व त्याच्या पत्नीने हेलनचे मनापासून स्वागत केले. इतकेच नव्हे तर भेटीला येणाऱ्या लोकांना त्यांनी तिच्यापासून कटाक्षाने दूर ठेवले. स्कॉटलंडमधील थंड धुकट हवा, संपूर्ण एकान्त, हिरव्यागार मैदानातून आखलेले व दुतर्फा सुगंधी फुलझाडे असलेले रस्ते हे सारे हेलनला फार आवडले. अधूनमधून वेस्ट किलब्राइड येथे जाऊन डॉ. लव्ह व त्यांची पत्नी यांनाही ती भेटून येई. परिसराचा वेगळेपणा, निसर्गाचे सान्निध्य, संपूर्ण एकांत आणि विश्रांती यामुळे हेलनच्या मनाला हलकेहलके टवटवी येऊ लागली. ॲनच्या मृत्यूच्या आघातामुळे बधिर झालेल्या तिच्या वृत्ती पुन्हा चलनवलन करू लागल्या. ॲन गेल्यानंतर हेलनचे जीवन पार पालटून गेले होते. अगदी बारीक सारीक गोष्टीतसुद्धा तो बदल तिला जाणवल्यावाचून राहत नसे. फार मोठी शारीरिक व्यंगे असताही सर्वसामान्य अव्यंग माणसाप्रमाणे जीवन व्यतीत करण्याचा हेलनने जन्मभर प्रयत्न केला होता व या कामी सर्वांत मोठे साह्य तिला ॲनचेच झाले होते. ॲन तिच्या जीवनात आली नसती तर हेलनला एवढे सारे कधीच साध्य झाले नसते. आंधळेपण म्हणजे काय असते हे ॲनला स्वानुभवाने ठाऊक झाले होते आणि म्हणूनच हेलनचे मन ती इतक्या सूक्ष्मपणे जाणू शकली. त्या दोघींच्या मनाच्या तारा इतक्या संपूर्णपणे जुळून गेल्या होत्या की कधीकधी केवळ एका स्पर्शानेसुद्धा एकमेकींचे हृद्गत त्या ओळखू शकत आणि आता ॲन हेलनला कायमची सोडून गेली होती. अर्थात्, हेलन आपले जीवन जगणारच होती, पण ॲन गेल्यामुळे तेथे फार मोठी पोकळी निर्माण झाली होती यात शंकाच नव्हती.

स्कॉटलंडमध्ये आल्यावर लवकरच हेलनने पूर्वीप्रमाणे आपले दैनंदिन कार्यक्रम सुरू केले. रोजची पत्रे वाचून त्यांना ती नियमाने उत्तरे लिहीत असे. येणारी बहुतेक पत्रे सांत्वनाची, सहानुभूतीची असत, पण एके दिवशी एक वेगळेच पत्र हेलनला आले व त्या पत्राने हेलनच्या मनात पूर्वीच्या चैतन्याची एक लहानशी ठिणगी पुन्हा

उजळली. डिसेंबर महिन्यात आलेले ते पत्र डॉ. ताकेओ इवाहाशी यांच्याकडून आले होते. प्रथम त्यांनी तिला तार केली होती. त्या तारेत त्यांनी तिला जपानला येण्याचे पुन्हा आमंत्रण दिले होते. तारेपाठोपाठ आलेल्या पत्रात त्यांनी तिला जपानला येण्याची कळकळीने विनंती केली होती. तिच्या आगमनाने जपानमधील अंधांसाठी चाललेल्या कार्याला केवढे प्रोत्साहन मिळणार होते ते त्यांनी तिला वर्णन करून सांगितले होते. येत्या एप्रिल महिन्यात हेलनने जपानला यावे अशी त्यांनी तिला सूचना केली होती. ती जपानला आल्यावर एक सहकारी तिच्याबरोबर दिला जाणार होता व तो तिला जपान, कोरिया आणि मांचुकुओ या सर्व ठिकाणांतून फिरवून आणणार होता. हेलनच्या प्रवासाचा, जपानमधील राहण्यासवरण्याचा आणि इतर सर्व खर्च जपान सरकार स्वत: करणार होते.

डॉ. इवाहाशीचे पत्र वाचता वाचता जपानला जाण्याची कल्पना हेलनच्या मनात हळूहळू आकार घेऊ लागली. तिला डॉ. इवाहाशीच्या पहिल्या भेटीचे स्मरण झाले. त्या वेळी ॲनच्या आजारामुळे तिला त्यांच्या आमंत्रणाचा स्वीकार करता आला नव्हता. पण आता तसा अडथळा तिच्या मार्गात नव्हता. आता तिला जावयास काहीच हरकत नव्हती . . . हेलनला आणखीही एक गोष्ट आठवली. डॉ. इवाहाशीच्या पूर्वी रे. ब्लॅक्झॉल यांनीही हेलनला असेच आफ्रिकेत येण्याचे निमंत्रण दिले होते. कितीतरी देशात कितीतरी अंध होते. त्यांना तिची गरज होती. इतर देशांतील अंधांसाठी कार्य करताना तिच्या दु:खाचाही परिहार झाला असता आणि ॲनच्या आत्म्यालाही त्यामुळे समाधान लाभले असते! हेलनने डॉ. इवाहाशीचे आमंत्रण स्वीकारले. लगेच ती आणि पॉली दोघीजणी लंडनला आल्या. इंग्लिश खाडी ओलांडून फ्रान्समध्ये पॅरिस येथे काही दिवस त्यांनी मुक्काम केला आणि 'एस. एस. चॅपलेन' बोटीने निघून त्या न्यूयॉर्कला येऊन पोहोचल्या.

प्रवास करता करता हेलनने स्वत:शीच आतापर्यंतच्या आपल्या जीवनाचा एकदा संपूर्ण आढावा घेतला. टस्कंबिया येथील कॅप्टन केलरच्या घरी तरुण ॲन सलिव्हन प्रथम आली होती त्या घटनेनंतर आता अर्धे अधिक शतक उलटून गेले होते! या अर्ध शतकात किती तरी घडामोडी होऊन गेल्या होत्या. केवळ हेलनच्याच जीवनात नव्हे तर अंध, बधिर आणि अंध-बधिर यांच्याही जीवनात या मधल्या काळात केवढी तरी प्रगती झाली होती. अठराशे सत्त्याऐशी साली अंधांविषयी सामान्य लोकांच्या मनात फारच थोडी सहानुभूती होती आणि त्यांच्या शिक्षणाविषयी किंवा कामाविषयी तर कसल्याच सोयी उपलब्ध नव्हत्या आणि आता एकोणीसशे सदतीस साली अंधांसाठी फंड होते, संस्था होत्या, शाळा होत्या, त्यांना कामे पुरवली जात होती. त्यांच्यासाठी करमणूक केंद्रे होती, ब्रेलमध्ये छापलेला पुस्तके-मासिके होती, ब्रेल घड्याळे होती इतकेच नव्हे तर अंधांना सोबत करण्यासाठी

कुत्रेदेखील शिकवून तयार केले जात होते. अंधांसाठी लागलेला सर्वांत नवा शोध 'बोलक्या पुस्तका' चा होता. ही बोलकी पुस्तके म्हणजे ग्रामोफोनच्या तबकड्या. शिकवून तयार केलेल्या माणसाच्या आवाजात एखादे पुस्तक शब्दन् शब्द या तबकडीवर ध्वनिमुद्रित केले जाई आणि मग ती तबकडी अंधांना ग्रामोफोनवर ऐकवण्यात येई. शिवाय रेडिओंचीही संख्या आता कितीतरी वाढली होती. हे सर्व नवीन शोध म्हणजे अंधांना लाभलेली वरदानेच नव्हती काय ?

ए. एफ. बी. संस्था गेली चौदा वर्षे अंधांसाठी अतिशय महत्त्वाचे आणि उपयुक्त कार्य करीत होती. अंधांची समस्या सोडविण्यासाठी तिने आपल्या परीने खूपच हातभार लावला होता. जनतेच्या मनात तिने अंधांबद्दल सहानुभूती निर्माण केली होती आणि कायद्याच्या चक्रांनाही तिने चालना दिली होती. अंधांसाठी 'सोशल सेक्युरिटी ॲक्ट' पास झाला होता आणि गरजू अंधांना त्यामुळे मदत मिळत होती. ब्रेल लिपीतली पुस्तके, 'बोलकी पुस्तके' आणि ग्रामोफोन यांचाही अंधांना फुकट पुरवठा केला जात होता. 'लाँग आयलंड' विभागात गेली चाळीस वर्षे अंधांसाठी एक उद्योगमंदिर चालवण्यात येत होते. ही संस्था अठराशे त्र्याण्णव साली एबेन पोर्टर मॉर्फर्ड यांनी सुरू केली होती. वयाच्या अवघ्या सतराव्या वर्षी एका अपघातात सापडल्यामुळे मॉर्फर्ड यांना अंधत्व आले होते. त्यानंतर त्यांनी न्यूयॉर्क येथील अंधशाळेत आपले शिक्षण पुरे केले होते. पण शिकल्यानंतरही आंधळ्या माणसाला पोटाचा व्यवसाय मिळणे फार अवघड जाते, असा त्यांना अनुभव आला होता. त्यामुळे अंधांच्या व्यावसायिक जीवनाचा त्यांनी विचार करावयास प्रारंभ केला होता. अंध कामगारांना काम मिळावे म्हणून मॉर्फर्ड यांनी वेताच्या खुर्च्या विणण्याचा एक कारखाना प्रथम सुरू केला आणि नंतर केरसुण्या तयार करणे, गाद्या भरणे ही कामेही जोडीला तेथे ठेवली. पुढे त्यांनी प्रौढ अंधांना वेगवेगळे व्यवसाय शिकवण्यासाठी वर्गच चालू केले. त्याच्या बरोबरीने अंधांनी रस्त्याने कोणाच्या मदतीशिवाय कसे चालावे, स्वत:ची व्यक्तिगत काळजी कशी घ्यावी, घर कसे नीटनेटके ठेवावे हेही त्यांना शिकवले जाई. तात्पर्य अंधांनी स्वावलंबी होऊन स्वाभिमानाने कसे जगावे, याचा या ठिकाणी प्रामुख्याने विचार केला जाई. त्या दृष्टीने ही संस्था फारच उपयुक्त ठरली होती.

खरोखरच अंधांचा प्रश्न किती गुंतागुंतीचा आणि अवघड होता! एकट्या अमेरिकेतच हजारो अंध होते. याखेरीज जगातील इतर देशांतल्या अंधांची संख्याही काही कमी नव्हती आणि असे असूनही पुन्हा कोणत्याही दोन अंधांची गोष्ट एकसारखी नव्हती. कारण प्रत्येक अंध हा आपआपल्या परीने वेगळा होता. नुसत्या अंधळेपणातही किती प्रकार असतात! कुणी अगदी ठार आंधळे, तर कुणाला केवळ काळ्या पांढऱ्यातलाच भेद जाणवण्यासारखा. कुणाला फक्त खूप मोठ्या वस्तूच

पाहणे शक्य तर कुणाला मुळी सारेच धुकट आणि सारवल्यासारखे दिसणारे आणि तरी हे सारे आंधळेच. सर्वसामान्य माणसाला दोनशे फुटांच्या अंतरावरून जे दिसू शकते ते ज्याला वीस फुटांच्या अंतराशिवाय दिसत नाही. तो कायद्याने आंधळा मानला जाई. जी गोष्ट आंधळेपणाची तीच बहिरेपणाची. बहिरेपणातही तितक्याच परी. तशीच प्रतवारी. कुणी ठार बहिरे, कुणी थोडके बहिरे, कुणी एका कानाने बहिरे आणि त्यानंतर मग या दोन्ही विकृती ज्यांच्यामध्ये एकवटल्या आहेत असे अपंग लोक. या साऱ्यांचा प्रश्न समाधानकारक रीतीने सोडविणे ही किती कठीण गोष्ट होती! पण गेल्या कित्येक वर्षांत विचारवंत लोक अगदी प्रामाणिक तळमळीने हा प्रश्न सोडविण्यासाठी झटत होते. अपंगांना शिकवण्याच्या पद्धतीत झपाट्याने सुधारणा होत होती. पर्किन्स अंधशाळेतील अंध-बधिरांना अधिक कौशल्याने आणि अधिक यशस्वी रीतीने शिकविले जाई. हेलन केलर स्वत: अंधशाळेत होती. तेव्हापेक्षा आता तेथे कितीतरी अधिक सुधारणा झाली होती. 'कंपपद्धती' तेथे नव्यानेच सुरू करण्यात आली होती. शिक्षकाच्या ओठांवर आणि गळ्यावर बोटे ठेवून अंध-बधिर मुले स्वरांची कंपने समजावून घेत. पियानोच्या कंपनावरून वरच्या पट्टीतले सूर ती समजावून घेऊ शकत. स्वरांच्या आघातांची, कंपनांची त्यांना जाणीव झाली की मग तेच कंप आपल्या घशातून कसे काढावेत हे त्यांना आपोआप समजू लागे आणि अशा रीतीने ती मुले बोलावयाला शिकत. पर्किन्स अंधशाळेत मुलांना जसे स्वरकंपांचे ज्ञान करून दिले जाई तशीच त्यांची स्पर्शसंवेदनाही तेथे चांगली तयार करून घेण्यात येई. खडबडीत-खरबरीत, खडबडीत-गुळगुळीत तक्ते बोटांनी चाचपून त्यातला फरक मुले समजावून घेत. रेशीम, सूत, लोकर यांच्या स्पर्शज्ञानातला भेद त्यांना कळू लागे. त्याचप्रमाणे गोल, चौकोनी, त्रिकोणी, रुंद, अरुंद आकारही ती हळूहळू ओळखू लागत. त्यानंतर त्यांना कपड्याच्या घड्या घालणे, मणी ओवणे, टाके घालणे, विणणे चिकणमातीपासून चित्रे बनविणे हे शिकवण्यात येई. हे झाले की अक्षरांच्या ठोकळ्यांच्या साह्याने मुलांना अक्षरओळख करून देण्यात येई आणि मग ब्रेल लिपीशी त्यांचा परिचय करून दिला जाई. तेथून पुढे या अंध-बधिर मुलांची प्रगती अगदी अव्यंग मुलासारखीच झपाट्याने होऊ लागे. वाचणे, लिहिणे, भूगोल, इतिहास, गणित इत्यादी विषय त्यांना शिकविले जात. फरक एवढाच की या मुलांची पाठ्यपुस्तके 'ब्रेल' मध्ये छापलेली असत. कालांतराने मुलांचा शालेय अभ्यास पुरा करून घेण्यात येई. पर्किन्स अंधशाळेतून अभ्यासक्रम पुरा केलेल्या विद्यार्थ्यांची शेक्षणिक पात्रता इतर शाळांतून उत्तीर्ण झालेल्या मुलांपेक्षा कोणत्याही दृष्टीने कमी मानली जात नसे.

अंध-बधिर मुलांच्या शिक्षणक्रमात या ज्या नवीन पद्धतीचा अवलंब केला जात होता त्यामुळे असा एखादा मुलगा दुसऱ्या अव्यंग मुलाचे हात हाती धरून

त्याच्याशी 'बोलू' शके. दुसऱ्या मुलाच्या ओठांवर व गळ्यावर हात ठेवून त्याच्या घशातील कंपावरून अन् ओठांच्या हालचालींवरून तो काय म्हणत आहे हे त्या अंध-बधिर मुलाला चांगले समजू शके. बोटांची लिपी त्याला आधीच शिकवलेली असे. दुसऱ्या माणसाच्या तळव्यावर अक्षरे रेखाटून त्या योगानेही त्याला दुसऱ्याशी 'बोलता' येई.

पर्किन्स अंधशाळेच्या पद्धतीच्या आणखी सात शाळा अमेरिकेत उघडल्या गेल्या होत्या. अलाबामा, इलिनॉइज, आयोवा, न्यूयॉर्क, कॅलिफोर्निया, मिशिगन आणि वॉशिंग्टन या सात संस्थानांत या शाखा आपले कार्य आजही करताना दिसत आहेत. अंध-बधिर मुलांना समूहाने शिकवता येत नाही. कारण प्रत्येकाच्या विकृतीचे स्वरूप इतरांहून वेगळे असते. म्हणून अशा प्रत्येक दोन मुलांसाठी एक शिक्षक या शाळांतून नेमलेला असतो.

बोटीवरच्या प्रवासाच्या काळात हेलनने अंध-बधिरांच्या समस्येबाबत अमेरिकेत जे प्रचंड कार्य सुरू होते व त्यांच्या बाबतीत जी प्रगती झाली होती त्या साऱ्यांचा आपल्या मनाशी एकदा संपूर्ण आढावा घेतला. या कामी हेलनला स्वत:ला देता येईल तेवढे सहकार्य तिने अगदी मन:पूर्वक दिले होते. आता इतर देशांतील अंधांच्या बाबतीतले तिचे कर्तव्य राहिले होते व यापुढे ते कर्तव्य ती पार पाडणार होती. 'फॉरेस्ट हिल' येथील आपल्या घरी जाऊन पोहोचताच पूर्वेकडील आपल्या जागतिक प्रवासाची रूपरेषा स्वत:शी आखून निश्चित करण्याचे तिने ठरविले.

मार्च महिन्याच्या शेवटी हेलन सान्फ्रान्सिस्को येथे गेली आणि एप्रिल महिन्याच्या एक तारखेला 'आसामा मारू' या बोटीने ती जपानला जावयास निघाली. जाताना जपानी जनतेला उद्देशून लिहिलेले, अमेरिकेचे अध्यक्ष फ्रॅन्क्लिन डी. रूझवेल्ट यांचे एक पत्र तिने आपल्याबरोबर घेतले होते.

कॅलिफोर्निया सोडून हेलन पूर्वेकडील प्रवासाला निघाली तेव्हापासून तो ती परत येईपर्यंत पूर्वेकडील ज्या ज्या देशांत ती गेली तेथे पुष्पगुच्छांनी व फुलांच्या हारांनी तिचे स्वागत करण्यात आले. फुलांच्या भाषेतच पूर्व तिच्याशी बोलली असे म्हणा ना! 'आसामा मारू' बोट हवाई बेटातील होनोलुलू बंदरात जेव्हा आली तेव्हा मोठ्या थोरल्या पुष्पमाला– ज्यांना 'लीज' म्हणतात– त्या तिच्या गळ्यात घालण्यात आल्या. हेलनला जे पुष्पगुच्छ दिले जात त्यावरून ती हळूनच आपली बोटे फिरवी. ते पुष्पगुच्छ गालाशी धरून त्यांचा हळुवार तलम स्पर्श ती अनुभवून पाही. हेलनने हवाई बेट सोडण्यापूर्वी तेथील अंध-बधिर मुलांच्या शाळेतील विद्यार्थ्यांनी एक मोठी सुंदर भेट तिला धाडली. ही भेट म्हणजे त्या बेटावर होणाऱ्या विविध जातींच्या फुलांचा एक भलाथोरला अतिसुंदर गुच्छ होता. त्या प्रत्येक फुलाला एक चिठी बांधलेली असून तीवर त्या फुलांचे नाव आणि रंग 'ब्रेल' मध्ये लिहिलेले होते. तो

गुच्छ हेलनला फार आवडला. तेवढ्यात कोणीसे तिला सांगितले की हेलन जपानला पोहोचणार होती. त्या वेळीच तेथे चेरी पुष्पांचा हंगाम सुरू होणार होता आणि चेरी फुलांच्या ऐन सणातच हेलन जपानमध्ये असणार होती. त्या वार्तेने हेलनचा आनंद अधिकच वृद्धिंगत झाला.

एप्रिलच्या मध्याला 'आसामा मारू' जपानला जाऊन पोहोचली. जपानमध्ये हेलनचे अति उत्साहाने स्वागत करण्यात आले. या स्वागताचे स्वरूप पॉलीने हेलनला वर्णन करून सांगितले. वेगवेगळ्या अधिकारी व्यक्तींनी एका मोठ्या थोरल्या मोटरलाँचने पुढे येऊन हेलनचे स्वागत केले. डॉ. इवाहाशी त्यात होते हे वेगळे सांगावयास नकोच. त्या सर्वांच्या मुद्रा हास्याने उत्फुल्ल झाल्या होत्या. पॉलीने हेलनला म्हटले, "इतके प्रसन्न आणि हसरे लोक जगात दुसरीकडे कुठेच मी पाहिले नसतील!"

जपानमधील आपल्या पहिल्या भाषणात हेलनने म्हटले, "या रमणीय देशाच्या भेटीने मला फार आनंद होत आहे व येथील अंधांच्या उपयोगी पडण्याची मला अत्यंत तळमळ लागली आहे!"

चेरी फुलांचा बहर तर इतका सुंदर होता की त्याचे हेलनला वर्णन करून सांगताना पॉलीचे शब्दप्रभुत्व तिला अपुरे पडले. ती हेलनला म्हणे, "मी या फुलांचं कसे वर्णन करू तेच कळत नाही मला. गुलाबी रंगाचे ढगच्या ढग सर्वत्र पसरले आहेत नुसते; किंवा गुलाबी धुकंचं वातावरणात भरून राहिलं आहे म्हटलं तरी चालेल!"

हेलन व पॉली या दोघींचे टोकिओमध्ये विलक्षण उत्साहाने स्वागत झाले. त्या दोघींसाठी एक मोठी पार्टी आयोजित करण्यात आली व त्या प्रसंगी जपानचे सम्राट व सम्राज्ञी या उभयतांशी त्यांचा परिचय करून देण्यात आला. टोकिओ येथील मुक्कामानंतर हेलन व पॉली या दोघीजणी ओसाका या जपानमधल्या दुसऱ्या एका मोठ्या अन् प्रसिद्ध शहरी गेल्या. जपान हा देश चिमुकला असला तरी माणसांनी तो नुसता गुजबजून गेलेला आहे. जपानी लोकांची प्रसन्न हसरी वृत्ती हेलनला फार आवडली. त्यांचे छोटे मृदू हात तिला वैशिष्ट्यपूर्ण वाटले. त्यांचा सौम्य स्वभाव आणि बालकांबद्दलचे त्यांचे अनिवार प्रेम तिच्या नजरेतून सुटले नाही.

जुलैच्या अखेरीस हेलन आणि पॉली या दोघीजणी पीतसमुद्रातील लाओतुंग सामुद्रधुनीच्या टोकावर बसलेल्या 'दायरेन' या गावी गेल्या. तेथून मध्य मांचुकुओ येथे असलेल्या 'सिंकिंग' शहरी त्या गेल्या. मांचुकुओ अद्याप जपानच्याच अंमलाखाली होते आणि दुसरे सिनो-जपानी युद्ध अजून तेथे चालू होते. युद्धामुळे चीनला भेट देण्याचा विचार हेलनने तूर्त पुढे ढकलला आणि ऑगस्टच्या बारा तारखेला ती योकोहामाहून अमेरिकेस यावयास निघाली.

'फॉरेस्ट हिल' येथे येऊन पोहोचल्यावर काही काळ तेथे निर्वेधपणे विश्रांती घेण्यात घालवावा असे हेलनने स्वत:शी ठरविले होते, पण 'फॉरेस्ट हिल' हे ठिकाण आता पूर्वीसारखे शांत आणि निरामय राहिले नव्हते. तेथे लवकरच 'जागतिक जत्रा' भरणार होती. त्यामुळे तेथे नवे रेल्वे रस्ते होत होते. माणसांची वर्दळ खूपच वाढली होती. जत्रेसाठी नवनवी बांधकामेही सुरू झाली होती. या साऱ्या गडबडीत अन् गोंधळात आपल्याला हवी ती शांतता अन् विश्रांती मिळणे फार कठीण आहे हे हेलनने ओळखले आणि म्हणून दुसरीकडे कुठेतरी राहावयाला जाण्याचा तिने विचार केला. तिच्या मित्र-मंडळींनी या कामी नेहमीच्याच तत्परतेने तिला सहकार्य दिले. 'रिचर्ड हडनट' या सौंदर्यप्रसाधने बनविणाऱ्या सुप्रसिद्ध कारखान्याचे एक संचालक गुस्ताव्हस फीफर हे हेलनचे एक जुने मित्र व निष्ठावंत चाहते होते. त्यांनी वेस्ट पोर्ट जवळ कॉनेक्टिकट परगण्यात एक जागा हेलनला वापरण्यासाठी म्हणून देऊ केली. 'ईस्टन' या गावी सात एकरांची जागा त्यांच्या मालकीची होती. तेथे त्यांनी हेलनला एक सुंदर घर बांधून दिले. हे घर 'कलोनियल' पद्धतीने बांधलेले असून त्याला एकंदर नऊ खोल्या होत्या. ते सर्व प्रकारच्या सुखसोयींनी सज्ज होते. हेलनला त्या घराच्या आकाराची पूर्ण कल्पना यावी म्हणून त्यांनी त्या घराचे तीन फूट लांबीचे अन् एक फूट उंचीचे एक छोटे 'मॉडेल' ही तिला बनवून दिले. त्या 'मॉडेल' वरून हेलनला घराची ओळख पटवून घेणे अगदी सोपे होऊन बसले. आपल्या बोटांनी ते 'मॉडेल' चाचपून हेलनने या नव्या घराचा जेव्हा अंदाज घेतला तेव्हा तिला ते घर फार आवडले. आता त्याला नाव काय द्यावे, हा एक प्रश्न तिच्यापुढे उभा राहिला, पण तो प्रश्नही तिने मोठ्या समाधानकारक रीतीने सोडविला. स्कॉटलंडमध्ये दक्षिण आर्कन येथील शेतावरच्या बंगल्यात हेलन व तिच्या बाई यांनी काही काळ मोठ्या आनंदात काढला होता. त्या सुखस्मृतीचे स्मारक म्हणून हेलनने आपल्या या नव्या घराला 'आर्कन रिज' असे नाव द्यावयाचा निर्धार केला. हे नवे नाव सर्वांनाच फार पसंत पडले.

हेलन, पॉली आणि नोकर मंडळी 'आर्कन रिज' येथे येऊन राहिल्याबरोबर फार दिवस रेंगाळत पडलेले एक काम हेलनने लगोलग आपल्या हाती घेतले. हे काम म्हणजे ॲन सलिव्हन मेसी ऊर्फ 'बाई' यांचे चरित्रलेखन. गेली कित्येक वर्षे अधूनमधून जसा वेळ सापडेल त्याप्रमाणे हेलन हे चरित्र लिहीत होतीच; पण आता हे काम झपाट्याने पुरे करून टाकावयाचा तिने निर्धार केला. हेलनजवळ या चरित्रलेखनाला उपयोगी पडणारी भरपूर सामग्री होती. कितीतरी पत्रे, टिपणे, डायऱ्या तिने जिवापलीकडे जपून ठेवल्या होत्या. त्यांच्या साह्याने हे चरित्र ती लिहीत होती. ए. एफ. बी. च्या कामातून रिकामा सापडेल तो सारा वेळ आता या चरित्राच्या कामी खर्च करण्याचे तिने ठरविले.

हेलन केलरने वेगवेगळ्या देशांना भेटी द्याव्यात आणि तेथे चाललेल्या अंधविषयक कार्याला चालना द्यावी असा ए. एफ. बी. संस्थेचा आग्रह होता. हेलनलाही हे कार्य मनापासून प्रिय असल्यामुळे त्या कामी तिला आढेवेढे घ्यावयाचे काहीच कारण नव्हते, पण तूर्त ते काम तिला स्थगित ठेवावे लागले. ती 'आर्कन रिज' येथे राहावयाला आली त्या हिवाळ्यातच हिटलरच्या सेनेने पोलंडचा ताबा घेतला. त्यामुळे दुसरे जागतिक महायुद्ध आटोपेपर्यंत हेलनला आपला परदेशप्रवासाचा बेत लांबणीवर टाकावा लागला, पण हा मधला काळ तिने फुकट घालवला नाही. एकोणीसशे चव्वेचाळीस साली ए. एफ. बी. ने हेलनला सैनिकी रुग्णालयांना भेटी द्यावयास पाठविले. हेलनने देशभर दौरा केला आणि युद्धात अपंग झालेल्या अनेक सैनिकांना आधार व धीर देऊन त्यांच्या मनात जीवनाविषयी पुन्हा उत्साह निर्माण करण्याचे बहुमोल कार्य तिने केले.

एकोणीसशे पंचेचाळीस सालच्या जून महिन्याच्या सत्तावीस तारखेला हेलनला पासष्टावे वर्ष लागले. त्या वेळी अंध-उद्योग-मंदिराच्या ब्रुक्लीन येथील शाखेने तिच्या सन्मानार्थ मोठ्या थाटाचा चहापान-समारंभ घडवून आणला. या चहापानसमारंभाच्या वेळी हेलनची वृत्ती अत्यंत प्रसन्न होती व तिचा चेहरा हास्याने प्रफुल्ल झाला होता. तिच्या या आनंदाला तसेच काही कारण होते. कारण अंध-उद्योग-मंदिराने याच वेळी अंध-बधिरांसाठी एका नव्या विभागाचे उद्‌घाटन केले होते.

न्यूयॉर्कच्या एका भेटीत हेलनची एका मोठ्या वैशिष्ट्यपूर्ण व्यक्तीशी गाठ पडली. या व्यक्तींचे नाव रॉबर्ट जे स्मिडास. स्मिडास हा हेलनप्रमाणेच पूर्णपणे अंध व बधिर होता आणि तिच्यासारखेच त्यानेही पर्किन्स अंधशाळेत शिक्षण घेतले होते. कॉलेजला जावयाचे आपले स्वप्न वास्तव सृष्टीत उतरत आहे हे हेलनला सांगण्यासाठी मुद्दाम तो तिच्याकडे आला होता. ब्रुक्लीन येथील सेन्ट जॉर्ज विश्वविद्यालयाच्या वर्गामध्ये तो आपल्याबरोबर एक मदतनीस घेऊन प्राध्यापकांच्या व्याख्यानांस हजर राहणार होता आणि नंतर मदतनिसाकडून बोटांच्या लिपीच्या साह्याने तो ती व्याख्याने समजावून घेणार होता. हेलनने रॅडक्लिफ कॉलेजात याच पद्धतीने शिक्षण मिळविले होते. कॉलेजचा अभ्यासक्रम पूर्ण झाल्यानंतर स्मिडास हा उरलेले आयुष्य लेखन करण्यात घालवणार होता. त्याची ही सर्व हकीगत ऐकून हेलनला त्या तरुण महत्त्वाकांक्षी माणसाचे मोठे कौतुक वाटले व शिक्षण आणि लेखन या दोन्ही कामी त्याला यश लाभेल असा विश्वास व्यक्त करून तिने त्याला प्रोत्साहन दिले. स्मिडासने सेन्ट जॉर्ज विश्वविद्यालयाचा अभ्यासक्रम चार वर्षांत पुरा करून बी. ए. ची पदवी मिळविली आणि त्यानंतर दोन वर्षांत न्यूयॉर्क विश्वविद्यालयाची एम. ए. ची पदवीही त्याने पटकावली. शिक्षण पूर्ण झाल्यावर अंधांच्या उद्योग-मंदिरात सल्लागार म्हणून त्याची नेमणूक झाली. त्याचे बोलणे बरेच स्पष्ट व समजण्याजोगे

आहे आणि हेलन केलर इतके या बाबतीत त्याला मदतनिसावर अवलंबूनही राहावे लागत नाही. कारण मध्यंतरीच्या काळात अंध-बधिरांना बोलावयास शिकवण्याच्या तंत्रात जी प्रगती झाली तिचा फायदा त्याला मिळाला आहे. त्याने आपले एक आत्मचरित्र लिहिले आहे, त्यात त्याच्या जीवनाचा सर्व रोमांचकारी वृत्तांत वाचावयास सापडतो.

दुसरे जागतिक महायुद्ध संपताच हेलनने इतर देशांत जाऊन तेथील अंधांच्या कार्याला चालना द्यावयाचे आपले काम पुन्हा सुरू केले. एकोणीसशे शेहेचाळीस सालच्या हिवाळ्यात तिने विमानाने लंडन, पॅरिस, रोम या शहरांचा दौरा काढला आणि या दौऱ्यात अंधांसाठी चालविण्यात येणाऱ्या अनेक इस्पितळांना व शाळांना तिने भेटी दिल्या.

हेलन रोममध्ये असताना एक भयंकर बातमी तिच्या कानी येऊन पोहोचली. 'आर्कन रिज' हे तिचे घर आगीच्या भक्ष्यस्थानी पडले होते. घर जळून गेले ही वार्ता कळताच हेलन अगदी सुन्न झाली. बराच वेळ तिला काही कळेना की सुचेना. घराबरोबर हेलनचे सारे सामानसुमानही जळून खाक झाले होते. घरातले फर्निचर, जपानच्या दौऱ्यात मिळालेल्या सुंदर भेटवस्तू, कागदपत्रे, डायऱ्या, ब्रेलमध्ये छापलेल्या पुस्तकांचा संग्रह– सारे नष्ट झाले होते. सर्वांत दुःखाची गोष्ट म्हणजे हेलनने बाईंच्या चरित्राचे जे हस्तलिखित पुरे करीत आणले होते तेही भस्मसात होऊन गेले होते.

"आणि ते तीन चतुर्थांश लिहून झाले होते" हेलनने खिन्नपणे पॉलीला म्हटले. दुःखात सुखाची गोष्ट इतकीच की घर जळाले त्या वेळी घरात कोणी नव्हते. आग कशी लागली ते कोणालाच उमगले नाही, पण घराच्या धुराड्यांतून प्रथम धूर येऊ लागला होता आणि एका शेजाऱ्याने ते प्रथम पाहिले होते. त्याने लगेच धावाधाव करून माणसे गोळा केली होती. अग्निशामक दलाचे लोकही लगोलग आले होते, पण कशाचाच काही उपयोग न होता हेलनचे आवडते 'आर्कन रिज' जळून खाक झाले होते.

हा आघात फारच मोठा होता, पण हेलनने मोठ्या धैर्याने तो सहन केला. घर तर आता जळूनच गेले होते; तेव्हा परत मागे फिरण्यात काहीच फायदा नव्हता. म्हणून हेलनने व पॉलीने आपला चालू दौरा पुरा करावयाचे ठरविले. सत्तेचाळीस सालच्या नोव्हेंबर महिन्यात हेलन जर्मनीतून फिरून इंग्लंडला आली. तेथे सहाव्या जॉर्जची पत्नी राणी एलिझाबेथ हिची तिने भेट घेतली. नाताळच्या काही दिवस आधी हेलन कॉनेक्टिकट परगण्यात येऊन पोहोचली. तेथे तिच्या घराचे दग्ध अवशेष तिची प्रतीक्षा करीत होते.

हेलनचे घर जळाले होते, तिचे सारे वैभवही त्याबरोबर नाहीसे झाले होते, पण तिच्या मित्रमंडळींचे तिच्यावरचे प्रेम काही नाहीसे झाले नव्हते. हेलनच्या निष्ठावंत मित्रांनी व चाहत्यांनी ताबडतोब 'आर्कन रिज' पुन्हा बांधून काढावयाचा निर्धार केला

आणि अवघ्या दहाच महिन्यांत जुने 'आर्कन रिज' जेथे उभे होते त्याच जागी हुबेहूब तसेच नवे घर त्यांनी तिला बांधून दिले. लगेच हेलन या नव्या घरी राहायलाही आली. हे तिचे घर मुख्य रस्त्यांपासून काही अंतरावर आत, एका उंचशा टेकाडावर उभे होते आणि लोकांच्या वर्दळीपासूनही ते अलिप्त होते, कारण घराभोवती उंच वृक्ष व इतर झाडझाडोरा यांनी एक नैसर्गिक कुंपण तयार केले होते.

वसंतऋतूचे आगमन झाले आणि हेलन पुन्हा एकदा जागतिक प्रवासासाठी घर सोडून निघाली. हवाई, ऑस्ट्रेलिया, जपान हे देश घेत ती पुढे गेली आणि पन्नास साली पॅरिसमध्ये तिने आपला सत्तरावा वाढदिवस साजरा केला.

त्यानंतरच्या वर्षी हेलनचे एक फार जुने स्वप्न साकार झाले. जवळजवळ वीस वर्षांपूर्वी रे. आर्थर ब्लॅक्सॉल यांनी हेलनला दक्षिण आफ्रिकेचा दौरा करण्याची आग्रहाने विनंती केली होती. तो दौरा हेलनने आता केला. मार्च महिन्याच्या मध्याला ती बोटीने केपटाऊन येथे आली. रे. ब्लॅक्सॉल यांच्याकडे हेलनच्या या दौऱ्याची सर्व व्यवस्था सोपवलेली होती. शहराचा मेयर, अधिकारी वर्ग आणि प्रचंड जनसमुदाय यांसह ब्लॅक्सॉल हेलनच्या स्वागतासाठी बंदरावर आले होते. हेलनला पाहताच सर्वांनी मोठ्या उत्साहाने तिचे स्वागत केले.

तेथे जमलेल्या जनसमुदायापुढे भाषण करताना हेलनने म्हटले, ''दक्षिण आफ्रिकेतला माझा दौरा हा माझ्या जीवनातला सर्वांत अधिक उत्कट अनुभव ठरेल अशी मला आशा आहे!''

लोकांच्या गर्दीतूनच हेलनची मोटर 'माउन्ट नेल्सन हॉटेल'कडे चालू लागली. या हॉटेलात हेलनची उतरण्याची सोय केलेली होती. तेथे तिने वृत्तपत्रांच्या बातमीदारांना मुलाखत दिली. आफ्रिकेत पाऊल टाकताच सर्वांत तीव्रतेने जर हेलनला कोणत्या गोष्टीची जाणीव झाली असेल तर ती तेथील कट्टर वर्णविद्वेषाची. काळ्यागोऱ्यांमधला भेद तेथे अगदी कटाक्षाने ध्यानात घेतला जात होता. स्थलपरत्वे माणसाचे स्वभाव कसे बदलतात, त्याचे ग्रहपूर्वग्रह कसे विद्वेषी आणि बोचक होत जातात हे पाहून हेलनला सखेद आश्चर्य वाटले. दक्षिण आफ्रिकेविषयी हेलनने पूर्वीही बरेच वाचले होते. तेथे वर्णभेद आहे याची तिला जाणीव होती. पण वर्णविद्वेषाचे इतके भडक अन् ओंगळवाणे चित्र आपल्याला पाहावयाला मिळेल अशी मात्र तिची अपेक्षा नव्हती. विशेषत: काळ्यागोऱ्यांत पाळण्यात येणाऱ्या भेदामुळे समाजसुधारणेची कामे दुबार करणे पडते याचे तिला फार वाईट वाटले. गोऱ्या अंध-बधिरांसाठी चालवल्या जाणाऱ्या शाळेला भेट देऊन, तेथे चहापाणी घेऊन ती निघाली की लगेच तिला काळ्या अंध-बधिरांसाठी चालवल्या जाणाऱ्या शाळेला भेट देऊन, तेथे चहापाणी घेऊन ती निघाली की लगेच तिला काळ्या अंध-बधिरांसाठी चालविल्या जाणाऱ्या तशाच शाळेला भेट द्यावी लागे. तेथे चहापाणी घ्यावे लागे. या गोष्टीचा

तिला फार खेद वाटे. माणसाच्या शारिरीक अपंगपणात, विकृतीत आणि दु:खातसुद्धा काळेगोरेपणातील भेदाची आठवण विसरता येऊ नये याचा तिला अर्थच कळेना. यामुळे कामे दुप्पट होत, खर्च दुप्पट होई आणि मानवाचे दु:ख कमी होण्याऐवजी ते दुणावे. पण याची आफ्रिकेत कोणाला जाणीवच दिसेना!

दक्षिण आफ्रिकेतील मुक्कामात हेलनने जवळजवळ सात हजार मैलांचा प्रवास केला. नऊ आठवड्यांत तिने अठ्ठावीस शाळांना भेटी दिल्या, अठ्ठेचाळीस सभांतून आणि स्वागतसमारंभातून तिने भाषणे केली. जेथे जेथे हेलन गेली तेथे तेथे तिचे अकृत्रिम उत्साहाने स्वागत झाले आणि अंधांसाठी दिलेल्या मोठमोठ्या देणग्यांचा तर तिजवर अक्षरश: वर्षाव झाला. रे. ब्लॅक्सॉलच्या आनंदाला पारावार उरला नाही. ''तुम्ही कितीतरी जणांची सदसद्विकेबुद्धी अंधांच्या बाबतीत जागृत केली आहे!'' त्यांनी कृतज्ञतापूर्वक हेलनजवळ उद्गार काढले.

हेलनच्या आफ्रिकेतील दौऱ्याच्या अखेरीस तिला एक मोठा हृदयस्पर्शी अनुभव आला. एकदा ती रेल्वेने केपटाऊन शहराकडे परत येत होती. गाडी जेव्हा वॉसॅस्टरनजीक आली तेव्हा हेलनला एक निरोप पोहोचविण्यात आला. गेल्या खेपेला ती वॉसॅस्टर येथील बहिऱ्या मुलांच्या शाळेला भेट देऊन गेली होती. आता तिला सांगण्यात आले की त्या शाळेतली सर्व मुले रेल्वेच्या बाजूच्या कुंपणापाशी गोळा झाली होती. हेलनला पुन्हा एकदा बघण्याच्या इच्छेने ती तेथे येऊन थांबली होती. हेलनला हे कळले तेव्हा तिचे हृदय कृतज्ञतेने भरून आले. तिने पॉलीला गाडीची खिडकी उघडण्यास सांगितले आणि जेव्हा शाळेच्या शेजारून गाडी जाऊ लागली तेव्हा ती खिडकीतून खूप खाली बाहेर वाकली आणि हसत हसत तिने आपला हात जोराने हलवला. मुलांनीही चिमुकले हात हलवून व जोरजोराने गर्जना करून तिचे प्रेमाने स्वागत केले. हेलन आपणाला बघू शकणार नाही किंवा आपले स्वागतशब्दही तिच्या कानी जाणार नाहीत, हे त्या मुलांना चांगले ठाऊक होते, पण त्यामुळे त्यांच्या स्वागताच्या उत्साहात रतिभरही उणेपणा आला नाही.

आफ्रिकेतला दौरा पुरा झाल्यानंतर पुढच्या पाच वर्षांत हेलनने अतिपूर्व, लॅटिन अमेरिका व भारत या देशांतून प्रवास केला. जेथे जेथे ती गेली तेथे तेथे तिचे अपूर्व प्रेमाने आणि उत्साहाने स्वागत झाले. जेथे जेथे ती गेली तेथे अंधांसाठी नवीन घरे, नव्या शाळा आणि नवे कारखाने उघडले जात असलेले तिने पाहिले. हेलन फिनलंड आणि नॉर्वे या देशांच्या दौऱ्यावर निघाली त्या वेळी तिला जवळजवळ सत्त्याहत्तरावे वर्ष सुरू होते.

❖

❋❀

१४. स्मृतींची चाळता पाने

❋❀

दोन प्रवासांमध्ये जो विश्रांतीचा काळ मिळे तो हेलन केलर 'आर्कन रिज' येथे घालवी. पारितोषके, पदव्या आणि मानसन्मान यांचा दाही दिशांतून तिजवर वर्षाव होत असता ती येथे आपले जीवन अगदी साधेपणाने व्यतीत करीत होती. 'आर्कन रिज' येथे असताना हेलनने आणखी एक महत्त्वाचे पुस्तक लिहिले. ते पुस्तक म्हणजे 'ॲन सलिव्हन मेसी' हिचे चरित्र. हेलन व तिच्या बाई या दोघींच्या सहजीवनाची ती उत्कट अन् हृदयस्पर्शी कथा म्हणजे बाईंना त्यांच्या मानसकन्येने अर्पिलेला एक सुंदर नजराणा आहे. 'डबलडे' प्रकाशसंस्थेने एकोणिसे छप्पन्न साली हे पुस्तक प्रकाशित केले. 'माझ्या बाई' हे पुस्तक हेलनने केवळ स्मरणाने लिहून काढले. कारण त्यासाठी आवश्यक असलेले कागदपत्र आगीत जळून नष्ट झाले होते.

हेलनची ही स्मरणशक्ती केवळ चित्रांवर, प्रतिमांवर पोसलेली आहे. जी चित्रे, ज्या प्रतिमा तिच्या संवेदनाशील अंगुलींच्या द्वारा तिच्या मनात जाऊन बसल्या आहेत त्यावर! हेलनची बोटे हेच तिचे कान आहेत. तेच तिचे डोळेही आहेत. माणसे, प्राणी, वस्तू, स्थळे कितीतरी गोष्टींची स्मरणचित्रे तिच्या बोटांनी साठवली आहेत. लहानथोरांचे हाती घेतलेले हात, वेगवेगळ्या रंगांची अन् जातींची कुत्री, वेगवेगळे वेष, धारण केलेली मुले, विविध आकारांची फुले, घरे, सजावटीच्या सुबक वस्तू, पुस्तके, उद्ध्वस्त मंदिरांचे कोसळलेले स्तंभ, मूल्यवान कलाकृती, हेलनच्या बोटांनी सामावून घेतलेली स्मृतिचित्रांची ही संपदा किती विपुल आहे! केवढी समृद्ध आहे!

हेलन चालत असताना तिची बोटे एकसारखी थरथरत असतात. विचार करण्याचे, शोधण्याचे, लक्षात ठेवण्याचे तिचे तेच एकमेव साधन आहे. एखादी कल्पना अगर एखादे नाव यांचा जर तिला विसर पडला तर ती आपली बोटे जोराने हलवते. हवामानाचा अंदाज घ्यायचा असेल तर ती घराबाहेर मोकळ्यावर येते आणि हवेतून आपली बोटे वेगाने फिरवते.

हेलन केलर आता जवळजवळ निवृत्त झाली आहे. समाजापासून अलिप्त राहून एकांतात ती आपला काळ आता घालवते. तिची मैत्रीण आणि मदतनीस पॉली थॉमसन एकोणीसशे साठ साली मार्च महिन्याच्या वीस तारखेला निधन पावली. तेव्हापासून हेलन एकटीच राहते. प्रत्येक दिवशी सकाळी हेलन आपल्याला आलेल्या पत्रांवरून नजर टाकते. त्यातल्या बऱ्याच पत्रांची उत्तरे टाइपरायटरच्या साह्याने ती लगेच 'टाईप' करते. नंतर दैनिके व नियतकालिके तिला वाचून दाखवली जातात. दुपारच्या वेळी 'आर्कन रिज' भोवतालच्या बागेतून फिरण्याचा तिचा नित्यनियम आहे. बागेतील कुंपणे आणि अधूनमधून लावलेल्या मार्गदर्शक तारा यांच्या साह्याने तेथे तिला एकटीला फिरणेही सहज शक्य होते.

आतापर्यंतचे आपले जीवन इतरांच्या सुखासाठी, त्यांच्या उपयोगी पडण्यासाठीच व्यतीत केले असल्यामुळे हेलनच्या मनाला गाढ आंतरिक शांती लाभली आहे. तिच्या व्यक्तिमत्त्वातून सुख आणि समाधान यांचे किरण जणू सर्वत्र फाकतात. शेकडो, हजारो अपंगांना हेलनचे जीवन हा एक मार्गदर्शक दीप, स्फूर्तीचा अखंड झरा होऊन राहिले आहे.

एकदा एका बातमीदाराने हेलनच्या मैत्रिणीच्या मध्यस्थीने पुढील प्रश्न केला, "आपण आपल्या जीवनात काही साधले आहे, मिळवले आहे असे डॉ. हेलन केलर यांना खरोखर वाटते काय ?"

हेलन केलरने तत्काळ उत्तर दिले, "या साऱ्या काळ्याकभिन्न, नि:शब्द वर्षांमधून ईश्वर मला अज्ञात असणाऱ्या अशा कोणत्यातरी कारणास्तव, माझ्या जीवनाचा उपयोग करून घेत आहे अशी माझी श्रद्धा आहे. त्या पाठीमागचा ईश्वराचा हेतू मला ज्ञात नाही, पण केव्हा तरी एके दिवशी तो हेतू मला समजेल आणि मग मला गाढ समाधान लाभेल!"

आंधळ्या, बहिऱ्या किंवा अंध-बधिर माणसांशी कसे वागावे ?

एखाद्या माणसाच्या ठायी कोणतेही व्यंग असो, तुम्ही त्याच्याशी स्नेहाने, सौजन्याने, मृदुपणाने, वागले पाहिजे आणि त्याचा संपूर्ण विश्वास संपादन केला पाहिजे. तो तुमच्यासारखाच माणूस आहे, तुमच्यासारख्याच त्यालाही भावभावना आहेत हे लक्षात ठेवावयाला हवे. तुमच्यासारखाच तोही प्रौढ, स्वाभिमानी आणि बुद्धिमान आहे, कदाचित तुमच्याहूनही थोडा अधिकच!

त्याच्याशी वागण्याची पहिली पायरी म्हणजे त्याच्याशी बोलणे. तो जर बहिरा असेल तर त्याच्या पुढ्यात उभे राहा म्हणजे तो तुम्हाला पाहू शकेल. तुम्ही बोलू लागलात तर तुमच्या ओठांच्या हालचालीवरून तो तुमचे बोलणे अजमावील. कदाचित त्याला बोटांची लिपी अवगत असेल. जर तुम्हाला या लिपीच्या साह्याने त्याच्याशी बोलत आले नाही तर तुम्ही जे काय बोलावयाचे असेल ते कागदावर

पेन्सिलीने लिहून त्याला वाचावयास द्या किंवा हाताच्या तळव्यावर तुम्हाला बोटाने अक्षरेही रेखाटता येतील.

तो जर आंधळा असेल तर तुम्ही त्याच्याशी सरळ बोलावयाला सुरुवात करा. म्हणजे तुमच्या बोलण्याच्या आवाजावरून तुम्ही कोठे आहात हे त्याला कळेल. त्याच्याशी बोलताना ओरडू नका, कारण तो आंधळा असला तरी बहिरा नाही. तुम्ही त्याच्याबरोबर चालत असला तर त्याला स्वत:लाच तुमचा हात हाती घेऊ द्या. तुमच्या हालचालींवरून त्याला तुमचे मनोगत कळू शकते. तुम्ही दोघे बरोबर जेवत असाल तर आपणाकडून काही मदत हवी आहे का हे तुम्ही त्याला विचारा. तुम्ही त्याला खुर्चीजवळ न्याल तेव्हा खुर्चीच्या हातावर त्याचा हात ठेवा आणि त्याला स्वत:लाच खुर्चीवर बसू द्या. त्याच्या घरात तुम्ही गेलात तर तेथील खुर्च्यांची, सामानाची तुम्ही हलवाहलव करू नका. त्याने ठेवलेल्या असतील तेथेच त्या वस्तू जशाच्या तशाच राहू द्या. परक्या घरी तुम्ही त्याला नेलेत तर मात्र कोणत्या वस्तू कोठे आहेत, तेथे कोण माणसे आहेत हे त्याला समजावून सांगा. आंधळ्या माणसाबरोबर त्याला वाट दाखवणारा त्याचा कुत्रा असेल तर त्या कुत्र्याचे लाड करू नका किंवा हाक वगैरे मारून त्याचे लक्ष आपल्याकडे वेधून घेऊ नका.

अपंग माणूस आंधळा व बहिराही असेल तर आपण कोठे आहोत हे त्याला समजावून देण्यासाठी तुम्ही त्याला स्पर्श करा. दंडावर थाप मारणे याचा अर्थ 'मी येथे आहे,' 'कसे काय ?,' 'ठीक आहे ना ?' असा होईल. किंवा धीर देणे, आश्वासन देणे, उत्तेजन देणे या अर्थीही हीच क्रिया उपयोगी पडू शकेल. तो वयाने लहान असून अंधांसाठी चालवलेल्या खास शाळेत जात असेल तर त्याला 'कंपन-पद्धती' माहीत असेल. तसे असल्यास तुम्ही त्याला त्याची बोटे तुमच्या गाला-ओठांवर ठेवू द्या. मग तुम्ही सावकाश, स्पष्ट आणि मोठ्याने बोला, म्हणजे तुमच्या गाला-ओठांची कंपने होतील व त्यावरून तुम्ही काय बोलत आहात हे त्याला कळेल. त्याला कदाचित बोटांची लिपी अवगत असेल किंवा त्याच्या तळव्यावर अक्षरे रेखाटूनही तुम्हाला आपले मनोगत त्याला कळविता येईल! अंधांशी कसे वागावे, त्यांना सहानुभूती कशी दाखवावी, त्यांना आपले मनोगत कसे कळवावे हे सारे आपणाला अवगत व्हायला हवे! न जाणो आपणाला कोणत्या वेळी या गोष्टींची कशी गरज पडेल, कोणी सांगावे ?

❖